ಛಂದ ಪುಸ್ತಕ

ಓದಿ ಓದಿ ಮರುಳಾಗಿ!

ಡುಮಿಂಗ

ಛಂದ ಪುಸ್ತಕ ಬಹುಮಾನ ಪಡದ ಕೃತಿ

ಶಶಿ ತರೀಕೆರೆ

DUMINGA
-Collection of Short Stories in Kannada
by Shashi Tarikere
Published by Chanda Pustaka,
I-004, Mantri Paradise,
Bannerughatta Road, Bangalore-560 076
ISBN: 978-93-84908-53-9

ಮೊದಲ ಮುದ್ರಣ: 2019

ಮುಖಪುಟ: ಸೌಮ್ಯ ಕಲ್ಯಾಣಕರ್
ಶೀರ್ಷಿಕೆ ಅಕ್ಷರಗಳು: ವೆಂಕಟರಮಣ ಭಟ್
ಕರಡು ತಿದ್ದುವಿಕೆ: ಪದ್ಮನಾಭ ಭಟ್ ಶೇವ್ಕಾರ, ಪುನರ್ವಸು
ಪುಟಗಳು: 108 ಬೆಲೆ: ₹ 90
ಕಾಗದ: ಎನ್‌ಎಸ್ ಮ್ಯಾಪ್ಲಿತೊ 70 ಜಿಎಸ್‌ಎಂ, 1/8 ಡೆಮಿ

ಪ್ರತಿಗಳಿಗಾಗಿ ಸಂಪರ್ಕಿಸಿ:

ಛಂದ ಪುಸ್ತಕ
ಐ–004, ಮಂತ್ರಿ ಪ್ಯಾರಡೈಸ್
ಬನ್ನೇರುಘಟ್ಟ ರಸ್ತೆ
ಬೆಂಗಳೂರು–560 076
ಸೆಲ್: 98444 22782
vas123u@rocketmail.com

ಮುದ್ರಣ:

ಶಶಿ ತರೀಕೆರೆ

ಮೂಲತಃ ಚಿಕ್ಕಮಗಳೂರು ಜಿಲ್ಲೆಯ ತರೀಕೆರೆಯವರಾದ ಶಶಿ, ಜನಿಸಿದ್ದು 1990ರಲ್ಲಿ. ಸದ್ಯಕ್ಕೆ ಬೆಂಗಳೂರಿನ ಇಸ್ರೋದಲ್ಲಿ ಟೆಕ್ನಿಷಿಯನ್ ಆಗಿ ಉದ್ಯೋಗ ಮಾಡುತ್ತಿದ್ದಾರೆ. ಕವಿತೆ, ಕತೆ, ಕಿರುಚಿತ್ರ ನಿರ್ಮಾಣ ಮತ್ತು ನಿರ್ದೇಶನ ಇವರ ಹವ್ಯಾಸಗಳಾಗಿವೆ. ಸಂಯುಕ್ತ ಕರ್ನಾಟಕ, ಕನ್ನಡಪ್ರಭ ಮತ್ತು ಹಲವು ದಿನಪತ್ರಿಕೆಗಳಲ್ಲಿ, ಮಯೂರ, ಮಂಗಳ, ತರಂಗ ಮತ್ತು ಇನ್ನಿತರೆ ನಿಯತಕಾಲಿಕೆಗಳಲ್ಲಿ ಇವರ ಕವಿತೆಗಳು ಪ್ರಕಟವಾಗಿವೆ. ಇದು ಇವರ ಮೊದಲ ಕಥಾಸಂಕಲನ.

shashitarikere1990@gmail.com

ಎಂದೂ ಬಾರದ ತಾಯಿಗಾಗಿ ಕಾಯುವ

ಜಗತ್ತಿನ ಎಲ್ಲಾ ಮಕ್ಕಳಿಗೆ

ಹಾಗೂ

ವೃದ್ಧಾಶ್ರಮದಲ್ಲಿ ನಲುಗುವ ಮುದ್ದು ಜೀವಗಳಿಗೆ

ಬದುಕು ಈಗಷ್ಟೇ ಶುರುವಾಗಿದೆ...

ಕತ್ತಲನ್ನು ಗೆದ್ದು ಓಡುತ್ತಿರುವ ರೈಲಿನ ಸದ್ದು ಕೇಳಿ ನಸುಕಿನ ಜಾವದಲ್ಲಿ ಬಿಸಿಯಾದ ಕೆಟೆಲ್ ಹೊತ್ತುಕೊಂಡು ಚಾಯ್ ಚಾಯ್ ಎಂದು ಕೆಟೆಲ್ಲಿಗೆ ನಾಣ್ಯದಲ್ಲಿ ಕುಟ್ಟುತ್ತಾ ಪ್ರಯಾಣಿಕರ ಎಬ್ಬಿಸುವ ಮಾಂತ್ರಿಕನ ತಾಜಾ ಬೆವರಿನಂತೆ ಇಲ್ಲೊಂದಿಷ್ಟು ಕತೆಗಳಿವೆ ಎಂದು ನಾನು ತಮಾಷೆಗೂ ಹೇಳುವುದಿಲ್ಲ. ನೀವು ಎಲ್ಲೋ ಮರೆತಿದ್ದು, ಹೊಗಳಲು ಹಿಂಜರಿದು ಸುಮ್ಮನಿದ್ದದ್ದು, ಮಳೆಯ ಗಡಿಬಿಡಿಯಲ್ಲಿ ಮರೆತು ಬಿಟ್ಟು ಬಂದ ಕೊಡೆಯಂತಹ ಒಂದಷ್ಟು ನಿಮ್ಮದೇ ಸ್ವಂತ ಕತೆಗಳಿವೆ; ನಲ್ಮೆಯ ಬಿಕ್ಕುಗಳಿವೆ; ಆತ್ಮೀಯ ಎನಿಸುವ ಸಂಕಟಗಳಿವೆ; ಅರೆ ನಾನೆಲ್ಲೋ ಕಂಡಿರುವೆ ಎಂಬಂಥ ತುಂಟ ನಗುವಿದೆ. ಇವೆಲ್ಲವನ್ನು ನೆನಪಿನಿಂದ ಹೆಕ್ಕಿ ತಂದು ನಿಮ್ಮೆದುರು ಇಟ್ಟಿರುವ ಮಾಯಾ ಪೆಟ್ಟಿಗೆ ಇದು.

ಈ ಮಾಯಾ ಪೆಟ್ಟಿಗೆಯಲ್ಲಿ ನಿಮ್ಮೆಲ್ಲರ ಹೃದಯವಿದೆ. ಆ ಹೃದಯದೊಳಗಿನ ಪಿಸುಮಾತು ಮಾತ್ರ ನನ್ನದು.

ಕತೆ ಬರಿ ಬರಿ ಅಂತ ಹಟ ಹಿಡಿದು ಒತ್ತಾಯಿಸಿದ ಎಲ್ಲಾ ಮನಸ್ಸುಗಳಿಗೆ ನಾನು ಸದಾ ಋಣಿ. ಪುಸ್ತಕವನ್ನು ಪ್ರಕಟಿಸುತ್ತಿರುವ ಛಂದ ಪುಸ್ತಕದ ವಸುಧೇಂದ್ರ ಸರ್‌ಗೂ, ತೀರ್ಪುಗಾರರಿಗೂ ನನ್ನ ಪ್ರೀತಿಯ ಸಲಾಂ.

ಬದುಕು ಈಗಷ್ಟೇ ಶುರುವಾಗಿದೆ ಎಂದು ನಂಬುತ್ತಾ...

ಅಕ್ಕರೆಯಿಂದ,

ಶಶಿ ತರೀಕೆರೆ

97319 93303

ನಾನು ಏನನ್ನೂ ಕದ್ದಿಲ್ಲ, ಆದ್ದರಿಂದ ನನಗೆ ಬಿಡುಗಡೆಯೇ ಇಲ್ಲ

ಪ್ರಿಯ ಓದುಗರೇ,

ಮುದುಕನೊಬ್ಬನ "ಕಣ್ಣಿನ" ಮೂಲಕ ಯುವಕನೊಬ್ಬ ಬರೆದ ಕತೆಗಳು ಕನ್ನಡಕ್ಕೆ ಇಲ್ಲಿ ಸಿಕ್ಕಿವೆ. ನಿಮಗೆ ಎರಡನೆಯ ಸರ್ತಿ ಓದಬೇಕೆನಿಸಬಹುದು; ಸ್ವಾದಕ್ಕೂ ಮಿಗಿಲಾಗಿ, ಏಳಬಹುದಾದ ಕೋಪ ಕನ್ಫರ್ಮ್ ಮಾಡಿಕೊಳ್ಳಲು.

ಆದರೆ ಆ ಕೋಪ ನಿಮಗೆ ಬರದೆಯೂ ಇರಬಹುದು. "ಮುದಿಗಣ್ಣುಗಳ" ಈ ಯುವಕತೆಗಾರನನ್ನು ಬಹುಮಾನವೊಂದಕ್ಕೆ ಆಯ್ಕೆ ಮಾಡುವ ದರ್ದು ನಿಮ್ಮ ಮೇಲಿಲ್ಲ. ನಾನು ಈ ದರ್ದು ನಿಮಿತ್ತ ಓದಿದವಳು. ನನ್ನ ಆ ಜಂಭಕ್ಕೆ ಈ ಕತೆಗಳ ಮೊದಲ ಓದು ತಂದದ್ದು ಕೋಪ! ಈ ಯುವ ಕತೆಗಾರ ಓದುಗರನ್ನೆಲ್ಲ ಸಾಲಾಗಿ ಸ್ಟೀಲ್ ಕುರ್ಚಿಗಳ ಮೇಲೆ ಕೂರಿಸಿ ಬುಡಕ್ಕೆ ವೋಲ್ಟೇಜ್ ವೈರ್ ಬಿಡುವ ಮಹದಾಸೆ ಏನಾದರೂ ಇಟ್ಟುಕೊಂಡಿರುವರೋ? ಈಗಿನ್ನೂ ತೆರೆದುಕೊಳುತ್ತಿರುವ ಕಣ್ಣಿಗೆ ಇಲ್ಲಿನ ಕತೆಗಳಲ್ಲಿರುವ ರಕಮು ರಕಮುವಾರು ವಿಕ್ಷಿಪ್ತತೆ ಅದೆಲ್ಲಿಂದ ಬಂದು ಬೀಳಲು ಸಾಧ್ಯ ಎಂಬ ಹೊಟ್ಟೆಕಿಚ್ಚಿನ ಕೋಪ ಅದು. ಇನ್ನುಳಿದ ಒಂಭತ್ತು ಹಸ್ತಪ್ರತಿಗಳನ್ನು ಓದುವಾಗ ಈ ಕೋಪ ಮತ್ತು ಎರಡನೆಯ ಸಲ ಓದಲೇಬೇಕೆಂಬ ತುರ್ತು ಎರಡೂ ಹುಟ್ಟಲಿಲ್ಲವೆನ್ನುವುದೇ ಶಶಿಯವರ ಕತೆಗಳ ವಿಶೇಷ.

ಪುಣ್ಯಕ್ಕೆ ಹಸ್ತಪ್ರತಿ ಎಂಬ ಹೆಸರನ್ನು ತನ್ನ ಯಾವುದೇ ಪಾತ್ರಕ್ಕೆ ಶಶಿಯವರು ಇಟ್ಟಿಲ್ಲ. ಆದರೆ ಕೊಂಚ ಯಾಮಾರಿದರೂ ಮತ್ತೊಂದರ್ಥಕ್ಕೆ ಎಗರಿಕೊಳ್ಳಬಲ್ಲ ಹಸ್ತಕ್ಷೇಪ ಎಂಬ ಹೆಸರಿಟ್ಟಿದ್ದಾರೆ. ಹುಟ್ಟಿದ ಮಗುವಿಗೆ ಹಿಂದೆ ಇಟ್ಟಿಲ್ಲ, ಮುಂದಿಡುವುದಿಲ್ಲ; ಅಂತಹ ಹೆಸರು ಬೇಕೆನ್ನುವ ಹರಕೆ ಇರುವವರು ಶಶಿಯವರ ಕತೆಗಳನ್ನು ಓದಿರಿ. ಮತ್ತು ಇನ್ನೂ ಅವರ ಸ್ಟಾಕಿನಲ್ಲಿರಬಹುದಾದ ನವನವೀನ ಹೆಸರುಗಳ ಬಗ್ಗೆ ಅವರಿಗೊಂದು ಕಾಲ್ ಮಾಡಿ ವಿಚಾರಿಸಿಕೊಳ್ಳಿ.

ಒಂದೆರಡು ಸ್ಯಾಂಪಲ್ಲಿಗೆ: ಭುಜಕೀರ್ತಿ, ಧಾವಂತ, ಲಿಪೇಶ್ವರಿ, ಗುಂಗೇರಾ, ಪಿಣ್ಣಿಗುಲಿ, ಥಾಮಗುಲಿ, ಸುಖಪುರುಷ, ಪರ್ಚಂಡಿ, ಶಾವಿಗೆ, ಜೀರಿಗೆ, ಪಪೀತಾ, ಮಲೀನಾ, ನಾಕಾಣಿ...

“ನಾ ಏನನ್ನೂ ಕದ್ದಿಲ್ಲ ಆದ್ದರಿಂದ ನನಗೆ ಬಿಡುಗಡೆಯೇ ಇಲ್ಲ” ಇದು ಇಲ್ಲಿನ ಜನರಲ್ ವಾರ್ಡ್ ಎಂಬ ಕತೆಯ ಪಾತ್ರವೊಂದು ಓದುವ ಕವನಸಾಲು. ಈ ಸಾಲನ್ನು ಸ್ವಲ್ಪ ಬೀಸಾಗಿ ಶಶಿಯವರ ಕತೆಗಳಿಗೂ ಅನ್ವಯಿಸಬಹುದು. ಈ ಹಿಂದಿನ ಕನ್ನಡದ ಕತೆಗಾರರ ಋಣಕ್ಕೆ ತೃಣದಷ್ಟೂ ಬಿದ್ದಿಲ್ಲ ಎನಿಸುವಂತಹ ಕತೆಗಳನ್ನು ಅವರು ಬರೆದಿದ್ದಾರೆ. ಆ ಕಾರಣವಾಗಿಯೇ ಅವರಿಗೆ ಕತೆ ಬರೆಯುವ ಗೋಡೆಗಳಿಲ್ಲದ ಜೈಲಿನಿಂದ ಇನ್ನು ಬಿಡುಗಡೆಯಿಲ್ಲ. ಆ ಜೈಲಿನೊಳಗೆಯೇ ಸ್ವಾತಂತ್ರ್ಯದ ಸ್ವಂತಿಕೆಯನ್ನೂ, ಸಂತೋಷವನ್ನೂ ಕಂಡುಕೊಳ್ಳುವ ಯುಕ್ತಿ ಅವರಿಗೆ ಕರಗತವಾಗಿದೆ.

ಕನ್ನಡದಲ್ಲಿ ಸಣ್ಣಕತೆಗಳು ಹುಟ್ಟಿಕೊಂಡಾಗ ಅವು ಯಾವ ತಾವುಗಳಲ್ಲಿ ಹುಟ್ಟಿಕೊಂಡವೋ ಅದೇ “ತಾವುಗಳು” ಏನಿಲ್ಲೆಂದರೂ ಐವತ್ತು ವರ್ಷಗಳ ಕಾಲ ಕಥಾಪರಿಸರಗಳಾಗಿ ವಿಜೃಂಭಿಸಿದವು. ಇಲ್ಲಿಯ ಎಂಭತ್ತು ಭಾಗದ ನೆಲವಾಸಿಗಳಿಗೆ ರವೆಯಷ್ಟೂ ಸಂಬಂಧಿತವಾಗದ ಪರಿಸರಗಳವು. ಈ ದೆಸೆಯಿಂದಾಗಿ ಇನ್ನೇನು ಕನ್ನಡ ಸಣ್ಣಕತೆಯೆಂಬುದು ಕುಂಡದೊಳಗಿನ ಬೊನ್ಸಾಯಿಯಾಗಿ ಹೋಯಿತು ಎನುವ ಕಾಲಕ್ಕೆ, ನಾವೆಲ್ಲರೂ ಸುಖದಿಂದ ಸೇರಿ ಮನಃಪೂರ್ವಕವಾಗಿ ಹೂತಿದ್ದ “ಕತ್ತಲ ತಾವುಗಳ” ಒಳಗಿಂದ ಕತೆಗಳು ಎದ್ದು ಬರಲಾರಂಭಿಸಿದವು. ಆದರೆ ಜೀವತೊರೆಯಂತಿದ್ದ ಆ ಕತೆಗಳು ಓದುಗರಲ್ಲಿ ಎಬ್ಬಿಸಿದ ವಿವೇಕ, ಲಜ್ಜೆ, ರೋಷ, ಕೀಳರಿಮೆ, ತಪ್ಪೊಪ್ಪಿಗೆಯಂತಹ ಭಾವಗಳನ್ನು ನಿಷ್ಪಂದಗೊಳಿಸುವಷ್ಟು ಆ ಕತೆಗಳು ಪುನರುತ್ಪತ್ತಿಗೊಂಡು ಈಗ ಆ ಭಾವಬರ್ಚಿ ಮೊಂಡಾಗಿ ಚುಚ್ಚಿದರೂ ನೋಯದು. ಬಯಲುಸೀಮೆಯ ಕತೆಗಳೂ ಇದೇ ಜಡ್ಡಿನಿಂದ ನರಳುತ್ತಿವೆ. ಯಾವುದೇ ಕಲಾಪ್ರಕಾರದಲ್ಲಿ ಪುನರುತ್ಪತ್ತಿ ಎಂಬುದು ಕೃತಕ ಪ್ರತಿಭಾ ಸೃಷ್ಟಿ ಅಷ್ಟೆ.

ಈ ತರುವಾಯ ನಗರದೊಳಗಣ ಕಾರ್ಪೊರೇಟ್ ಜಗತ್ತಿನಿಂದ ಕತೆಗಳು ಹೊರಟು ಹೊಸ ಹುರುಪು ಕಾಣಿಸಿಕೊಂಡಿತು. ನಾವು ಕಂಡುಕೇಳರಿಯದ್ದನ್ನೇನೋ ಇಲ್ಲಿ ಕಂಡೆವೆನುವಷ್ಟರಲ್ಲಿ ಈ ಹುರುಪು ಮತ್ತದೇ ಪುನರುತ್ಪತ್ತಿಯ ರೋಗ ತಾಗಿಸಿಕೊಂಡಿದೆ. ಅಲ್ಲಿನ ಅನುಭವಗಳು ಗಾಜು ಮುಟ್ಟಿದ ಹಾಗನ್ನಿಸತೊಡಗಿವೆ. ಚರ್ಮಸ್ಪರ್ಶವೆಲ್ಲಿ?

ಹೊಸ ಕತೆಗಾರರು ಈ ಯಾವುದಕ್ಕೂ ಸೇರದ, ಆದರೆ ಎಲ್ಲಕ್ಕೂ ಸೇರಿದಂತಿರುವ ಹೊಸ ತಾವೊಂದರಿಂದ ಕನ್ನಡಕ್ಕೆರಡು ಹೊಸ ಕತೆಬೀಜಗಳನ್ನು ತಂದಾರೇ ಎನ್ನುವ ನಿರೀಕ್ಷೆಗೆ ಉತ್ತರದ ಹಾಗೆ ಬಂದಿವೆ ಶಶಿಯವರ ಈ ಕತೆಗಳು. ಅವರ ಮೊದಲ ಗೆಲುವು ಅವರು ಕತೆ ನಡೆಯಲು ಆರಿಸಿದ ಅಖಿಲ ಕರ್ನಾಟಕದ ಮ್ಯಾಪು. ನಿರ್ದಿಷ್ಟ ಸ್ಥಳಮಹಿಮೆಯನ್ನು ಹುಡುಕುವುದೇ ದುಸ್ತರವಿಲ್ಲಿ.

ಅವರಿಗೆ ನಮ್ಮಂತಹ ನರಮನುಷ್ಯರು ಬದುಕುವ ಬಿಳಿ, ಕಪ್ಪು ಎರಡೂ ಅಲ್ಲದ ಬೇರೆ ಬೇರೆ ವಿಧದ ತಾವುಗಳೂ ಗೊತ್ತಿವೆ. ಅಲ್ಲಿಯೂ ಅದೇ ಕಾಮ ಕ್ರೋಧೇತ್ಯಾದಿಗಳ ಉಪ ಉತ್ಪನ್ನಗಳೇ ಎದ್ದು ಕುಣಿಯುವುದು. ಆದರೆ ಅದೇ ಪುರಾತನ ಭಾವೋತ್ಪನ್ನಗಳು ಅಲ್ಲಿಯ ಜೀವಿಗಳ ನೈಮಿತ್ತಿಕವನ್ನು ಅದೆಷ್ಟು ವಿಕ್ಷಿಪ್ತಗೊಳಿಸುತ್ತವೆ ಎಂಬುದು ನಾವು ಬಹುಜನ ತಿಳಿಯದ, ಇಣುಕಿಯೂ ನೋಡದ ಮತ್ತು ನೋಡಲು ಬಯಸದ ಜಗತ್ತು. ಆ ತಾವುಗಳಲ್ಲಿಯೇ ಶಶಿಯ ಕತೆಗಳ ವಿಚಿತ್ರ ನಾಯಕಿ ನಾಯಕರು ಯಾವಾಗಲೂ ಇರುತ್ತಾರೆ. ಅಲ್ಲೇ ನವರಸಗಳನ್ನೂ ಸವಿದು, ಸ್ರವಿಸಿ, ಸವೆಯುತ್ತಾರೆ.

ಈ ಕತೆಗಳನ್ನು ಬರೆಯುವ ಮುಖೇನ ಈ ಜೀವಿಗಳಿಗೆ ತಾನು ನ್ಯಾಯ ಕೊಡಿಸುವೆನೆಂಬ ಹಮ್ಮು ಶಶಿಯವರ ಕತೆಗಳಲ್ಲಿಲ್ಲ. ಕನಿಷ್ಠ ಆ ಲೋಕದಲ್ಲಿ ಬದಲಾವಣೆಯ ಸಾಧ್ಯತೆ ಇದೆ ಎನ್ನುವ ಸೋಗಿನೊಂದು ಉಪಸಂಹಾರದ ಸಾಲನ್ನೂ ಕತೆಗಾರನು ಆ ಪಾತ್ರಗಳಿಗೆ ಸೂಚಿಸುವುದಿಲ್ಲ. ಇಂತಹ ಬದುಕುಗಳನ್ನು ಓದುಗರ ಮುಖಕ್ಕೆ ಹಿಡಿದು ಅವರ ಆತ್ಮಗಳನ್ನು ಕೋರ್ಟ್ ಮಾರ್ಷಲಿಗೊಳಪಡಿಸುವ ಅಹಂಭಾವವೂ ಇಲ್ಲಿಲ್ಲ. ಅಥವಾ ನಿರ್ಲಿಪ್ತದ ಹೆಸರಿನಡಿ ಆ ಬದುಕುಗಳನ್ನು ತಮಾಷೆಯಾಗಿ ನೋಡುವ ಕಣ್ ದೃಷ್ಟಿಯನ್ನೂ ಭಾಷಾಸೃಷ್ಟಿಯನ್ನೂ ಅವರು ಅಪೇಕ್ಷಿಸುತ್ತಿಲ್ಲ. ಇದು ಹೀಗಿದೆ ಎನ್ನುವ ವರದಿಗಾರತ್ವದ ಚಪ್ಪಟೆತನದಿಂದ ಪಾರಾಗುವ ಜಾಣ್ಮೆಯೂ ಅವರಿಗಿದೆ. ಈ ವಿಕ್ಷಿಪ್ತ ಮನೋಭಾವಗಳಿಗೆ ಕಾರಣವಾದ ಪಾತ್ರಗಳ ಗತದಲ್ಲೂ ಅವರು ಪಕ್ಷ ಸಾಧಿಸುವುದಿಲ್ಲ. ಎಲ್ಲಾ ಪಾರ್ಶ್ವಗಳನ್ನು ತೆರೆದಿಡುವ ವಿವರಣಾತ್ಮಕ ಶೈಲಿಗೆ ತಾವೇ ಬಹಿಷ್ಕಾರ ಘೋಷಿಸಿಕೊಂಡಿದ್ದಾರೆ. ಬಹಳ ಯೋಚಿಸಿಯೇ ಬರೆದ ಕತೆಗಳಿವು. ಎಲ್ಲರೂ ಯೋಚಿಸಿಯೇ ಬರೆಯುವುದು. ಆದರೆ ಬಹಳ ಸಲ ಆ ಪ್ರಜ್ಞಾಬಳಕೆಯ ಕ್ಷೇತ್ರಕಾರ್ಯವೇನಿದೆ ಅದು ಕತೆಗಳಲ್ಲಿ ಮುನ್ನೆಲೆಗೆ ಬಂದುಬಿಡುವ ಮುಠ್ಠಾಳತನವನ್ನು ನಿವಾರಿಸಿಕೊಳ್ಳಲು ಸೋಲುತ್ತೇವೆ. ಶಶಿ ತರೀಕೆರೆ ಗೆದ್ದಿದ್ದಾರೆ.

ನನಗೆ ಬಂದ ಅಂತಿಮ ಹತ್ತು ಹಸ್ತಪ್ರತಿಗಳ ಕತೆಗಾರರಲ್ಲಿ ಮೊದಲೈವರ ಪಟ್ಟಿಯನ್ನು ವಸುಧೇಂದ್ರರು ಈಗಾಗಲೇ ಪ್ರಕಟಿಸಿದ್ದಾರೆ. ಶಶಿಯವರೂ ಸೇರಿ ಇವರೈವರೂ ಸೊಗಸಾಗಿ ಕತೆ ಹೇಳುವ ಚತುರರು. ಅದರಲ್ಲಿ ದೂಸರಾ ಮಾತಿಲ್ಲ. ಎಲ್ಲರೂ ಹೊಸತಿಗೆ ತುಡಿಯುವವರೂ ಹೌದು. ಆದರೆ ಶಶಿಯವರನ್ನುಳಿದು ಇತರ ನಾಲ್ವರು, ಹೊಸತು ಸಾಧಿಸಲು ತಮ್ಮವೇ ಸಂತಾನಗಳ ಸವೆದ ಕೈ ಕಾಲು ಮುರಿದು ಕೆಲವೊಮ್ಮೆ ಕತ್ತೂ ಹಿಸುಕಬೇಕಾದ ನಿರ್ದಾಕ್ಷಿಣ್ಯವನ್ನು ಇನ್ನೂ ಕಲಿಯದವರು. ಅದದೇ ಕರಾವಳಿ ತೀರ ಹಾಗೂ ಮಲೆನಾಡುಗಳ, ಓದುಗರು ಕಾಲದಿಂದ ಓದಿಓದಿಯೇ

ಅಲ್ಲಿನ ಗೈಡುಗಳಾಗುವಷ್ಟು ಪಳಗಿರುವ ಸ್ಥಳೀಯವನ್ನು ಮತ್ತು ಆ ಸ್ಥಳೀಯ ಭಾಷೆಯನ್ನು ಹೇಗೆ ತಮ್ಮ ಕತೆಗಳಲ್ಲಿ ಇರಿಸಿಕೊಂಡೂ ನವೀಕರಿಸಬಹುದೆಂಬ ಮಾರ್ಗವನ್ನು ಅವರು ಹುಡುಕಿಕೊಳ್ಳಬೇಕಾಗಿದೆ; ಖಂಡಿತವಾಗಿ ಹುಡುಕುತ್ತಾರೆ. ಈ ಎಲ್ಲ ಯುವ ಪ್ರತಿಭೆಗಳಿಗೂ ನನ್ನ ಅಭಿನಂದನೆಗಳು. ನೂರಾರರ ನಡುವೆ ಮೊದಲ ಹತ್ತು/ಐವರಾಗುವುದು ಸುಲಭವಲ್ಲ.

ಶಶಿಯವರ ಮುಂದಿನ ಕತೆಗಳ ಬಗ್ಗೆ ನನಗೊಂದು ನಿರೀಕ್ಷೆಯಿದೆ. ತಮ್ಮ ಪಾತ್ರಗಳು ಇರುವ ಸ್ಥಿತಿಯಿಂದ ಇನ್ನೂ ಒಳಿತಾದ ಸ್ಥಿತಿಗೆ ಬಡ್ತಿ ಪಡೆಯಲು ಅರ್ಹರು ಎಂಬುದನ್ನು ಅವರು ಕತೆಗಳಲ್ಲಿ ಸಂಕೇತಿಸಲಿ ಎಂಬ ನಿರೀಕ್ಷೆ ಅದು. ಭೂಗೋಳದ ಮೂರನೇ ಒಂದು ಭಾಗವಷ್ಟೇ ನೆಲ ಇರುವುದು. ಈ ಮೂರನೇ ಒಂದು ಭಾಗ ನೆಲದತ್ತ ಭೂಗೋಳದ ಮೇಲಿನ ನಾಲ್ಕನೇ ಮೂರು ಭಾಗ ಜೀವ ಚಲಿಸುತ್ತದೆ. ಒಂದಲ್ಲೊಂದು ದಿನ ನನ್ನ ಕಾಲು ನೆಲವನ್ನು ಸ್ಪರ್ಶಿಸಬಲ್ಲವೆಂಬ ನಂಬಿಕೆಯ ಮೇಲೆ ಅವರ ಕೈಗಳು ಈಜುತ್ತವೆ. ಅಂತಹ ನಂಬುಗೆಯನ್ನು ಉಳಿಸುವುದು ಸಮಸ್ತ ಕಲೆಗಳ ಉದ್ದೇಶಗಳಲ್ಲೊಂದಾಗಿರಬೇಕು ಎನ್ನುವುದು ನನ್ನ ನಿಲುವು. ಶಶಿಯವರು ನನ್ನ ನಿಲುವನ್ನು ಪರಿಗಣಿಸಲಿ ಎಂದು ಆಶಿಸುವ ಹಕ್ಕಷ್ಟೇ ನನಗಿರುವುದು.

ಶಶಿ ತರೀಕೆರೆಯವರಿಗೆ ಶುಭ ಕೋರುತ್ತ ಅಭಿನಂದನೆಗಳನ್ನು ಹೇಳಬಯಸುವೆ. ಅವರ ಮುಂದಿನ ಕತೆಗಳಿಗೆ ಕಾಯುವ ಓದುಗರಲ್ಲಿ ನಾನೂ ಒಬ್ಬಳು.

ಇಂದು **ಛಂದ ಪ್ರಶಸ್ತಿ,** ಕನ್ನಡದ ಯುವ ಕತೆಗಾರ–ಕತೆಗಾರ್ತಿಯರು ದಿನಾಂಕ ಪ್ರಕಟಿಸುವುದನ್ನೇ ಕಾಯುವಂತಹ ಪ್ರತಿಷ್ಠೆ ಹೊಂದಿದೆ. ಈ ಪ್ರತಿಷ್ಠೆಯೇನೂ ಒಂದೆರಡು ವರ್ಷಗಳಲ್ಲಿ ಕೈಗೆ ದಕ್ಕುವುದಿಲ್ಲ. ವಸುಧೇಂದ್ರರ ವರ್ಷಗಟ್ಟಲೆಯ ಶ್ರಮ, ಶ್ರದ್ಧೆಗಳ ಫಲ ಅದು. ಇಪ್ಪತ್ತು ವರ್ಷಗಳಿಂದ ನಾನು ಅವರ ಬರಹಗಳ ನಿಯಮಿತ ಓದುಗಳು. ಅವರ ವಿಶ್ವಾಸ ತುಂಬಿದ ನಡೆನುಡಿಗಳಲ್ಲಿ ಇನಿತೂ ಬದಲಾವಣೆಯಾಗಿಲ್ಲ. ಅವರಿಗೆ ಕನ್ನಡ ಓದುಗರ ಅಪಾರ ಪ್ರೀತಿ ಪ್ರಾಪ್ತವಾಗಿದೆ. ಅದು ಮುಂದೆಯೂ ಇರಲಿ. ಈ ಛಂದ ಪ್ರಶಸ್ತಿ ನೂರಾರು ಪ್ರತಿಭಾವಂತ ಯುವ ಬರಹಗಾರರನ್ನು ಕನ್ನಡಕ್ಕೆ ಕೊಡುಗೆಯಾಗಿಸಲಿ ಎಂದು ಹಾರೈಸುವೆ. ಈ ವರ್ಷದ ಪ್ರಶಸ್ತಿಯ ಕೊನೆಸುತ್ತಿಗೆ ಬಂದ ಪ್ರತಿಭಾಪೂರ್ಣ ಹತ್ತು ಯುವ ಕತೆಗಾರ/ಕತೆಗಾರ್ತಿಯರನ್ನು ಓದಿಸಿದ್ದಕ್ಕೆ ನಾನು **ಛಂದ**ದ ಸಮಸ್ತರಿಗೂ ಆಭಾರಿ.

ಲಲಿತಾ ಸಿದ್ಧಬಸವಯ್ಯ
ಸರ್ಜಾಪುರ ರಸ್ತೆ
ಬೆಂಗಳೂರು
17ನೆಯ ಸೆಪ್ಟೆಂಬರ್ 2019

ಪರಿವಿಡಿ

ಜನರಲ್ ವಾರ್ಡ್

ಲೋಂಡಾ ರೇಲ್ವೆ ಸ್ಟೇಷನ್ನಿನ ಬಳಸುದಾರಿಯಲ್ಲಿ ನಡೆದರೆ ಎದುರಾಗುವ ನಂದಗಡದ ಮಾರ್ಕೆಟ್ಟಿನಲ್ಲಿ ಗಾಜಿನ ಗ್ಲಾಸಿನ ನೊರೆನೊರೆಯ ಚಹಾವನ್ನು, ತುಟಿಯಿಂದ ಮೆಲ್ಲಗೆ ಮೂರರ ಜಾವದಲ್ಲಿ ಉಸಿರು ಊದುತ್ತಾ ಕುಡಿಯುವ ಮಜವೇ ಬೇರೆ ಎಂದು, ಖಾನಾಪುರದ ಆಗ್ನೇಯ ದಿಕ್ಕಿನ ಹತ್ತು ಕಿಲೋ ಮೀಟರ್ ದೂರದಿಂದ ಬೈಕಿನಲ್ಲಿ ಬರುತ್ತಿದ್ದವರು ತಿತ್ಲಿ ಮತ್ತು ಬೋಸ್ಲೆ.

ಬೋಸ್ಲೆಗೆ ಗಿಯರುಗಳಿದ್ದ ಬೈಕು ಓಡಿಸಲು ಬರದೆ, ಸಣಕಲಾಗಿದ್ದ ತಿತ್ಲಿಯ ಬೆನ್ನನ್ನು ಗಟ್ಟಿಯಾಗಿ ಮಗುವಿನಂತೆ ಹಿಡಿದು ಕೂತಿದ್ದ. ರಿಮ್ಯಾಂಡು ಹೋಮಿನ ಪಕ್ಕದಲ್ಲೇ ಇದ್ದ ಜಂಬೋಟಿ ರಸ್ತೆಯ ಹೂವಿನ ಮಂಡಿಗೆ ಚೆಂಡು ಹೂಗಳ ಬುಟ್ಟಿಗಳನ್ನು ಅನ್‌ಲೋಡ್ ಮಾಡಲು ಅದೇ ದಾರಿಯಲ್ಲಿ ಬರುತ್ತಿದ್ದ ಲಗೇಜು ಆಟೋದ ಡ್ರೈವರ್ ಪಕ್ಕದಲ್ಲಿ ಇಕ್ಕಟ್ಟಾಗಿ ಕೂತಿದ್ದ ಚಂದ್ರಪ್ಪ ತಿತ್ಲಿಗೂ ತುಂಬಾ ಪರಿಚಿತನಾಗಿದ್ದ. ಹೂವಿನ ಮಂಡಿಯಲ್ಲಿ ಕೆಲಸಕ್ಕಿದ್ದ ಚಂದ್ರಪ್ಪ "ಚಂಡಿಯಂತಹ ಚಳಿಯಲ್ಲಿ ಯಾರನ್ನೋ ಕೂರಿಸಿಕೊಂಡು, ತಿತ್ಲಿ ಬರೀ ಬನಿಯನ್ನಿನಲ್ಲಿ ಎಲ್ಲಿಗೋ ಹೋಗುತ್ತಿದ್ದಾನೆ. ಅದೂ ಹೆಡ್‌ಲೈಟ್ ಕೂಡ ಹಾಕಿಕೊಳ್ಳದೇ" ಎಂದುಕೊಂಡು ಹೆಡ್‌ಲೈಟ್ ಹಾಕಿಕೊಳ್ಳುವಂತೆ ಡ್ರೈವರಿಗೆ ಹೇಳಿ ಮೂರು ಬಾರಿ ಹಾರ್ನ್ ಮಾಡಿಸಿ "ಹೋಂಯ್ ತಿತ್ಲಿ, ಎಲ್ಲಿಗೆ ಪ್ರಯಾಣ" ಎಂದು ಕೂಗಿದ. ತಿತ್ಲಿಗೆ ಚಂದ್ರಪ್ಪನ ಮಾತು ಕೇಳಿಸಲಿಲ್ಲ. ಲಗೇಜು ಆಟೋದ ಡ್ರೈವರ್ ಮೂರು ಬಾರಿ ಹಾರ್ನ್ ಮಾಡಿದ್ದು ಅರ್ಥವಾಗಿತ್ತು.

ಕಗ್ಗತ್ತಲಿನ ದುರ್ಗಮ ರಸ್ತೆಯಲ್ಲಿ ತಳ್ಳಿಕೊಂಡು ಹೋಗುವ ವೇಗದಲ್ಲಿ ಬೈಕು ಓಡಿಸುತ್ತಿದ್ದ ತಿತ್ಲಿಯ ಭುಜದ ಮೇಲೆಯೇ ಬೋಸ್ಲೆ ಸಣ್ಣದಾಗಿ ನಿದ್ದೆ ಹೋಗಿದ್ದ. ಆತ ತೊಟ್ಟಿದ್ದ ನಸುಹಳದಿ ಚೌಕಳಿ ಶರ್ಟು ನಸುಕಿನ ಜಿಬುರು ಹಿಮಕ್ಕೆ ಕಾಗದದಂತೆ ಒದ್ದೆಯಾಗಿತ್ತು. ಕೆನ್ನೆಯ ತುಂಬಾ ಹಳೆಯ ಮೊಡವೆಗಳ ಕಲೆಗಳಿದ್ದ ತಿತ್ಲಿಯ ಮುಖಕ್ಕೆ ತೇವದ ಗಾಳಿ ತಾಗಿ ಅವನ ನಿದ್ದೆಯನ್ನು ಕಣ್ಣಿಂದ ಚೊಕ್ಕವಾಗಿ ತೊಳೆದುಬಿಟ್ಟಿತ್ತು. ಬೈಕಿನ ಹೆಡ್‌ಲೈಟು ಮಾತ್ರ ಅಸಹಾಯಕತೆಯ ಮೂರ್ತರೂಪದಂತೆ ವರ್ತಿಸಿದರೂ ತಿತ್ಲಿ ಎಡಗೈನಲ್ಲಿ ಮುಖವರೆಸಿಕೊಂಡು ಹೆಡ್‌ಲೈಟನ್ನು ಹೊತ್ತಿಸುವ ಬಟನನ್ನು ಒತ್ತಿ ಒತ್ತಿ ಸೋಲುತ್ತಿದ್ದ.

ಅಡುಗೆ ಮನೆಯ ತೊಳೆಯದ ಹರಿವಾಣಗಳಲ್ಲಿ, ಅಕ್ಕಿ ಬೇಳೆಯ ದೊಡ್ಡ ಡಬ್ಬಿಗಳಲ್ಲಿ ಇಲಿ, ಜಿರಲೆಗಳು ನಿಶ್ಚಿಂತೆಯಿಂದ ಮೆರೆದಾಡುವ ಹೊತ್ತಿನಲ್ಲಿ ಕೌದಿಯಿಲ್ಲದೆ ಉಕ್ಕಿನ ಮಂಚದ ತುದಿಯಲ್ಲಿ ಮಲಗಿ ಒಂದೆರಡು ಕಂತಿನ ನಿದ್ದೆ ಮುಗಿಸುವಷ್ಟರಲ್ಲಿ "ಹಡ್ಸಿ ಮಕ್ಳೆಲ್ಲಾ ಕೂಡಿ, ಹೆಲ್ತ್ ಆಫೀಸರ್‌ಗ ಕಾಗ್ದ ಬರ್‍ದು, ವಾರ ಪೂರ್ತಿ ಚೌಚೌ ಬಾತು, ಮೊನ್ನೆ ಅನ್ನಕಾ ಒಗ್ರಣ್ಣಿ ಕೊಟ್ಟು ಬರೀ ಚಿತ್ರಾನ್ನ ಮಾಡಾಕ್ತಾರಿ ಸರ್‍ರ ಎಂದು ಚಾಡಿ ಹೇಳವ್ರೆ ರಂಡಿ ಮಕ್ಕಳು. ಇನ್ ಮುಂದ ರವಿವಾರ, ಬುಧವಾರ ನಾಷ್ಟಕ್ಕಾ ದ್ವಾಸಿನಾ, ಬೇಸ್ತಾರದ ಮೂರು ಸಂಜಿಗ ಜ್ವಾಳದ ರೊಟ್ಟಿ, ಶುಕ್ರಾರ ಮುಂಜಾಲಿಗ ಇಡ್ಲಿನಾ ಮಾಡ್ಬೇಕ್ ತಿಳಿತೇನಪ ತಿತ್ಲಿ" ಎಂದು ರಿಮ್ಯಾಂಡ್ ಹೋಮಿನ ವಾರ್ಡನ್ ಭಜಂತ್ರಿಯವರು ಒಂದು ವಾರದ ಹಿಂದೆ ಖುದ್ದು ಪೈಜಾಮದಲ್ಲಿ ಬಂದು ಕಟ್ಟಪ್ಪಣೆ ಹೊರಡಿಸಿದ್ದರ ನೆನಪಾಗಿ ತಿತ್ಲಿ ದಿಗ್ಗನೆ ಎದ್ದಿದ್ದ. ತಿತ್ಲಿ ಉರುಫ್ "ಖರೋಜಿ ತಿತ್ಲಿ"ಯ ಕೈಗೇನು, ಬರೀ ಕಣ್ಣಿಗೆ ಸಿಕ್ಕರೂ ಸಾಕು, ಸಿಕ್ಕಿದ್ದರಲ್ಲಿ ಹೊಡೆಸಿಕೊಳ್ಳುವ ಭಯವಿದ್ದ ಇಲಿಗಳು ಠಣ್ಣನೆ ಓಡಿದವು. ಜಿರಲೆಗಳು ಬೆಲ್ಲದ ಡಬ್ಬಿಯ ಆಳಕ್ಕೆ ಹೋಗಿದ್ದರಿಂದ ತಡಬಡಾಯಿಸಿಕೊಂಡು ಹೊರಬಂದಿದ್ದವು.

ತುದಿಗಣ್ಣಲ್ಲಿ ಕಸದಂತೆ ಬಿದ್ದ ಕನಸನ್ನು ಹೀಗೆ ಗುಡಿಸುವಂತೆ ಕಣ್ಣೊರೆಸಿಕೊಂಡ ತಿತ್ಲಿ ಸೀದಾ ಗೋದಾಮಿಗೆ ಹೋದ. ಗೋದಾಮು, ಮಕ್ಕಳ ಪಾಯಖಾನೆ, ಸ್ನಾನಕ್ಕೆಂದು ಬಳಸುತ್ತಿದ್ದ ಕೋಣೆಗೆ ತಾಗಿಕೊಂಡಿತ್ತು. ಸದಾ ಅಲ್ಲೊಂದು ನೂರು ವ್ಯಾಟಿನ ಪ್ರಖರ ಬಲ್ಬು ಜ್ವಲಿಸುತ್ತಿದ್ದರಿಂದ ಸಣ್ಣ ಗಾಳಿಕಿಂಡಿಯ ಮೂಲಕ ಬೆಳಕು ಹರಿದು ಬರುತ್ತಿತ್ತು. ಗೋಣಿಚೀಲದಲ್ಲಿ ಬಿಗಿಯಾಗಿ ತುಂಬಿ ಸಾಲಾಗಿ ಜೋಡಿಸಿದ್ದ ಅಕ್ಕಿಯ ಮೂಟೆಗಳು, ರಾಗಿ, ಜೋಳದ ಹಿಟ್ಟಿನ ಗಂಟುಗಳು, ಹಲವು ಬೇಳೆಗಳ ಪ್ಲಾಸ್ಟಿಕ್ಕು ಚೀಲಗಳು, ನಾಲ್ಕು ಘೂಟಿನ ಮೇಜಿನ ಮೇಲೆ ಎಚ್ಚರವೇ ಇದ್ದ ಎಲೆಕ್ಟ್ರಾನಿಕ್ಕಿನ ಕೆಂಪು ಸಿಗ್ನಲ್ಲಿನ ತೂಕದ ಮಷೀನು, ಮೂಲೆಗೆ ನೇತುಬಿದ್ದ ಜೇಡನ ಬಲೆಗಳು ಅರೆ ಕತ್ತಲಿನಲ್ಲೂ ಗೋಚರವಾದವು. ತಿತ್ಲಿಗೆ ಬೋಸ್ಲೆ ಎಲ್ಲಿ ಮಲಗಿದ್ದಾನೆಂದು ಮಾತ್ರ ಕಾಣಿಸಲಿಲ್ಲ.

ತಿಪ್ಪಿ ತೀರಾ ಪರಿಚಯವಿದ್ದ ಕೋಣೆಯಲ್ಲಿ ಕೈ ಉದ್ದ ಮಾಡಿ ಸ್ವಿಚ್ಚೊಂದನ್ನು ಒತ್ತಿದ. ಒಂದೇ ಆಜ್ಞೆಗೆ ಎರಡು ಬಲ್ಬು ಹೊತ್ತಿದವು. ಹಾಲಿನಂತಹ ಬಣ್ಣ ಸೂಸುತ್ತಿದ್ದ ಒಂದು ಬಲ್ಬು ಅಂಗಳದ ಎಲ್ಲಾ ಕಡೆಯೂ ಬಿಳುಪಾದ ಬೆಳಕನ್ನು ಬಿಕ್ಕಳಿಸಿತು. ಅವಸರಕ್ಕೆಂದು ದಾಸ್ತಾನಿನ ಮೂಟೆಯನ್ನು ಹೊತ್ತು ಅಡುಗೆ ಮನೆಗೆ ಸಾಗಿಸುವಾಗ ಚೆಲ್ಲಿದ ಅಗಣಿತ ರವೆ, ರಾಗಿ, ಅಕ್ಕಿ ಇನ್ನಿತರೆ ಕಾಳುಗಳು ನೆಲದಲ್ಲಿ ಬಿದ್ದಿದ್ದವು. "ನಾನು ಅದನ್ನು ಕಾಲಿನಲ್ಲಿ ಇಷ್ಟೊತ್ತು ತುಳಿದೆನಲ್ಲಾ" ಎಂಬ ತಪ್ಪಿತಸ್ಥ ಭಾವ ಮೂಡಿ, ತಿಪ್ಪಿ ಅಲ್ಲೇ ಅನ್ನಪೂರ್ಣೇಶ್ವರಿ ದೇವಿಯಲ್ಲಿ ತನ್ನನ್ನು ಮನ್ನಿಸೆಂದು ಬೇಡಿಕೊಂಡ. ತಕ್ಷಣವೇ ದೇವಿ 'ಅಸ್ತು' ಎಂದಳೆಂದು ಗೋಡೆ ಹಲ್ಲಿ ಲೊಚಗುಟ್ಟಿತು.

ಫಳ್ಳೆಂದು ಉರಿಯುತ್ತಿದ್ದ ಇನ್ನೊಂದು ಏಕಾಂಗಿ ಹಳದಿ ಬಲ್ಬು, ಸಾಲಾಗಿ ಜೋಡಿಸಿದ ಅಕ್ಕಿಯ ಮೂಟೆಗಳ ಮೇಲೆ ವಿರಾಜಮಾನವಾಗಿ ಪವಡಿಸಿದ್ದ ಬೋಸ್ಲೆಯ ಮುಖದ ಮೇಲೆ ಬಿದ್ದು, ತಾನು ಇಲ್ಲಿದ್ದೇನೆಂದು ತೋರಿಸುತ್ತಿತ್ತು. ತಿಪ್ಪಿ ಬೋಸ್ಲೆಯನ್ನು ಕೂಗಿ ಎಬ್ಬಿಸಲು ಪ್ರಯತ್ನಿಸಿದ. ಸಫಲವಾಗಲಿಲ್ಲ. ಮತ್ತದೇ ಸ್ವಿಚ್ಚನ್ನು ಮೇಲೆ ಕೆಳಗೆ ಒತ್ತಲು ಶುರುಮಾಡಿದ. ಬೆಳಕು ಬೋಸ್ಲೆಯ ಮುಖದ ಮೇಲೆ ಬಿದ್ದು ಬಿದ್ದು ಹಾರುತ್ತಿತ್ತು. ಈ ಬೆಳಕಿನ ಪಲಾಯನವನ್ನು ಒಮ್ಮೆಯೂ ಅನುಭವಿಸದ ಬೋಸ್ಲೆಯ ಮೋಟು ಕಣ್ಣುಗಳು ಸಹಿಸದಾದವು. ರಾತ್ರಿ ರೊಟ್ಟಿ, ಬಾಜಿ ಉಂಡು ಸರಿಯಾಗಿ ಕೈ ತೊಳೆಯದೇ ಹಾಗೇ ಮಲಗಿದ್ದ ಬೋಸ್ಲೆಯ ಮುಂಗೈನ ಬೆರಳುಗಳಲ್ಲಿ ಕರೆಗಟ್ಟಿದ್ದ ಕಲೆಗಳು ತಣ್ಣಗೆ ಕಂಪಿಸತೊಡಗಿದವು. ಮಕ್ಕಳಂತೆ ಮಧ್ಯರಾತ್ರಿ ಎದ್ದು ಬಾಯಾರಿಕೆ ಎನ್ನುವಂತೆ ಅವನ ತುಟಿಗಳು ಬೆಚ್ಚಿದವು. ಪಿಸುವಾಗಿ ಕಣ್ತೆರೆದ ಬೋಸ್ಲೆ ಒಮ್ಮೆಲೇ ಹೌಹಾರಿ ಸೀದಾ ಕೆಳಗೆ ಬಿದ್ದ. ನಿನಗೆ ಹೀಗೆ ಆಗಬೇಕು ಎಂಬಂತೆ ತಿಪ್ಪಿ ನಕ್ಕು ಸ್ವಿಚ್ಚನ್ನು ಕೆಳಮುಖವಾಗಿಯೇ ಬಿಟ್ಟು ಕೈ ಚಾಚಿದ.

ಹಳದಿ ಬೆಳಕು ನಿಶ್ಚಲವಾಗಿ ನಿಂತಿತ್ತು. ಬೋಸ್ಲೆ ನಿದ್ರಾವಂಚಿತನಾಗಿ ಅಲುಗಾಡುತ್ತಾ "ಏನ್ ತಿಪ್ಪಿ ಮಾಮ, ಇಷ್ಟೊತ್ತಿನಲ್ಲಿ ಬಂದೆ?" ಎಂದು ಕೇಳಿದ. ರಿಮ್ಯಾಂಡು ಹೋಮಿನಲ್ಲಿದ್ದ ನೂರಾ ನಲವತ್ತು ಮಕ್ಕಳ ಬೆಳಗ್ಗಿನ ನಾಷ್ಟಕ್ಕೆ ದೋಸೆ ಹಿಟ್ಟು ರುಬ್ಬಬೇಕು, ನಾಳೆ ಭಾನುವಾರ ಅನ್ನೋದನ್ನ ಮರೆತೇನಪ್ಪ ರಾಜಾ ಎನ್ನುವ ದಿಟ್ಟ ನೋಟದಲ್ಲಿ ತಿಪ್ಪಿ ನೋಡತೊಡಗಿದ.

"ಸರಿ, ಇಕೋ ಬಂದೆ" ಎಂದು ಮೈಮುರಿಯುತ್ತಾ ಹತ್ತಿರ ಬಂದ ಬೋಸ್ಲೆಗೆ ತಿಪ್ಪಿಯ ಬಾಯಿಂದ ಬಿಯರಿನ ವಾಸನೆ ನುಗ್ಗಿ ಬಂದಿತು. ಘಾಟನ್ನು ತಡೆಯಾಗದೆ "ಮಾಮಾ ಏನಿದು ನಾತಾ" ಎಂದು ಕೈಯನ್ನು ಮೂಗಿನ ಹತ್ತಿರ ತಂದು ಅಸಹ್ಯ ಎಂಬ ಸನ್ನೆ ಮಾಡತೊಡಗಿದ.

ಮಲಗುವ ಮುನ್ನ ಮಧ್ಯರಾತ್ರಿ ಕದ್ದುಮುಚ್ಚಿ ಕುಡಿದರೆ ಹೀಗೆಯೇ ಸ್ಮೆಲ್ಲು

ಬರುವುದೆಂದು ಮೂತಿ ಮಾಡಿಕೊಂಡು ತಿತ್ಲಿ ಪ್ರತಿಕ್ರಿಯಿಸದೆ ಕಾರಿಡಾರನ್ನು ದಾಟಿ, ಕೆಂಪು ಬೈಕೊಂದು ಅಷ್ಟೇನೂ ಥಂಡಿಯಾಗದ ಮೀಸಲು ಜಾಗದಲ್ಲಿ ವಾಲಿಕೊಂಡು ನಿಂತಿದ್ದ ಜಾಗಕ್ಕೆ ಹೋದ. ಅಲ್ಲಿ ತಿತ್ಲಿಯ ಸಪೂರ ನೆರಳು ಅವನ ಸಹಜ ಎತ್ತರಕ್ಕಿಂತ ದುಪ್ಪಟ್ಟಾಗಿ ಮೂಡಿ ಮರೆಯಾಗಿ ಬೆಳಕಿನಲ್ಲಿ ಕರಗುತ್ತಿತ್ತು.

ಬೋಸ್ಲೆಗೆ ಭಾನುವಾರ ಅಂದಕೂಡಲೇ, "ತಿತ್ಲಿ ಮಾಮ" ನಾಳೆಯಿಂದ ನನ್ನ ಜೊತೆ ರಿಮ್ಯಾಂಡು ಹೋಮಿನಲ್ಲಿ ಇರೋದಿಲ್ಲ. ಬನವಾಸಿಯ ಸರ್ಕಾರಿ ಆಸ್ಪತ್ರೆಯ ಜನರಲ್ ವಾರ್ಡಿನಲ್ಲಿ ಸ್ವಚ್ಛ ಬಿಳಿ ಉಡುಪು ತೊಟ್ಟು ರೋಗಿಗಳ ನಾಡಿಮಿಡಿತ ನೋಡುತ್ತಾನೆ. ಮಾಮನನ್ನು ತೊರೆದಿದ್ದ ಹೆಂಡತಿ, ಮಕ್ಕಳೆಲ್ಲಾ ವಾಪಸ್ಸು ಬರುವರು. ಮಾಮ ಅವರ ಜೊತೆ ವಾರಕೊಮ್ಮೆ ಪಿಕ್ನಿಕ್ಕಿಗೆ ಹೋಗಲು ಶುರುಮಾಡುತ್ತಾನೆ. ಬಿಸಿ ಹಾಲನ್ನು ಕಾಲಿಗೆಳೆದುಕೊಂಡ ಹಸುಳೆಯ ಹಸಿಗಾಯಕ್ಕೆ ನೀಲಿ ದ್ರವ ಸುರಿದು, "ಏನಾಗೋದಿಲ್ಲ ಸೋನಾ, ಅಳಬೇಡ" ಎಂದು ಹೇಳುತ್ತಲೇ ಟಿಂಕ್ಚರ್ ಹಾಕಿ ಕಳಿಸುತ್ತಾನೆ, ನೈಟ್ ಡ್ಯೂಟಿಯ ಡಾಕ್ಟರಿನ ಜೊತೆ ಎಲ್ಲಾ ವಾರ್ಡುಗಳನ್ನು ಗಸ್ತು ಹೊಡೆದು ಯಾವ ರೋಗಿ ನಾಳೆ ಬದುಕಲಿದ್ದಾನೆ, ಯಾರ ಜ್ವರದ ರೇಟು ಎಷ್ಟು, ಹೆರಿಗೆ ಕೋಣೆಯ ದೀಪಗಳು ಉರಿಯುತ್ತಿವೆಯೆ, ಎಮರ್ಜೆನ್ಸಿ ವಾರ್ಡಿನ ರೋಗಿಗಳು ಬೆಳಿಗ್ಗೆ ಎಲ್ಲಿಗೆ ಹೋಗುವರು, ಹಸಿರು ಚಾದರ ಹೊದ್ದು ಮಲಗುವ ರೋಗಿಯ ಆಪ್ತರು ಬೆಳಿಗ್ಗೆ ಅದನ್ನು ತಮ್ಮೊಂದಿಗೆ ಬ್ಯಾಗಿನಲ್ಲಿ ಕೊಂಡೊಯ್ದರೆಂದು ಸಿಬ್ಬಂದಿಗಳ ಜೊತೆ ಮಾಮಾ ಹಲುಬುತ್ತಾನೆಯೆ? ಮುದುಕಿಯರ ಮುದ್ದೆಯಾದ ಸೊಂಟಕ್ಕೆ ಇಂಜೆಕ್ಷನ್ನು ಚುಚ್ಚಿ ಮಾಮ ಭಕ್ಷೀಸು ಕೇಳುತ್ತಾನೆಯೆ? ಎಂದೆಲ್ಲಾ ಯೋಚಿಸುತ್ತಾ ನಿಂತಿದ್ದ.

ಬೆಳಗಾವಿಯಿಂದ ಇಪ್ಪತ್ತಾರು ಕಿಲೋಮೀಟರು ದೂರವಿದ್ದ ಖಾನಾಪುರದಲ್ಲಿ ನಾಲ್ಕು ಎಕರೆ ವಿಸ್ತೀರ್ಣವಿದ್ದ ರಿಮ್ಯಾಂಡು ಹೋಮಿನ ಕಪ್ಪು ಕುಬ್ಜ ಗೇಟಿನೊಳಗೆ ಒಂದು ಬಾರಿಗೆ ಒಬ್ಬರೇ ತಲೆ ಬಗ್ಗಿಸಿಕೊಂಡು ಹೋಗುವಷ್ಟು ಜಾಗವಿತ್ತು. ಇಷ್ಟು ಚಿಕ್ಕ ಗೇಟಿನಲ್ಲಿ ಹೊರಗಿನಿಂದ ಒಳಗೆ ಏನೇ ಬಂದರೂ, ಇಲ್ಲಿಂದ ಏನೇ ಹೊರಗೆ ಹೋದರೂ ರಿಜಿಸ್ಟರ್ ಪುಸ್ತಕದಲ್ಲಿ ಪ್ರತಿಯೊಂದೂ ದಾಖಲಾಗುತ್ತಿತ್ತು. ಅದಕ್ಕೊಬ್ಬ ಅಲ್ಲಿ ಸರ್ಕಾರದಿಂದಲೇ ನೇಮಕಗೊಂಡು, ಬೆಳಿಗ್ಗೆ ಎಂಟರಿಂದ ಸಂಜೆ ಆರು ಗಂಟೆವರೆಗೆ ಡ್ಯೂಟಿ ಮಾಡುತ್ತಿದ್ದ. ರಿಮ್ಯಾಂಡು ಹೋಮನ್ನು ಹೊರಗಿನಿಂದ ನೋಡಿದರೆ ಉಪವನದಲ್ಲಿ ಮಗುಮ್ಮಾಗಿ ಬೆಳೆದ ತೆಂಗು, ನುಗ್ಗೆ, ಸಿಲ್ವರ್ ಮರಗಳು ಕಾಣದೇ ಇಪ್ಪತ್ತು ಅಡಿ ಎತ್ತರವಿದ್ದ ಮಹಾ ಗೋಡೆಗಳೇ ರಾಚುತ್ತಿದ್ದವು. ಸುತ್ತೆಲ್ಲಾ ಗುಪ್ತ ಕ್ಯಾಮೆರಾಗಳನ್ನು ಅಳವಡಿಸಿದ್ದರೂ ಬಾಲಾಪರಾಧಿಗಳು ತಪ್ಪಿಸಿಕೊಂಡು ಹೋಗುವರೆಂದು ಅದರ ಮೇಲೆ ಚೂಪಾದ ಗಾಜಿನ ಚೂರುಗಳನ್ನು ಚುಚ್ಚಿದ್ದರು.

ರಿಮ್ಯಾಂಡು ಹೋಮಿಗಷ್ಟೇ ಮೀಸಲಾದ ಇನ್ನೊಂದು ಆಕಾಶದಂತಿರುವ ಮಹಾ ಗೋಡೆಯ ಕೆಳಗೆ ಬರೀ ಒಂದು ಕಣ್ಣಿಟ್ಟು ನೋಡಬಹುದಾದ ಲೆಕ್ಕವಿಲ್ಲದಷ್ಟು ಕಿಂಡಿಗಳನ್ನು ಹುಡುಗರೇ ಪುರುಸೊತ್ತಿನಿಂದ ಕೊರೆದಿದ್ದರು. ಕಿರಿ ಹಿರಿ ಕಿಂಡಿಗಳು ವಲಸೆ ಬರುತ್ತಿದ್ದ ಹಕ್ಕಿಗಳಿಗೆ ತೆರೆದ ಕಿಟಕಿಗಳಂತೆ ಕಾಣುತ್ತಿದ್ದವು. ಮತ್ತವು ಅನಕ್ಷರಸ್ಥ ಹುಡುಗರ ಶಾಶ್ವತ ಹಸ್ತಾಕ್ಷರಗಳೆಂದು ತಿಳಿದು ಒಳಗೆ ಬರದೇ ಹಕ್ಕಿಗಳು ಹಾಗೆಯೇ ಹೋಗಿಬಿಡುತ್ತಿದ್ದವು. ಬೆಳಕಿನ ಕಿಂಡಿಗಳ ಮೂಲಕವೇ ನಿರ್ಜಲ ಕಣ್ಣಿಟ್ಟು ಮಕ್ಕಳು, ಹುಡುಗರು ತಮ್ಮನ್ನು ಇಲ್ಲಿಗೆ ಸೇರಿಸಿದವರು ವಾಪಸ್ಸು ಕರೆದೊಯ್ಯಲು ಬರುತ್ತಿದ್ದಾರೋ ಇಲ್ಲವೋ ಎಂದು ನೋಡಿ ಮರುಗುತ್ತಿದ್ದರು. ಮಹಾಗೋಡೆಯಲ್ಲಿರುವ ಕಿಂಡಿಗಳು ಮಾತ್ರ ನಮಗೆ ಹೊರಜಗತ್ತನ್ನು ಸುಲಭವಾಗಿ ಪರಿಚಯಿಸಬಲ್ಲದು ಎಂದು ಹುಡುಗರು ಸಹ ನಂಬಿದಂತಿತ್ತು.

ಗೇಟಿನಿಂದ ಕೊಂಚ ದೂರಕ್ಕೆ ವರಾಂಡದ ಎಡದಲ್ಲಿ "ಕೆ ಎ 22 ಎಮ್ 6062" ನಂಬರ್ ಪ್ಲೇಟಿನ ಒಂದು ಬಿಳಿ ಅಂಬಾಸಿಡರು ಕಾರು, ಹಳದಿ ಬಣ್ಣದ ಮಿನಿ ಬಸ್ಸು, ಕೆಂಪು ಬಣ್ಣದ ಬೈಕೊಂದು ಕಾರಿಗೆ ಒರಗಿ ನಿಂತಿರುತ್ತಿತ್ತು. ದಶಕದ ಧೂಳು ಮೆತ್ತಿಕೊಂಡು ಮಣ್ಣಿನ ಅವಶೇಷವೇ ಆಗಿದ್ದ ಅಂಬಾಸಿಡರ್ ಕಾರು ತುಂಬಾ ದಿನಗಳಿಂದ ಅಲ್ಲಿಯೇ ನಿಂತಿತ್ತು. ಕಾರಿನ ಕಿಟಕಿ ಗಾಜುಗಳ ಮೇಲೆ ಕೆಲವು ಮಕ್ಕಳ ಹೆಸರು, ಚಂದ್ರ, ಸೂರ್ಯ, ಮರಗಳ ವಿಚಿತ್ರ ಚಿತ್ರಗಳು ಮೂಡಿದ್ದರೂ, ಸುಮ್ಮನೆ ವಾರೆನೋಟದಲ್ಲಿ ಇಣುಕಿದರೆ ಇಡೀ ರಿಮ್ಯಾಂಡು ಹೋಮಿನ ಹುಸಿಬಿಂಬ ಚಿಕ್ಕದಾಗಿ ಕಾರಿನ ಕನ್ನಡಿಯಲ್ಲಿ ಕಾಣಿಸುತ್ತಿತ್ತು.

ಹಳದಿ ಬಣ್ಣದ ಮಿನಿ ಬಸ್ಸಿನಲ್ಲಿ ಹುಡುಗರನ್ನು ಶಹರದ ಕೋರ್ಟಿಗೆಂದು ಕರೆದೊಯ್ಯುತ್ತಿದ್ದರು. ಒಬ್ಬೊಬ್ಬ ಹುಡುಗನ ಮೇಲೆಯೂ ಹಲವಾರು ದಾವೆಗಳಿರುತ್ತಿದ್ದ ಕಾರಣ ವಿಚಾರಣೆಗೆ ತಪ್ಪದೇ ಹಾಜರಾಗಬೇಕಿತ್ತು. ಕೇಸುಗಳು ಇತ್ಯರ್ಥವಾಗುವವರೆಗೂ ಮಕ್ಕಳು ಪ್ರವಾಸಕ್ಕೆ ಹೊರಟವರಂತೆ ನೀಟಾಗಿ ಕ್ರಾಪು ತೆಗೆದು ಪೌಡರನ್ನು ಮೆತ್ತಿಕೊಂಡು ಹೋಗುತ್ತಿದ್ದರು. ಕೆಲವು ಮಕ್ಕಳ ಪ್ರಕರಣಗಳಂತೂ ವರ್ಷಗಟ್ಟಲೆ ಇತ್ಯರ್ಥವಾಗದೆ ಬಾಕಿಯುಳಿದಿದ್ದರಿಂದ ಅವರು ರಿಮ್ಯಾಂಡು ಹೋಮಿನಿಂದ ದಾರಿ ಮಧ್ಯೆಯೇ ತಪ್ಪಿಸಿಕೊಂಡು ಮುಂಬೈಗೋ, ಗೋವಾಕ್ಕೋ ಓಡಿಹೋಗುತ್ತಿದ್ದರು.

ಕಾರಿಗೆ ಒರಗಿ ನಿಂತಿದ್ದ ಕೆಂಪು ಬೈಕು ತಿತ್ಲಿಯದಲ್ಲ ವಾರ್ಡನ್ ಭಜಂತ್ರಿಯವರದು. ಬೈಕಿನ ಬಹುಪಾಲು ಭಾಗಗಳು ಜೀರ್ಣಾವಸ್ಥೆಗೆ ತಲುಪಿದ್ದವು. ಅದಕ್ಕೆ ಕೀ ಕೂಡ ಇರಲಿಲ್ಲ. ಒಮ್ಮೆ ಜೋರಾಗಿ ಕಿಕ್ಕರಿಗೆ ಒದ್ದರೂ ಬೈಕು ಸ್ಟಾರ್ಟ್ ಆಗಿಬಿಡುತ್ತಿತ್ತು. ತಿತ್ಲಿ ಬೈಕನ್ನು ನಂದಗಡದ ಮಾರ್ಕೆಟ್ಟಿಗೆ ಹೋಗಲಿಕ್ಕೆ, ಸಿನಿಮಾ ನೋಡಲಿಕ್ಕೆ, ಸವದತ್ತಿ ಜಾತ್ರೆಗೆ, ಶೆರೆ ತಂದು ಕುಡಿಯಲಿಕ್ಕೆ ಮತ್ತಿತರೆ ಕಾರ್ಯಗಳಿಗೆ ಬಳಸಿಕೊಳುತ್ತಿದ್ದ.

ಕೆಲವೊಮ್ಮೆ ಬಾಲಾಪರಾಧಿಗಳಿಗೆ ಸಂಬಂಧಪಟ್ಟ ಫೈಲುಗಳನ್ನು ಭಜಂತ್ರಿಯವರು ಸಹ ಇದೇ ಬೈಕಿನಲ್ಲಿ ಇಲಾಖೆಗಳಿಗೆ, ಕೋರ್ಟಿಗೆ, ಪೊಲೀಸ್‌ಠಾಣೆಗೆ ಸಾಗಿಸುತ್ತಿದ್ದರು.

ರೆಡ್ ಆಕ್ಸೈಡ್ ಬಣ್ಣವಿದ್ದ ಕಾರಿಡಾರಿನ ಹೊರನಿಂತು ಕಂಬಕ್ಕೊರಗಿ ತೂಕಡಿಸುತ್ತಿದ್ದ ಬೋಸ್ಲೆಯನ್ನು ಕೆಂಪು ಬೈಕಿನಲ್ಲಿ ಕೂತುಕೊಂಡೇ ತಿತ್ಲಿ ಸಣ್ಣ ಶಿಳ್ಳೆಯೊಂದನ್ನು ಹಾಕಿ ಕರೆದ. ದುಡುದುಡು ಓಡಿ ಬೈಕು ನಿಂತಿದ್ದ ಜಾಗಕ್ಕೆ ಬಂದ ಬೋಸ್ಲೆಗೆ ತಿತ್ಲಿ "ಮೋರೆ ಉಜ್ಜಿಕೊಂಡು ಬೇಗ ಬಾ. ಮಾರ್ಕೆಟ್ಟಿಗೆ ಹೋಗಿ ಚಹಾ ಕುಡಿದುಕೊಂಡು ಬರುವ" ಎಂದ ಕೂಡಲೇ ಬೋಸ್ಲೆಯ ಮನಸ್ಸು ಎಲ್ಲಿಗೋ ಹಾರಿತು.

ತಿಂಗಳ ಹಿಂದೆ 'ತಿತ್ಲಿಮಾಮ' ಮೊದಲ ಬಾರಿಗೆ ರಿಮ್ಯಾಂಡು ಹೋಮಿಗೆ ಬರುವಾಗ ಲೋಂಡಾ ಸ್ಟೇಷನ್ನಿನಲ್ಲಿ ಇಳಿದು ಬೋಸ್ಲೆಯನ್ನು ಚಹಾ ಕುಡಿಯಲು ಕರೆದುಕೊಂಡು ಹೋಗಿದ್ದು ನಂದಗಡದ ಮಾರ್ಕೆಟ್ಟಿಗೆ. ಅದೆಷ್ಟು ಬಗೆಯ ಜನರಿದ್ದರು. ಎಲ್ಲರ ಕೈಲಿ ಸುಡುಸುಡು ಶುಂಠಿ ಬೆರೆಸಿದ ಚಹಾದ ಗ್ಲಾಸುಗಳೇ ಇದ್ದವು. ಹೂ ಬುಟ್ಟಿಗಳನ್ನು ಹಸುಗೂಸಿನಂತೆ ಜೋಪಾನವಾಗಿ ತಂದವರು, ಪಾಲಕ್, ಬಿಳಿದಂಟು, ಕಿರಿಕ್ಸಾಲೆ, ಹರವೆ, ಬಸಳೆ ಸೊಪ್ಪುಗಳನ್ನು ಗುಡ್ಡದಂತೆ ಒದ್ದೆ ತಲೆಯ ಮೇಲೆ ಹೊತ್ತವರು, ಸಿಲ್ವರ್ ಪಾತ್ರೆಗಳಲ್ಲಿ ಹಲವು ಬಣ್ಣ, ಬಗೆಯ ಮೀನುಗಳು ವಿಲವಿಲ ಒದ್ದಾಡುವಾಗಲೇ ಬಿಕರಿ ಮಾಡುವವರು, ದಲ್ಲಾಳಿಗಳು, ಕೊಳ್ಳುವವರು, ಆಗಂತುಕರು, ದೂರದ ಪ್ರಯಾಣಿಕರು ಹೀಗೆ ಎಲ್ಲಾ ಸೇರಿ ತಳ್ಳುವ ಗಾಡಿಗಳ ಸಾಲುಗಳಿದ್ದ ಎದುರೇ ಜಾತ್ರೆಯಂತೆ ಗುಂಪು ಕಟ್ಟಿದ್ದರು.

ಚಿಟಿಕೆಯಷ್ಟು ಚಳಿ ಬೆರೆಸಿದ ಚಹಾವನ್ನು ದೊಡ್ಡ ಪಾತ್ರೆಯಿಂದ ಇನ್ನೊಂದು ಪಾತ್ರೆಗೆ, ಒಂದು ಮಾರಿನಷ್ಟು ಕೈ ಅಗಲಿಸಿ ಚುರ್ರೆಂದು ಒಂದು ಹನಿ ಕೆಳಗೆ ಅಪ್ಪಿತಪ್ಪಿಯೂ ಚೆಲ್ಲದಂತೆ ಸ್ಟವ್ವಿನ ಮುಂದೆ ನಿಂತ ಎಳೆ ಮುದುಕಿಯರು ಸೇದು ಅಳೆದು ಕೊಟ್ಟರೆ, ಚುರುಕು ಬೆರಳಿನ ಎಳೆ ಹುಡುಗರು ಜೋಡಿಸಿಟ್ಟ ಎಲ್ಲಾ ಗ್ಲಾಸುಗಳಿಗೆ ಒಂದೇ ಬಾರಿಗೆ ಚಹಾ ಸುರುವುತ್ತಿದ್ದರು. ಬೋಸ್ಲೆ ಮೇಲಿಂದ ಕೆಳಗೆ ಅಮೃತದ ನೂಲಿನಂತೆ ಬಿದ್ದ ಚಹಾವನ್ನು ನೋಡುತ್ತಿದ್ದ.

ತಿತ್ಲಿ ಭಾಳಾ ಪರಿಚಯವಿದ್ದಂತೆ ಆ ವಿಸ್ಮಯದ ಪ್ರಪಂಚದೊಳಗೆ ನುಸುಳಿಕೊಂಡು ಹೋಗಿ ಅಲ್ಲಿದ್ದವರನ್ನು ಗೊಂಬೆಗಳಂತೆ ಮಾತಾಡಿಸಿ, ಅವರ ಫಜೀತಿಗಳಲ್ಲಿ ಸಣ್ಣದಾಗಿ ಮೋರೆ ಮಾಡಿ, ನಲಿವಿನಲ್ಲಿ ದೊಡ್ಡದಾಗಿ ಬಾಯಿಕಳೆದು ನಕ್ಕು, ಎರಡು ನೊರೆನೊರೆಯ ಕಟ್ಟಿಂಗ್ ಚಹಾವನ್ನು ನಡುಗುವ ಕೈಯಲ್ಲಿ ತಂದುಕೊಟ್ಟಾಗ ಬೋಸ್ಲೆ ಅದನ್ನು ತನ್ನ ಕೈಯಿಗೆ ವರ್ಗ ಮಾಡಿಕೊಳ್ಳುವಾಗಲೇ ಭಯಭೀತನಾಗಿದ್ದ. ಬೋಸ್ಲೆಯ ಗಡಗಡ ನಡುಗುವ ಕೈಯಿಂದ ತುಟಿಗೆ ಗ್ಲಾಸು ಬರುವಷ್ಟರಲ್ಲಿ ಎಷ್ಟೋ ಚಹಾದ ಹನಿಗಳು ಕೆಳಗೆ ಬಿದ್ದು ನೆಲಕ್ಕೆ ಚಹಾದ ರುಚಿ ಗೊತ್ತಾಗುತ್ತಿತ್ತು.

ಮಗುವಿಗೆ ಉಣ್ಣಲು ಕಲಿಸಿದವನಂತೆ ತಿಪ್ಲಿಯೇ "ಹೀಗೆ ಹಿಡಿ, ಹೀಗೆ ಕುಡಿ" ಎಂದು ಹೇಳಿಕೊಟ್ಟಾಗಲೂ ಬೋಸ್ಲೆ "ಚಹಾದ ಗಾಜಿನ ಗ್ಲಾಸು ಕೆಳಗೆ ಬಿದ್ದು ಒಡೆದು ಹೋಗುವುದೋ" ಎಂದು ಹೆದರಿ, ಎರಡು ಕೈಯಿಂದ ಕೈಮುಗಿಯುವಂತೆ ಗ್ಲಾಸನ್ನು ಗಟ್ಟಿ ಹಿಡಿದು, ಕೊನೆಗೆ ಮೊದಲ ತೊಟ್ಟು ಕುಡಿದ. ಕೊಂಚ ಕೆಳತುಟಿ ಸುಟ್ಟಿತು. ಮೆಲ್ಲಗೆ ಚಸ್ಸ್ ಎನ್ನುತ್ತಲೇ ನಂತರದ ಗುಟುಕುಗಳನ್ನು ಕುಡಿದು ಉನ್ಮತ್ತನಂತೆ ಕಣ್ಣುಗಳನ್ನು ಅರಳಿಸಿದ.

ನೂರ್ಮಡಿ ದಡ್ಡನಂತಿರುವ ಬೋಸ್ಲೆಗೆ ತಾನು ಬ್ರಹ್ಮ ವಿದ್ಯೆಯೊಂದನ್ನು ಕಲಿಸಿದ ಗುಟುರಿನಲ್ಲಿ 'ಹೇಗೆ ಚಹಾದ ರುಚಿ' ಎಂದು ತಿಪ್ಲಿ ಕಣ್ಣು ಮಿಸುಕಿದ. ಪ್ರತಿ ಹನಿಯೂ ತನ್ನದೇ ಎಂಬ ಉನ್ಮಾದದಲ್ಲಿ ಬೋಸ್ಲೆ ಚಹಾದ ಗ್ಲಾಸನ್ನು ಬೋರಲು ಮಾಡಿ ಹಿಡಿದು ಕೊನೆ ಹನಿ ಬರುವುದನ್ನೇ ಕಾಯತೊಡಗಿದ. ತಿಪ್ಲಿಗೆ ಆವೇಶ ಬಂದಂತಾಗಿ "ಸಾಕು, ಸಾಕುಬಿಡೋ" ಎಂದು ನಗುತ್ತಿದ್ದ.

ಮಂದಗಮನೆಯಂತೆ ಆಳದ ಸಿಹಿಯನ್ನೆಲ್ಲಾ ಹೊತ್ತು ಗ್ಲಾಸಿನ ತುದಿಗೆ ಬಂದು ನಿಂತಿದ್ದ ಚಹಾದ ಕೊನೆ ಹನಿಯನ್ನು ತೀವ್ರ ಕುತೂಹಲದಿಂದ ತಿಪ್ಲಿ ನೋಡಿದ. ಆ ಕೊನೆ ಹನಿ ಬಳುಕಾಡಿ ಬೋಸ್ಲೆಯ ಒರಟು ನಾಲಿಗೆಗೆ ಹದವಾಗಿ ಮಳೆಯಂತೆ ಬಿತ್ತು. ಕಣ್ಮುಚ್ಚಿ "ಅಹ್" ಎಂದು ಬೋಸ್ಲೆ ಸಿಹಿಯಾದ ಉದ್ಗಾರ ತೆಗೆದು "ನನಗಿನ್ನೂ ನಾಲ್ಕು ಗ್ಲಾಸು ಚಹಾ ಬೇಕು ಮಾಮ" ಎಂದು ರಚ್ಚೆ ಹಿಡಿದ. ಮತ್ತಿನಲ್ಲಿದ್ದ ಬೋಸ್ಲೆಗೆ ಚಹಾ ತರಲು ಮತ್ತೆ ಮಾರ್ಕೆಟ್ಟಿನ ವಿಸ್ಮಯ ಲೋಕಕ್ಕೆ ನುಸುಳಿಕೊಂಡು ಹೋದ ತಿಪ್ಲಿ ಎರಡು ಕೈಯಲ್ಲಿ ನಾಲ್ಕು ಚಹಾದ ಗ್ಲಾಸು ತರುವ ಕೆಲಸದ ಜಾಣ ಹುಡುಗನಂತೆ ಚಹಾ ತಂದು ಕೊಟ್ಟಿದ್ದ. ಬೋಸ್ಲೆ ಮೆಲ್ಲಗೆ ಉಸಿರನೂದಿ ಕುಡಿದಿದ್ದ.

ಮರುದಿನ ತಿಪ್ಲಿಗೆ ಮಾರ್ಕೆಟ್ಟಿನ ಚಹಾ ಕುಡಿಸೆಂದು ಬೋಸ್ಲೆ ದುಂಬಾಲು ಬೀಳುತ್ತಿದ್ದ. ತಿಪ್ಲಿ ತಿಂಗಳಾದರೂ ಬಾಯಿ ಮಾತಿನಲ್ಲಿ 'ಹೋಗೋಣ, ಹೋಗೋಣ' ಎಂದೇ ಹೇಳುತ್ತಲಿದ್ದನೇ ಹೊರತು ಕರೆದೊಯ್ಯುತ್ತಿರಲಿಲ್ಲ. ಆದರೀಗ ನಾ ಕೇಳದೆ ತಿಪ್ಲಿಮಾಮ ಕರೆಯುತ್ತಿದ್ದಾನೆಂದು ಬೋಸ್ಲೆಗೆ ಅನ್ನಿಸಿ, ಮತ್ತಿದು ನನ್ನ ಕೊನೆಯ ಚಹಾ ಆಗಬಹುದೆಂದು ತೀರ್ಮಾನಿಸಿ, ಮೋರೆಗೆ ನೀರು ಉಗ್ಗದೆ ಮಾರ್ಕೆಟ್ಟಿನ ಚಹಾ ಕುಡಿಯಲು ತಯಾರಾಗಿ "ಬೇಗ ನಡೀ ಹೋಗೋಣ" ಎಂದು ಬೈಕಿನ ಮೇಲೆ ಕೂತುಬಿಟ್ಟಿದ್ದ.

ಬೈಕು ತಿಪ್ಲಿ, ಬೋಸ್ಲೆಯನ್ನು ಕೂರಿಸಿಕೊಂಡು ರಿಮ್ಯಾಂಡು ಹೋಮು ಬಿಟ್ಟು ತುಂಬಾ ಹೊತ್ತಾಗಿತ್ತು.

ದಟ್ಟ ಗಾಳಿ ಸೀಳುತ್ತಾ, ಸಹ್ಯಾದ್ರಿ ಸಾಲಿನ ರಹಸ್ಯಗಳನ್ನು ಭೇದಿಸುತ್ತಾ, ಮಲಪ್ರಭಾ ನದಿಯ ಪಾತ್ರಗಳನ್ನು ಸುಪ್ತ ಕಿವಿಗೆ ಕೇಳಿಸುತ್ತಾ ಪಯಣ ಮುಂದುವರೆಯುವಾಗ

ಮಲಗಿದ್ದ ಬೋಸ್ಲೆ ಆಗಾಗ ಬೆಚ್ಚಿ ಬೀಳುತ್ತಿದ್ದ. ಗಾಳಿಯ ಗುಂಜನಕ್ಕೆ ಹೆದರಿ ತಿತ್ಲಿಯನ್ನು ಗಟ್ಟಿಯಾಗಿ ತಬ್ಬಿಕೊಳ್ಳುತ್ತಿದ್ದ. ರಸ್ತೆ ಕಾಣದೆ ಚಡಪಡಿಸುತ್ತಿದ್ದ ತಿತ್ಲಿಗೆ ಒಮ್ಮೆಲೇ ದಿಗಿಲಾಗಿ ಸುತ್ತಲಿನ ಕಪ್ಪು ಪ್ರಪಂಚಕ್ಕೆ ಅವನು ಸಹ ಬೆದರುತ್ತಿದ್ದ. ಹೀಗೆ ಬೆದರುವಾಗ ತಿತ್ಲಿಯ ನರೆಗೂದಲು ದೀರ್ಘ ಕತ್ತಲಿನಲ್ಲೂ ಮಂಜು ಬಿದ್ದು ಒದ್ದೆಯಾಗಿಯೂ ಅತ್ತಿತ್ತ ಉರುಳಾಡಿ ಹೊಳೆಯುತ್ತಿದ್ದವು. ತೋಳಿಲ್ಲದ ಬನಿಯನ್ನಿನಲ್ಲಿ ಹುದುಗಿದ ತಿತ್ಲಿ ಚಪ್ಪಟೆಯ ಎದೆ, ರಟ್ಟೆಗಳು ಎಂತಹ ಹಿಮದ ತುಂಡೇ ಬಿದ್ದರೂ ದೃಢವಾಗಿರುತ್ತೇವೆಂಬ ಪಣ ತೊಟ್ಟಂತಿದ್ದವು.

ನೌಟಂಕಿಯಾಗಿದ್ದ ಭಜಂತ್ರಿಯವರ ಕಾಟವನ್ನು ಹನ್ನೆರಡು ವರ್ಷ ಹೇಗೋ ಸಹಿಸಿಕೊಂಡಿದ್ದ ತಿತ್ಲಿ ಒಂದೇ ತಿಂಗಳಿಗೆ ಬೋಸ್ಲೆಯ ಹಟ, ಮುಗ್ಧತೆ, ತಿಳಿಗೇಡಿತನಕ್ಕೆ ಸುಸ್ತಾಗಿ ಹೋಗಿದ್ದ. ಅಡುಗೆ ಮನೆಯಲ್ಲಿ ತಾಳುತ್ತಿದ್ದ ಅವತಾರಗಳಿಗೆ ಹೈರಾಣನಾಗುತ್ತಿದ್ದ. "ನಿನ್ನ ಪಕ್ಕ ಮಲಗಿದರೆ ನಿದ್ದೆ ಬರೋದಿಲ್ಲ ಮಾಮ" ಎಂದು ಬೋಸ್ಲೆ ಬಿಕೋ ಎನ್ನುವ ಗೋದಾಮಿನಲ್ಲಿ, ರಾತ್ರಿಯಿಡೀ ಏನೇನೊ ಕನವರಿಸುವ ಹುಡುಗರ ನಡುವೆ, ಕಾರಿಡಾರಿನ ಮೂಲೆಯಲ್ಲಿ ಒಬ್ಬನೇ ಮಲಗುತ್ತಿದ್ದ.

ಯಾವಾಗಲೂ ಹೇರ್ ಡೈ ಹಾಕಿ ಹಾಕಿ ಕಪ್ಪಗಿನ ಪ್ಲಾಸ್ಟಿಕ್ ಕವರಿನಂತೆ ಕಾಣುತ್ತಿದ್ದ ಭಜಂತ್ರಿಯವರ ತಲೆಯನ್ನು ನೋಡಿ ಗೇಲಿ ಮಾಡುವುದು, ಹುಡುಗರ ಜೊತೆ ಆಡುತ್ತಾ ಐವತ್ತು ಕಿಲೋ ಅನ್ನ ಬೇಯಿಸಿ ತಳ ಮಸಿಯಾದ ಪಾತ್ರೆಗಳಲ್ಲಿ ಅಡಗಿಕೊಂಡು ಕಪ್ಪಾಗಿದ್ದ ಮೈ ಕೈಯಲ್ಲಿಯೇ ಸ್ನಾನ ಮಾಡುತ್ತಿದ್ದ ತಿತ್ಲಿಯ ಎದುರು ಪ್ರತ್ಯಕ್ಷವಾಗಿ ಭಯ ಹುಟ್ಟಿಸುವುದು, ಅಂಗಳದಲ್ಲಿ ಬೆಳೆದ ಕೇಪುಳದ ಹೂವಿನ ಗೊಂಚಲು ಮುರಿದು ಸಿಹಿ ಹೀರುತ್ತಾ ಕೂರುವುದು, ಕಬಡ್ಡಿಯಲ್ಲಿ ಸೋತ ಹುಡುಗರಿಗೆ ಬೆಲ್ಲದುಂಡೆ, ಕಡ್ಲೆಯ ಚೀಲಗಳನ್ನು ಕೊಟ್ಟು ರಮಿಸುವುದು, ಹಜಾರದಲ್ಲಿ ಮನರಂಜಿಸಲು ಇದ್ದೊಂದು ಟೀವಿಯ ಬದಲು "ಕಜರಾರೇ ಕಜರಾರೇ" ಹಾಡನ್ನು ತಾನು ಹೆಣ್ಣಿನ ಧ್ವನಿಯಲ್ಲಿ ಹಾಡಿ ಕುಣಿದು ತೋರಿಸುವುದನ್ನೆಲ್ಲಾ ಕಂಡ ಭಜಂತ್ರಿಯವರು ತಿತ್ಲಿಯನ್ನು ಕರೆದು "ಬುರ್ನಾಸ್ ಮಗನ್ನ ಎಲ್ಲಿಂದ ಹಿಡಕಂಡ್ ಬಂದೀಪಾ ತಿತ್ಲಿ, ಹುಚ್ಚಾ ಎನ್ ಅಂವ, ಒಂದ್ ನಮೂನಿ ಹಂಗ ಕಾಣಾಕತ್ತಾನಲ್ಲೋ, ತಾಬಡ ತೋಬಡ ಚಿಮಣಿ ಮಗನ್ನ ಹೊರ್ಗ ದಬ್ಬಲೇ ಯಪ್ಪಾ" ಎಂದು ಹೇಳುವಾಗ ತಿತ್ಲಿ, "ಇಲ್ರಿ ಸರ್ರ, ಬೋಸ್ಲೆ ಕೆಲ್ಸ ಚಲೋ ಮಾಡ್ತಾನ್ರಿ, ಊರ್ನಾಗ ದೊಡ್ಡ್ ನಾಟಿ ವೈದ್ಯ ಅದಾನರಿ ಅಂವ, ಭಾಳ ಡಿಮ್ಯಾಂಡೈತ್ರಿ, ನಿಮ್ ಕಾಲ್ನಾಗಿರೋ ಆಣಿ, ಕೀವಾ, ನೋವ್ನೆಲ್ಲಾ ಹಿಂಗ್ (ಚಿಟಿಕೆ ಬಾರಿಸುತ್ತಾ) ಮಾಯಾ ಮಾಡ್ತಾನ್ ರ್ರಿ ಖರೆ" ಎಂದು ವಾರ್ಡನನ್ನು ಪಟಾಯಿಸಿಕೊಂಡು ನಂತರ ಬೋಸ್ಲೆಗೆ, "ಹೀಗೆಲ್ಲಾ ಮಾಡಬೇಡ್ವೋ ದಮ್ಮಯ್ಯ" ಎಂದು ಗೋಗರೆಯುತ್ತಿದ್ದ.

ರಿಮ್ಯಾಂಡು ಹೋಮಿನ ನೂರು ಚಿಲ್ಲರೆ ಮಕ್ಕಳೆಲ್ಲಾ ಬೋಸ್ಲೆಗೆ ಖಾಸಾ ದೋಸ್ತರಾಗಿಬಿಟ್ಟಿದ್ದರು. ಅವನು ಸಹ ಎಲ್ಲರನ್ನು ಕೂರಿಸಿಕೊಂಡು ಅವರ ನೋವಿನ, ಕ್ರೌರ್ಯದ ಕತೆಗಳನ್ನು ಕೇಳುತ್ತಿದ್ದ. ಎಲ್ಲಾ ಹುಡುಗರದು ಒಂದೊಂದು ವ್ಯಥೆಯ ಜೊತೆ ಬೇರೊಂದು ಲೋಕಕ್ಕೆ ಸೇರಿದ ಕಲ್ಪನೆಗಳಿದ್ದವು. ಎಲ್ಲಾ ಹುಡುಗರ ಹೆಸರಿನ ಜೊತೆ ಉರುಫ್, ಅಲಿಯಾಸ್, ಉಪನಾಮಗಳು ಆಗಲೇ ಸೇರಿಕೊಂಡಿದ್ದವು. ಮತ್ತವರು ತಮ್ಮ ಹೆಸರನ್ನು ಮರೆತು ಅಡ್ಡ ಹೆಸರಿನಿಂದಲೇ ಪರಸ್ಪರ ಮಾತಾಡುತ್ತಿದ್ದರು.

ಬಿಜ್ಲಿ, ಗುಲಾಟಿ, ಫೆರಾರಿ, ಕಿಟ್ಟು, ಪಾಡು, ರಿಕ್ಕಿ, ಮಣಕ, ಪಾಪಡ್, ಗಿರಿಯಾ, ಕಾಂಚಿ, ಪ್ಯಾರೆ, ಗೋಲ್ಡನ್ ಎನ್ನುವ ಅನೇಕ ಹೆಸರುಗಳು ಬಹಳ ಜನಪ್ರಿಯವಾಗಿದ್ದವು. ಭಜಂತ್ರಿಯವರು ಸಹ ಇಂತದೇ ಹೆಸರಿಟ್ಟು ಹುಡುಗರನ್ನು ಕರೆಯುತ್ತಿದ್ದರು. ಈ ಎಲ್ಲಾ ಬಾಲಾಪರಾಧಿಗಳು ಮಾತ್ರ ವಾರ್ಡನನ್ನು "ಅಂಕಲ್" ಎಂದೇ ಸಂಬೋಧಿಸುತ್ತಿದ್ದರು. ಮನೆಯಿಂದ ಒಡವೆ ಕದ್ದವರು, ಟಿಕೇಟಿಲ್ಲದೆ ಪ್ರಯಾಣಿಸುವಾಗ ರೇಲ್ವೆ ಮಾಸ್ತರಿನ ಕೈಗೆ ಸಿಕ್ಕವರು, ಬಸ್‌ಸ್ಟ್ಯಾಂಡಿನಲಿ ರಾತ್ರಿ ಮಲಗಿದ್ದವರು, ಕಾರು, ಬೈಕುಗಳನ್ನು ನಕಲಿ ಚಾವಿ ಬಳಸಿ ಕದ್ದೊಯ್ಯುವಾಗ ಸಿಕ್ಕಿಬಿದ್ದವರು, ಗಾಂಜಾ ಮಾರುತ್ತಿದ್ದವರು, ಸರಗಳ್ಳರು, ರಸ್ತೆಯಲ್ಲಿ ಬೀಡಿ ಸೇದಿದವರು ಇನ್ನೂ ಅನೇಕ ಹುಡುಗರಿಗೆ ಅಪರಾಧದ ಅನುಸಾರ ಭಜಂತ್ರಿಯವರೇ ಕೆಲವು ಹೆಸರುಗಳನ್ನಿಟ್ಟಿದ್ದರು.

ಬೋಸ್ಲೆ ಅವರ ನಿಜವಾದ ಊರು, ಹೆಸರು ಕೇಳಿ, ಒಂದು ಚಮಚೆ ಸಕ್ಕರೆ ತುಂಬುವಂತಿದ್ದ ಅವರ ಕಣ್ಣುಗಳಲ್ಲಿ ಮೋಕ್ಷದ ಕಂಬನಿ ಕಂಡು ಒರೆಸಲಾಗದೆ ಅವರ ಜೊತೆಗೂಡಿ ಗದ್ಗದಿತನಾಗಿ ಅಳುತ್ತಿದ್ದ. ಹಾಲುಂಡ ತುಟಿಯಿನ್ನೂ ಒಣಗದ 'ಮಣಕ' ಎನ್ನುವ ಹುಡುಗ "ಯಾಕ್ರೀ ಅಂಕಲ್ ನೀವು ಅಳಕತ್ತೀರಿ? ನಿಮ್ಗ್ಯಾರು ಒಳಗ್ ಹಾಕ್ಸಿದ್ದು? ತಿತ್ಲಿ ಮಾಮನ ಕೂಡ ನಿಮ್ ಸಂಬಂಧಿಕ್ರಗ ಫೋನ್ ಹಚ್ಚಿ ಕೊಡಕ್ಕೇಳಲೇನು? ಅಲ್ಲ್ ಗಿಡ್ಡಗ ಕಾಣ್ತಾನಲ್ಲ ಮೋನನ ಜೋಡಿ, ಇವತ್ ರಾತ್ರಿಗ ಕದ್ದು ಓಡೋಗ್ರಲ್ಲ ನೀವು. ನಾ ಅವ್ನಗಾ ರೆಕ್ಮಂಡ್ ಮಾಡ್ತಿನಿ" ಎಂದು ಹೇಳುವಾಗ ಬೋಸ್ಲೆಯ ಕಣ್ಣು ಮತ್ತೂ ತುಂಬಿದವು. ಬೋಸ್ಲೆ ಗಟ್ಟಿಯಾಗಿ ಮಣಕನನ್ನು ಎದೆಗಪ್ಪಿಕೊಂಡಿದ್ದ.

ಪ್ರತಿರಾತ್ರಿ ಹುಡುಗರು ರಿಮ್ಯಾಂಡು ಹೋಮಿನಿಂದ ಓಡಿ ಹೋಗುವ ಪ್ಲಾನುಗಳನ್ನು ರೂಪಿಸುತ್ತಿದ್ದರು. ಆ ದಿನ 'ಮೋಹನ' ಅಂತ ಗಿಡ್ಡ ಹುಡುಗ ತನ್ನ ಸಂಗಡಿಗರ ಸಹಾಯದಿಂದ ಮಹಾಗೋಡೆಯನ್ನು ಹಾರಿ ತಪ್ಪಿಸಿಕೊಳ್ಳಲು ಹೋಗಿ ತಿತ್ಲಿಯ ಕಣ್ಣಿಗೆ ಸಿಕ್ಕಿಬಿದ್ದ. ಭಜಂತ್ರಿಯವರು ಕೆಂಡವಾಗಿದ್ದ ತಮ್ಮ ಕಣ್ಣುಗಳಲ್ಲಿಯೇ ಮೋಹನನನ್ನು ತಮ್ಮ ಕೋಣೆಗೆ ಎಳೆದುಕೊಂಡು ಬೆಲ್ಟಿನ ಗುರುತು ಕಾಣುವಂತೆ ಬೆನ್ನಿಗೆ ಹೊಡೆದರು. ಕಪಾಳಕ್ಕೆ 'ಛಟೀರ್' ಎಂದು ಬಿದ್ದ ಹೊಡೆತಗಳಿಗೆ

ಅಪಾರ್ಟ್‌ಮೆಂಟುಗಳಂತಿದ್ದ ಉಕ್ಕಿನ ಮಂಚಗಳಲ್ಲಿ ಶಾಂತವಾಗಿ ಮಲಗಿದ್ದ ಎಲ್ಲಾ ಹುಡುಗರು ತಮ್ಮ ಮಗ್ಗಲುಗಳನ್ನು ಬದಲಿಸಿದರು. ಹೊಡೆತದ ಮಧ್ಯೆ ಮಧ್ಯೆ 'ಮಾದರ್ ಛೋದ್', 'ಭಾಡ್ಕೋ' ಎನ್ನುವ ಕ್ರೂರ ಬೈಗುಳಗಳನ್ನು ದ್ವಾರಪಾಲಕರಂತೆ ಹೊರಗೆ ನಿಂತಿದ್ದ ಮಹಾ ಗೋಡೆಗಳು ಕೇಳಿಸಿಕೊಂಡವು. ಎದ್ದು ಬರಲಿಕ್ಕಾಗದಷ್ಟು ಆಳಕ್ಕೆ ನೂಕಿ ತಮ್ಮನ್ನು ಬಲವಾಗಿ ಕಟ್ಟಿದ್ದರಿಂದ ಗೋಡೆಗಳು ಅಸಹಾಯಕರಂತೆ ಸುಮ್ಮನಾಗಿ ಹೋದವು.

ಮೋಹನನಿಗೆ ಆ ರಾತ್ರಿ ಉಪವಾಸವೇ ಕೆಡವಿದರು. ಮತ್ತವನು ಸುಸ್ತಾಗಿ ಅಲ್ಲಿಯೇ ಮಲಗಿದ. ಅವನು ದಿನರಾತ್ರಿ ಅಂಗಾತ ಮಲಗುತ್ತಿದ್ದ ಉಕ್ಕಿನ ಮಂಚದ ಎರಡನೇ ಮಹಡಿ ಖಾಲಿ ಉಳಿಯಿತು. ಗಿಡ್ಡ ಮೋಹನ ಇಲ್ಲದ ಕಾರಣ ಅವನದೇ 'ಅಯ್ಯೋ! ಅಮ್ಮ!' ಎಂಬ ಆಕ್ರಂದನದ ನರಳಿಕೆಗಳೇ ಅಲ್ಲಿದ್ದ ದಿಂಬು ಚಾದರಗಳಲ್ಲಿ ಸಂಕಟದಿಂದ ಮಲಗಿದವು. ಕೆಲಹೊತ್ತಿನ ಬಳಿಕ ಮೋಹನನ ಹೆಸರನ್ನು ಕಪಾಟಿನಲ್ಲಿದ್ದ ಪುಟ್ಟ ಡೈರಿಯಲ್ಲಿ ಭಜಂತ್ರಿಯವರು ಬರೆದುಕೊಂಡರು. ಆ ಡೈರಿಯಲ್ಲಿ ಹೀಗೆ ತಪ್ಪಿಸಿಕೊಳ್ಳಲು ಪ್ರಯತ್ನಪಟ್ಟ ತುಂಬಾ ಹುಡುಗರ ಹೆಸರುಗಳಿದ್ದವು.

ಮೀಡಿಯಮ್ ಸೈಜಿನ ಅರವತ್ತು ಪುಟಗಳ ಕಪ್ಪು ಹೊದಿಕೆಯಿದ್ದ ಆ ಡೈರಿಯಲ್ಲಿ 'ಪ್ಯಾರೆ' ಎನ್ನುವ ಹೆಸರು ಮಾತ್ರ ಇರಲಿಲ್ಲ. 'ಪ್ಯಾರೆ' ಸವದತ್ತಿ ಮೂಲದ ಹುಡುಗನಾಗಿದ್ದ. ಅಡುಗೆಯ ಕೆಲಸಗಳಲ್ಲಿ ಭಾಗವಹಿಸುತ್ತಿದ್ದ. ಎರಡು ಬಗೆಯ ಪಲ್ಯ, ನೂರೆಂಟು ಚಪಾತಿಗಳನ್ನು ಒಬ್ಬನೇ ಮಾಡಲು ಸಹ ಕಲಿತಿದ್ದ. ತಿಲ್ಲಿಯ ಜೊತೆ ಕೋರ್ಟು ಕಚೇರಿ ಅಂತ ಓಡಾಡುತ್ತಿದ್ದ. ಗಾಂಧಿ ಜಯಂತಿ, ಗಣರಾಜ್ಯೋತ್ಸವಕ್ಕೆಲ್ಲಾ ಪ್ಯಾರೆಯದೇ ಮುಖ್ಯ ಕೆಲಸಗಳಿರುತ್ತಿದ್ದವು.

ಸೂತ್ರ ಎಳೆದರೆ ಹೂಮಳೆ ಆಗುವಂತೆ ಬಾವುಟವನ್ನು ಸಣ್ಣಗೆ ಮಡಿಸಿ ಧ್ವಜಕಂಬದ ತುದಿಗೆ ಕಟ್ಟುವುದು, ತೆಳ್ಳಗೆ ಬೆಳ್ಳಗೆ ಇದ್ದವರಿಗೆಲ್ಲಾ ಬ್ರಿಟಿಷರ ಉಡಿಗೆ ತೊಡಿಸುವುದು, ಮೈತುಂಬಿಕೊಂಡು ಉದ್ದಕೆ ಇದ್ದವರಿಗೆಲ್ಲಾ ಸೈನಿಕರ ವೇಷ, ಬಾಪೂವಿನ ಪಾತ್ರಕ್ಕೆ ಪುಸಲಾಯಿಸಿ ಒಪ್ಪಿಸಿದ್ದ ನಸು ಕಪ್ಪು ಹುಡುಗನ ತಲೆಯನ್ನು ತಾನೇ ನುಣ್ಣಗೆ ಬೋಳಿಸಿ ಮೈ ಕೈಗೆಲ್ಲಾ ಸಿಲ್ವರ್ ಬಣ್ಣ ಬಳಿಯುವುದು, ಪ್ರಾರ್ಥನೆಗೆ ಹುಡುಗರನ್ನು ಸಾಲಾಗಿ ನಿಲ್ಲಿಸುವುದು, ಇನ್ನಿತರೆ ವ್ಯವಸ್ಥೆಯನ್ನು ಪ್ಯಾರೆ ಮುತುವರ್ಜಿಯಿಂದ ನೋಡಿಕೊಳ್ಳುತ್ತಿದ್ದ.

ಧ್ವಜಾರೋಹಣ ಮುಗಿದ ಮೇಲೆ ಸಿನಿಮಾ ನಟರು, ಸಮಾಜ ಸೇವಕರು, ಇಲಾಖೆಯವರು ನೈತಿಕತೆ, ವ್ಯಕ್ತಿತ್ವ ವಿಕಸನ, ಕತ್ತಲೆಯಿಂದ ಬೆಳಕಿನೆಡೆಗೆ, ಮನಃಪರಿವರ್ತನೆ ಎಂಬ ಲಲಿತಪ್ರಬಂಧಗಳನ್ನು ಮಂಡಿಸಿ ಹುಡುಗರಿಗೆ ಬಟ್ಟೆ, ಶೂ, ಚಾಕಲೇಟುಗಳನ್ನು ಕೊಡುವಾಗಲೇ ಫೋಟೊ ಕ್ಲಿಕ್ಕಿಸುವಂತೆ ಕ್ಯಾಮೆರಮನ್ನಿಗೆ ಹೇಳಿ,

ವಿವಿಧ ನೋಟದಲ್ಲಿ ಹಲ್ಕಿರಿದು, ತಮ್ಮ ತಮ್ಮ ತೂಫಾನ್ ಕಾರುಗಳಲ್ಲಿ ಹೊರಟು ಬಿಡುತ್ತಿದ್ದರು. ಮುಂಜಾನೆಗೆ ಎದ್ದು ತಯಾರಾಗಿದ್ದ ಪುಟ್ಟ ತುಟಿಯ ಗಾಂಧಿ, ಛತ್ರಿಯ ಕೆಳಗೆ ನಿಂತ ಅಕ್ಕ ಮಹಾದೇವಿ, ಬಿಳಿಕೋಟಿನಲ್ಲಿ ಕೆಂಪು ಗುಲಾಬಿಯ ಬದಲು ಚೆಂಡು ಹೂವನ್ನೇ ಮುಡಿದ ನೆಹರೂ, ಬಿಸಿಲಿನಲ್ಲಿ ಒಣಗುತ್ತಿದ್ದ ಅಂಬೇಡ್ಕರಿನ ಛದ್ಮ ವೇಷಧಾರಿಗಳು "ನಮ್ಮ ಕಡೆ ಒಮ್ಮೆ ನೋಡಲಿ" ಎಂದು ವಿವಿಧ ಭಂಗಿಗಳಲ್ಲಿ ನಕ್ಕು ಗಮನ ಸೆಳೆಯಲು ಪ್ರಯತ್ನಿಸಿ ಸೋಲುತ್ತಿದ್ದರು. ವಾರ್ಡನ್ ಭಜಂತ್ರಿ, ತಿತ್ಲಿ, ಇನ್ನುಳಿದ ಸಿಬ್ಬಂದಿಗಳು ಸೇರಿ ಬಿಸಿಲುಕೋಲಿನಂತೆ ಸಾಲಾಗಿ ನಿಂತಿದ್ದ ಹುಡುಗರಿಗೆಲ್ಲಾ ಸಿಹಿ ಹಂಚುತ್ತಿದ್ದರು.

ಇಂತಹ ಅವಕಾಶಕ್ಕಾಗಿ ಕಾದವನಂತೆ ಪ್ಯಾರೆ ಮೆಲ್ಲಗೆ ತನ್ನ ಕಿಸೆಯಲ್ಲಿದ್ದ ಹಳೆಯ ಕವಿತೆಯೊಂದಕ್ಕೆ ಶೀರ್ಷಿಕೆಯನ್ನು ಮಾತ್ರ ಪ್ರತಿ ವರ್ಷ ಬದಲಿಸಿ ಎಲ್ಲರೆದುರು ಇವತ್ತಿನ ಸಮಾಚಾರದಂತೆ ನಿರರ್ಗಳವಾಗಿ ಕವಿತೆ ಓದುತ್ತಿದ್ದ. ಕೆಲವು ಹುಡುಗರಿಗೆ 'ಪ್ಯಾರೆ' ತಮ್ಮ ನೋವನ್ನು ಬರೆದು ಹಾಡುತ್ತಿದ್ದಾನೆಂದು ಅನಿಸಿದರೆ, ಇನ್ನೂ ಕೆಲವರು ನಾಲ್ಕೇ ಸಾಲಿದ್ದ ಕವಿತೆ ಬರೆದು 'ಪ್ಯಾರೆ' ಸಕಲ ನೋವಿನಿಂದ ಬಿಡುಗಡೆಯಾಗಿದ್ದಾನೆಂದೇ ಭಾವಿಸಿದ್ದರು. ಕವಿತೆಯೆಂದರೆ ಸ್ವಲ್ಪ ಒಳ್ಳೆಯ ಭಾಷಣವೆಂದು ತಿಳಿದಿದ್ದವರು ಬರೀ ಚಪ್ಪಾಳೆ ತಟ್ಟಿ ಒಬ್ಬರ ಮುಖ ಇನ್ನೊಬ್ಬರು ನೋಡಿಕೊಂಡು ನಗುತ್ತಿದ್ದರು.

ಪ್ಯಾರೆ ಅಷ್ಟೂ ಹುಡುಗರ ಗುಂಪಿನಿಂದ ಪ್ರತ್ಯೇಕವಾಗಿ ಕಾಣುತ್ತಿದ್ದ. ರಿಮ್ಯಾಂಡು ಹೋಮಿಗೆ ಬರುತ್ತಿದ್ದ ಹೊಸಬರು 'ಪ್ಯಾರೆ ಒಬ್ಬ ಇಲ್ಲಿಯ ಕೆಲಸಗಾರ' ಎಂದು ಭಾವಿಸುತ್ತಿದ್ದರು. ಆರನೇ ವಯಸ್ಸಿಗೆ ರಿಮ್ಯಾಂಡು ಹೋಮಿಗೆ ಬಂದಿದ್ದ ಪ್ಯಾರೆಗೆ ಹದಿನೇಳು ತುಂಬಿದರೂ ಅವನ ಮುಗ್ಧತೆ ಮಾಸಿರಲಿಲ್ಲ. ದೇಗುಲದ ಚಿನ್ನದ ಒಡವೆ, ಗಂಟೆಗಳನ್ನು ಕದ್ದು ಸಿಕ್ಕಿಬಿದ್ದನೆಂದು ಪ್ರಕರಣ ದಾಖಲಾಗಿದೆ ಎಂದು ಎಲ್ಲರೂ ತಿಳಿದಿದ್ದರು.

"ನನ್ನ ತಾಯಿ ದೇವದಾಸಿ, ಸೆರೆಮನೆಯೇ ಅವಳಿಗಿಂತ ವಾಸಿ, ನಾ ಏನನ್ನೂ ಕದ್ದಿಲ್ಲ, ಆದ್ದರಿಂದ ನನಗೆ ಬಿಡುಗಡೆಯಿಲ್ಲ" ಎಂಬ ದುರಂತವನ್ನೇ ಜೀವಂತ ಕವಿತೆಯಂತೆ ಓದಿ ಎಲ್ಲರನ್ನು ಮೆಚ್ಚಿಸುತ್ತಿದ್ದ ಪ್ಯಾರೆ ಯಾವತ್ತಿಗೂ ರಿಮ್ಯಾಂಡು ಹೋಮನ್ನು ಬಿಟ್ಟು ಹೋಗಲಾರದಂತಹ ಸ್ಥಿತಿಗೆ ತನಗೇ ಗೊತ್ತಿಲ್ಲದೆ ದೂಡಲ್ಪಟ್ಟಿದ್ದ.

ಭಜಂತ್ರಿಯವರ ರೂಮಿನಲ್ಲಿ ಪರಾರಿಯಾಗಲು ಹೋಗಿ ಗಾಯಗೊಂಡ ಕೋಗಿಲೆಯಂತೆ ಎಚ್ಚರ ತಪ್ಪಿ ಬಿದ್ದಿದ್ದ ಮೋಹನನನ್ನು ಬೆಳಿಗ್ಗೆ ಪ್ಯಾರೆ ಹೆಗಲ ಮೇಲೆ ಹೊತ್ತು ತರುತ್ತಿದ್ದುದನ್ನು ನೋಡಿದ ಬೋಸ್ಲೆ, ತನ್ನ ಪಳಗಿದ ಕೈಗಳಲ್ಲಿ ನಸುಕೆಂಪು ಬಾಸುಂಡೆಗಳು ಮೂಡಿದ್ದ ಬೆನ್ನಿಗೆ, ಕಪಾಳಕ್ಕೆ ಯಾವುದೋ ಗಿಡದ ರಸವನ್ನು ತಿಕ್ಕಿ ಹಚ್ಚಿ ಮರುದಿನ ಓಡಾಡುವಂತೆ ಮಾಡಿದ್ದನ್ನು ಕಂಡು ಬೋಸ್ಲೆಯ ಮೇಲೆ ಪ್ಯಾರೆಗೆ

ಒಂದು ಬಗೆಯ ಅಭಿಮಾನ ಮೂಡಿತ್ತು. ಅಭಿಮಾನದ ಸ್ನೇಹ ಚಿಗುರುವ ಮೊದಲು ಪ್ಯಾರೆ ಮತ್ತು ಬೋಸ್ಲೆ ಮಾತಾಡುತ್ತಿದ್ದರಾದರೂ ಆಮೇಲಾಮೇಲೆ ಗಂಟೆಗಟ್ಟಲೆ ಇವರಿಬ್ಬರು ಮೌನವಾಗಿಯೇ ಸಂಭಾಷಿಸುವಾಗ ಒಂದೇ ನಾಣ್ಯದ ಎರಡು ಕೋನಗಳಂತೆ ಕಾಣಿಸಿದ ಬಿಂಬವೊಂದು ನೆಲದ ಮೇಲೆ ಮೂಡುತ್ತಿತ್ತು. ಬೀಡುಬಿಟ್ಟ ಸ್ಥಳದಲ್ಲಿಯೇ ಜಾತ್ರೆಯ ತೇರಿನಂತಾಗಿದ್ದ ಅಂಬಾಸಿಡರ್ ಕಾರಿನ ಧೂಳ್ಹಿಡಿದ ಕನ್ನಡಿಯು ಆ ಮೋಹಕ ಬಿಂಬವನ್ನು ಶಾಶ್ವತವಾಗಿ ತನ್ನಲ್ಲಿಯೇ ಹುದುಗಿಸಿಕೊಳ್ಳುವ ಪ್ರಯತ್ನವನ್ನು ದಿನವೂ ಮಾಡುತ್ತಲಿತ್ತು.

ಹುಡುಗರ ಏಕಾಕಿತನವನ್ನು ಕೊಂಚ ಕಡಿಮೆ ಮಾಡುತ್ತಾ, ಅವರ ಗಾಯಗಳಿಗೆ ತನಗೆ ಗೊತ್ತಿದ್ದ ಮದ್ದು ಅರೆಯುತ್ತಾ, ಪ್ರಾಯೋಗಿಕವಾಗಿ ನಿತ್ಯಜೀವನದ ಪಾಠ ಹೇಳಿಕೊಡುತ್ತಿದ್ದ ಬೋಸ್ಲೆಯನ್ನು ಒಳಗೊಳಗೆ ಮೆಚ್ಚಿದರೂ, ವಾರ್ಡನ್ನಿನ ಎದುರು ಹೊಗಳದೆ ತಿತ್ಲಿ ಗಂಭೀರನಾಗುತ್ತಿದ್ದ. ಅಕ್ಕನ ಮಗ ಎಂಬ ಸಂಬಂಧವಿಲ್ಲದೇ ನೋಡಿದಾಗ ಹುಡುಗರ ಜೊತೆ ಬೋಸ್ಲೆ ಬೆಳೆಸಿಕೊಂಡಿದ್ದ ಸಲಿಗೆಗೆ ಭೇಷ್ ಎನ್ನಬೇಕೆಂದರೂ, ಎಡವಟ್ಟುಗಳನ್ನು ಮಾಡಿಕೊಂಡು ಭಜಂತ್ರಿಯವರ ಹತ್ತಿರ ಬೈಸಿಕೊಳ್ಳುವ ಬೋಸ್ಲೆಯ ವರ್ತಮಾನ ನೆನೆಸಿಕೊಂಡು ಖಿನ್ನನಾಗುತ್ತಿದ್ದ.

ಇತ್ತೀಚೆಗೆ ಬನವಾಸಿಯ ಸರ್ಕಾರಿ ಆಸ್ಪತ್ರೆಯಲ್ಲಿ ಬ್ಯಾಕ್‌ಲಾಗ್ ಹುದ್ದೆಯೊಂದನ್ನು ಸ್ಥಳೀಯ ಶಾಸಕನ ಕೃಪಾಕಟಾಕ್ಷದಿಂದ ತಿತ್ಲಿ ಗಿಟ್ಟಿಸಿಕೊಂಡಿದ್ದ. ಒಂದು ವಾರ ಬನವಾಸಿಯಲ್ಲಿ, ಇನ್ನೊಂದು ವಾರ ಖಾನಾಪುರದ ರಿಮ್ಯಾಂಡು ಹೋಮಿನಲ್ಲಿ ಕಳೆಯುತ್ತಿದ್ದ ತಿತ್ಲಿಗೆ ನಾಲ್ಕು ತಿಂಗಳಿಂದ ದೇಹವನ್ನು ನೂರು ಮೈಲಿ ರವಾನಿಸಿ ಸಾಕಾಗಿ ಹೋಗಿತ್ತು. ರಿಮ್ಯಾಂಡು ಹೋಮಿನ ಟೆಂಪರರಿ ಬಾಣಸಿಗನ ಕೆಲಸ ತೊರೆಯಲೇಬೇಕೆಂದು ನಿರ್ಧರಿಸಿದ್ದ. ತಾನು ಬಿಟ್ಟ ಕೆಲಸವನ್ನು ಊರಿನಲ್ಲಿ ಅಲೆಮಾರಿಯಾಗಿ ಅಡ್ಡಾಡುತ್ತಿದ್ದ ಅಕ್ಕನ ಮಗನಿಗೆ ಸಿಗಬೇಕೆಂಬ ತನ್ನ ಇಂಗಿತಕ್ಕಿಂತಲೂ ಅಕ್ಕನ ಒತ್ತಾಯವೇ ಹೆಚ್ಚಾಗುತ್ತಿತ್ತು. ಬೋಸ್ಲೆಗೆ "ಹೃದಯ ಬೆಳೆದಷ್ಟು ಮೆದುಳು ಮುಂದುವರೆದಿಲ್ಲ" ಎಂಬುದು ಸ್ವತಃ ತಿತ್ಲಿಗೆ ಗೊತ್ತಿದ್ದರೂ "ಅವನಿಗೂ ಒಂದು ಜೀವನವಾದೀತು" ಎಂಬ ಅಕ್ಕನ ನೋವಿನ ಮಾತಿಗೆ ಮರುಮಾತಿಲ್ಲದೇ ತಿತ್ಲಿ ಶರಣಾಗಿದ್ದ.

ಮುಗ್ಧತೆಯ ಮೊಗ್ಗಿನಂತಿದ್ದ ಬೋಸ್ಲೆಯ ದಿನಚರಿಗಳು ಹೊನ್ನಾವರದ ಜನರಿಗೆಲ್ಲಾ ಅಚ್ಚರಿ ಹುಟ್ಟಿಸುತ್ತಿದ್ದವು. ರಾತ್ರೋರಾತ್ರಿ ಮನೆಯಿಂದ ಹೊರಟು ದೂರದ ಕಾಡಿಗೋ, ಬೆಟ್ಟದ ತಪ್ಪಲಿನಲ್ಲಿಯೋ ತಿಂಗಳುಗಟ್ಟಲೆ ಅಲೆದು ಗಿಡಮೂಲಿಕೆಗಳನ್ನು ತಂದು, ಚೆನ್ನಾಗಿ ಅರೆದು ಕಷಾಯ, ಚೂರ್ಣವನ್ನು ಮಾಡಿ ಪೈಲ್ಸ್, ಕಾಮಾಲೆ, ಕೆಮ್ಮು, ವಾತ, ಪಿತ್ಥ ರೋಗಗಳಿಗೆ ಸಿದ್ಧೌಷಧ ಎಂದು ಶಿರಸಿ, ಯಲ್ಲಾಪುರದ ಅಪರಿಚಿತರಿಗೆ

ಮಾರುತ್ತಿದ್ದ. ಕೆಲವರಂತೂ ಸೀದಾ ನಾಕಾಬಂಧಿಯಿಂದ "ಜಡಿಬೂತಿ ಬೋಸ್ಲೆ ಅವರ ಮನೆಯೆಲ್ಲಿದೆ, ಖರೋಜಿ ಬೋಸ್ಲೆಯವರ ಮನೆ ಎಲ್ಲಿದೆ?" ಎಂದು ಸಿಕ್ಕ ಸಿಕ್ಕವರಲ್ಲಿ ವಿಳಾಸ ಕೇಳುತ್ತಾ ಮನೆಗೆ ಬಂದು ಸಫೇದ್ ಮಸ್ಲಿ, ಉತ್ತರಾಣಿ ರಸ, ಒಂದೆಲಗ, ಕಗ್ಗಲಿ, ಸರ್ಪಗಂಧಿ, ಅಶ್ವಗಂಧಿ ಎಲೆ ಬೇರುಗಳನ್ನು ಕೊಂಡೊಯ್ಯುತ್ತಿದ್ದರು.

ಬೋಸ್ಲೆ ಮಲಗುತ್ತಿದ್ದ ಕೋಣೆಯ ತುಂಬಾ ದೊಡ್ಡ ದೊಡ್ಡ ಕಪಾಟುಗಳಿದ್ದವು. ಕಪಾಟುಗಳ ಒಳಗೆ ಮತ್ತು ಮೇಲೆ ಸಾಲಾಗಿ ಜೋಡಿಸಿದ್ದ ಗಾಜಿನ ಬಾಟಲಿಗಳಲ್ಲಿ ಅಮೃತಬಳ್ಳಿ, ವಿವಿಧ ಗಿಡಮೂಲಿಕೆಯ ಬೇರುಗಳು, ಕೆಂಪು, ಬಿಳಿ ಹವಳಗಳು, ಭೃಂಗರಾಜ ತೈಲ, ಅಂಟುವಾಳದ ನಶ್ಯ, ನೋಣಿ ರಸ, ಬಿಳಿ ಡಬ್ಬಿಗಳಲ್ಲಿ ಅರೆದು ಒಣಗಿಸಿದ ಪುಡಿಗಳೇ ತುಂಬಿದ್ದವು. ಎಲ್ಲ ಡಬ್ಬಿಗಳ ಮೇಲೆ ಬೋಸ್ಲೆ ಅದರಿಂದಾಗುವ ಉಪಯೋಗ, ಪರಿಣಾಮ, ಮೂಲ ಹೆಸರುಗಳನ್ನು ಬರೆದು ಅಂಟಿಸಿದ್ದ.

ಕುಸುಬಿ ಎಣ್ಣೆಯನ್ನು ಚಿಕ್ಕ ಚಿಕ್ಕ ನಳಿಕೆಗಳಲ್ಲಿ ಬೋಸ್ಲೆ ಎಲ್ಲರಿಗೂ ಕಾಣುವಂತೆ ಮನೆಯ ಅಂಗಳದಲ್ಲಿ ಜೋಡಿಸಿದ್ದ. ಯಾರಾದರೂ ಮೈಕೈ ನೋವು, ಊತದಿಂದ ನರಳುತ್ತಿದ್ದರೆ ತಾನೇ ಮನೆಗೆ ಹೋಗಿ ಕಾಲು ನೀವಿ ಬರುತ್ತಿದ್ದ. ಬೋಸ್ಲೆಯ ಕೈಚಳಕಕ್ಕೆ ಮಾರು ಹೋದವರು ದುಡ್ಡು, ತರಕಾರಿ, ಹಲಸು, ಬಾಳೆಗೊನೆಗಳನ್ನು ಕೊಡುತ್ತಿದ್ದರು. ಹೀಗೆ ಬರುತ್ತಿದ್ದ ಹಣದಲ್ಲಿ ಸ್ವಲ್ಪವೇ ಖರ್ಚಿಗೆ ಬಳಸಿ ಮಿಕ್ಕಿದ್ದನ್ನು ತನ್ನ ಕೇರಿಯ ಹುಡುಗರಿಗೆ ಅಂಗಿ, ಬೆಳಗ್ಗಿನ ನಾಷ್ಟ, ಸ್ಕೂಲಿಗೆ ಬೇಕಾಗುತ್ತಿದ್ದ ಭೂಗೋಳದ ಮ್ಯಾಪು, ಸೀಮೆಸುಣ್ಣದ ಡಬ್ಬಿಗಳನ್ನು ಕೊಡಿಸಿ ಮತ್ತೆ ಒಂದು ವಾರ ಮಾಯವಾಗಿಬಿಡುತ್ತಿದ್ದ.

ಮತ್ತೆ ಬೋಸ್ಲೆ ಪ್ರತ್ಯಕ್ಷವಾಗುತ್ತಿದ್ದುದು ಇನ್ಯಾವುದೋ ರೋಗಕ್ಕೆ ಮದ್ದು ಸಿಕ್ಕಿತೆಂದು ಕೇರಿ ಹುಡುಗರ ಕೈಲಿ ಡೊಳ್ಳು ಹೊಡಿಸುವ ಮೂಲಕ ಊರಿನ ತುಂಬಾ ಪ್ರಚಾರ ಮಾಡುತ್ತಿದ್ದ ಸಮಯದಲ್ಲಿ, ಇಲ್ಲವೇ ಶರಾವತಿ ದಂಡೆಯ ಮೇಲೆ ಯಾರಿಗೋ ಹಲ್ಲಿನ ಉಳುಕು ತೆಗೆಯುತ್ತಿದ್ದ ಎಂಬ ವಾರ್ತೆಯಲ್ಲಿ, ಇಲ್ಲವೇ 'ಅಪ್ಸರಕೊಂಡ' ಪ್ರವಾಸಕ್ಕೆ ಬಂದ ಬಯಲು ಸೀಮೆಯ ನಾಲ್ಕು ಹುಡುಗರು ಈಜು ಬಾರದೇ ಒದ್ದಾಡುತ್ತಿದ್ದಾಗ ಕಾಪಾಡಿದ ಎಂಬ ಸಾಹಸೀ ವರ್ತಮಾನಗಳಲ್ಲಿ. ಆ ಸುದ್ದಿಗಳು ಬೋಸ್ಲೆ ಮತ್ತೆ ಊರಿಗೆ ಬಂದಿದ್ದಾನೆ ಎಂಬುದನ್ನು ಘಂಟಾಘೋಷವಾಗಿ ಸಾರುತ್ತಿದ್ದವು.

ಸಾಗರ, ಶಿವಮೊಗ್ಗ, ಬಿಜಾಪುರದಿಂದಲೂ ಜನರು ಮಗನನ್ನು ಹುಡುಕಿ ಬರುವುದನ್ನು ನೋಡುವ ಬೋಸ್ಲೆಯ ತಾಯಿಗೆ ಮಗನ ಮೇಲೆ ಹೆಮ್ಮೆ ಎನಿಸಿದರೆ, ಮತ್ತೊಮ್ಮೆ ಕೇವಲ ಮೂವತ್ತು ವರ್ಷಕ್ಕೆಲ್ಲಾ ಮನುಷ್ಯ ಹೀಗೆ ಕಾಡು ಹೊಕ್ಕಿದರೆ ಹೇಗೆ, ಒಂದೊಳ್ಳೆ ಕೆಲಸ ಹಿಡಿದು ಮದುವೆ ಮಕ್ಕಳು ಅಂತ ಜಿಮ್ಮೇದಾರಿ ಯಾವಾಗ ಬರುವುದೋ ಅಂತ ಯೋಚಿಸಿ, ಚೌಡಿ ಕಾಟವಿರಬೇಕೆಂದು ಯಂತ್ರ, ತಾಯಿತ,

ಗೆಜ್ಜೆಗಳನ್ನು ಕಟ್ಟಿಸಿದಳು. ಮತ್ತೆ ಕೆಲವು ದಿನ ಕಾಣೆಯಾಗಿ "ನಾನು ಯಲ್ಲಾಪುರದ ಚೌಡಿ, ನನಗೆ ದೇವಸ್ಥಾನ ಕಟ್ಟಿಸಿ" ಎಂದು ಅವನು ಸಿದ್ಧಾಪುರದಲ್ಲಿ ಸೈಕಲ್ಲಿನ ಟೈರು ಓಡಿಸಿಕೊಂಡು ಅಡ್ಡಾಡುತ್ತಿದ್ದುದನ್ನು ಮೀನು ಮಾರುವವರು ನೋಡಿ ಮನೆಗೆ ತಂದು ಮುಟ್ಟಿಸಿದಾಗ. ಆಗ ಅವನ ತಾಯಿ ನಿಟ್ಟುಸಿರನ್ನು ಬಿಡಲು ಸಹ ತಿಣುಕುತ್ತಿದ್ದಳು. ಆತಂಕಕಾರಿ ಬೆಳವಣಿಗೆಗಳಿಂದ ರೋಸಿ ಹೋಗಿದ್ದ ತಾಯಿ ಬೋಸ್ಲೆಯನ್ನು ತಿಲ್ಲಿಯ ಜೊತೆ ಕಳಿಸುವಾಗ "ಬುದ್ಧಿ ಕಲಿಸುವುದರ ಜೊತೆಗೆ ಬದುಕುವುದನ್ನು ಕಲಿಸು" ಎಂದು ಹೇಳಿದ್ದಳು. ಊರು ಬಿಟ್ಟು ಬರಲು ಒಪ್ಪದ ಬೋಸ್ಲೆಯನ್ನು ತಿಲ್ಲಿ ರೈಲು ಹತ್ತಿಸಿ ರಿಮ್ಯಾಂಡು ಹೋಮಿಗೆ ಕರೆತಂದಿದ್ದ.

ನಂದಗಡಕ್ಕೆ ಇನ್ನೇನು ಐದು ಕಿಲೋ ಮೀಟರಿರುವಂತೆ ಖಾನಾಪುರದ ಘಟ್ಟಗಳ ಕೆಳಗಿನ ಟಾರು ರಸ್ತೆ ಹನಿಬೆಳಕು ಕಾಣದೆ ಹಸಿದಿದ್ದ ಕಾರಣ ತಿಲ್ಲಿಯ ಹೆಡ್‌ಲೈಟಿಲ್ಲದ ಬೈಕನ್ನು ಮುಲಾಜಿಲ್ಲದೆ ಪ್ರಪಾತದಲ್ಲಿ ಬೀಳಿಸುವುದರ ಮೊದಲು ದೊಡ್ಡ ಹೊಂಡದಲ್ಲಿ ದೊಪ್ಪನೆ ಬೀಳಿಸಿ ಎಬ್ಬಿಸಿತು. ಸಣ್ಣಗೆ ನಿದ್ದೆ ಹೋಗಿದ್ದ ಬೋಸ್ಲೆ ಧಾವಂತದಲ್ಲಿ ಭೂಮಿ ಕಂಪನವಾದಂತೆ ಎಚ್ಚರವಾಗಿ ಧಡಕ್ಕನೆ ಎದ್ದು "ತಿಲ್ಲಿಮಾಮ ಏನಾತು? ಟಾರ್ಚು, ಟಾರ್ಚು ಆನ್ ಮಾಡ್ಕೋ" ಎಂದು ತೊದಲಿದ. ಹೊಂಡದಲ್ಲಿ ಬಿದ್ದು ಎದ್ದ ಗಾಬರಿಯಲ್ಲಿ ತಿಲ್ಲಿ ಏನೋ ಮರೆತವನಂತೆ ಪುಕ್ಕೆಂದು ಹೆಡ್‌ಲೈಟನ್ನು ಹೊತ್ತಿಸಿದ.

ಹೆಡ್‌ಲೈಟಿನ ಹಾಲೊಜಿನ್ ಬಲ್ಬು ತನ್ನೊಳಗೆ ಇಷ್ಟೊತ್ತು ಬೆಳಕನ್ನು ಕೂಡಿಟ್ಟು ಸಾಕಾಗಿ ಹೋದಂತೆ ಒಮ್ಮೆಲೆ ಬೆಳಕನ್ನು ಜಲಪಾತದಂತೆ ಭೋರ್ಗರೆಯಿತು. ಆಗಿನಿಂದ ಹೆಡ್‌ಲೈಟನ್ನು ಹೊತ್ತಿಸಲು ಪಟ್ಟ ಪ್ರಯತ್ನ ಅಷ್ಟಿಷ್ಟಲ್ಲ ಎಂದು ರಸ್ತೆಯುದ್ದಕ್ಕೂ ಬೋಸ್ಲೆಗೆ ಹೇಳಿಕೊಂಡು ಬಂದ. ಮಧ್ಯೆ ಮಧ್ಯೆ ತಿಲ್ಲಿಯ ಮಾತಿಗೆ ಎಚ್ಚರವಾದ ಬೋಸ್ಲೆ ಹೂಂಗುಟ್ಟುತ್ತಿದ್ದ.

ಹೆಡ್‌ಲೈಟಿನ ಬೆಳಕಿನಿಂದಾಗಿ ರಸ್ತೆಯಲ್ಲಿ ಯಾವಾಗಲೋ ಬಿದ್ದಿದ್ದ ಮತ್ತಿ, ಶಿವಾನಿ, ಸಾಗವಾನಿ ಮರಗಳ ತರಗೆಲೆಗಳಿಗೆಲ್ಲಾ ಕಣ್ಣು ಬಂದವು. ತಿರುವಿನ ಪೊದೆಗಳಲ್ಲಿ ಅವಿತು ಮಲಗಿದ್ದ ಮಿಣುಕು ಹುಳುಗಳಿಗೆಲ್ಲಾ ಆವೇಶ ಬಂದು ಹೆಡ್‌ಲೈಟಿನ ಮೂತಿಗೆ ಗುದ್ದಿ ಹಾರಿ ಹೋಗುತ್ತಿದ್ದವು. ಕೊಂಚ ವೇಗದಲ್ಲಿದ್ದ ಬೈಕನ್ನು ಹಾಗೂ ಹೀಗೂ ತಿಲ್ಲಿ ಎರಡನೇ ಗಿಯರಿನಲ್ಲಿ ನಿಯಂತ್ರಣ ಮಾಡಿ ನಿಲ್ಲಿಸಿದ.

ಅನಾಹುತವನ್ನು ತಡೆದ ಪರಿಯಲ್ಲಿ ತಿಲ್ಲಿ "ಬೋಸ್ಲೇ ಅಲ್ಲಿ ನೋಡು" ಎಂದ. ಬೋಸ್ಲೆ ಕಣ್ಣುಜ್ಜಿಕೊಂಡು "ಅಬ್ಬೋ! ಮಾಮ ಯಾವ ಜಾತಿ ಹಾವು ಅಂಗಿದೆ? ನಾನು ಮರ ಬಿದ್ದೈತೆ ಅಂದುಕೊಂಡೆ" ಎಂದು ಊಹಾತೀತನಂತೆ ಉಸುರಿದ. ಎಲ್ಲದರಲ್ಲೂ ದೈವವನ್ನು ಕಾಣುತ್ತಿದ್ದ ಕಾರಣಕ್ಕೋ ಏನೋ ತಿಲ್ಲಿ "ಬೋಸ್ಲೆ ಕೈಮುಗಿ,

ಕೈಮುಗಿ" ಎಂದು ತಡಬಡಾಯಿಸಿದ. ಬೈಕು ಧಕ್ಕನೆ ನಿಲ್ಲಿಸಿದಾಗಲೇ ಹೆಡ್‌ಲೈಟಿಂದ ಬೆಳಕು ಕರಗಿಹೋಗಿತ್ತು. ಮತ್ತೆ ರಸ್ತೆ ಅರೆಕಪ್ಪಾಗಿ ಕಾಣುತ್ತಿತ್ತು. ಬೈಕಿನಿಂದ ಇಳಿದು ಇಬ್ಬರೂ ನಮಸ್ಕಾರ ಹಾಕಿದರು.

ಕತ್ತಲೆಯಲ್ಲೂ ಮಿರಮಿರ ಮಿಂಚುತ್ತಿದ್ದ ಹಾವು ಹೆಡ್‌ಲೈಟಿನ ಹಾಲೊಜಿನ್ನಿನ ಕೊರೆವ ಬೆಳಕು ತಾಗಿ ತಿಲ್ಲಿಗೆ ಇನ್ನೂ ದೊಡ್ಡದಾಗಿ ಕಂಡಿತ್ತು. ದೂರದಿಂದ ಕಾಣುವ ಮನುಷ್ಯರಿಬ್ಬರು ಮೂರು ಫೂಟು ದೂರವಿದ್ದಾರೆ, ನನಗೆ ಅಪಾಯವಿಲ್ಲ ಎಂದು ಗ್ರಹಿಸಿ ಹಾವು ನಿಧಾನಕ್ಕೆ ರಸ್ತೆ ದಾಟಿತು. ಬೋಸ್ಲೆ ನಮಸ್ಕಾರ ಮಾಡದೆ ಕಣ್ಣು ಕಿರಿದಾಗಿಸಿ ದೈತ್ಯ ಹಾವು ಎಲ್ಲಿಗೆ ಹೋಗುವುದೆಂದು ನೋಡಿದ. ಬಿಳಿ ಬನಿಯನ್ನಿನೊಳಗೆ ಮನುಷ್ಯರ ತಲೆ ತೂರುವಂತೆ ಆಳವಾದ ಕತ್ತಲೆಯಿದ್ದ ಮರವೊಂದರ ಬಿಲದೊಳಗೆ ಪೂರ್ತಿ ಬಾಲವನ್ನು ಹಾವು ತುರುಕಿಕೊಂಡು ಹೋಗಿದ್ದನ್ನು ಬೋಸ್ಲೆ ಮಸುಕಾಗಿ ನೋಡಿ ಜೀರ್ಣಿಸಿಕೊಂಡ.

ಕಣ್ಮುಚ್ಚಿ ಇನ್ನೂ ಪ್ರಾರ್ಥಿಸುತ್ತಿದ್ದ ತಿಲ್ಲಿಯನ್ನು ಬೋಸ್ಲೆ ಎಚ್ಚರಿಸಿದ ಕೂಡಲೇ ತಪೋಭಂಗವಾದಂತೆ ಅವನು ಕಣ್ಣಿನಲ್ಲೇ ನುಂಗತೊಡಗಿದ. "ಬಾ ಮಾಮ, ಲೇಟಾದ್ರೆ ಚಹಾದ ಮಜಾ ಆರಿಹೋಗ್ತದೆ" ಎಂದು ಬೋಸ್ಲೆ ಒಂಟಿ ಕಾಲಿನ ಮೇಲೆ ಓರೆಯಾಗಿ ನಿಂತಿದ್ದ ಬೈಕಿನ ಮೇಲೆ ಹತ್ತಿ ಕೂತೇ ಬಿಟ್ಟ. ತಿಲ್ಲಿ "ನಾನು ಬೈಕಿನ್ನೂ ಸ್ಟಾರ್ಟ್ ಮಾಡಿಲ್ಲ, ಆಗಲೇ ಕೂತಿದಾನಲ್ಲ. ಎಲಾ ಇವನ" ಎಂದುಕೊಂಡು "ನಿನ್ನ ಮಕ ಸುಡಾ, ಇಳಿಯಲೆ" ಎಂದ. ಬೋಸ್ಲೆ ಇಳಿಯದೇ ಹಾಗೆ ಬೈಕಿನಲ್ಲಿ ಕೂತೇ ಇದ್ದ.

ನಖರಾಗಳಿಗೆ ಹೆಸರುವಾಸಿಯಾಗಿದ್ದ ಕಾರಣ ಬೋಸ್ಲೆ ಹಿಡಿದ ಪಟ್ಟು ಬಿಡಲಿಲ್ಲ. ತಿಲ್ಲಿ ತಾನೇ ಸೋತು ಬೋಸ್ಲೆ ಕೂತೇ ಇರುವಂತೆ ಕಾಲನ್ನು ಚೂರು ನೆಗೆಸಿ ಬೈಕಿನ ಮೇಲೆ ಕೂತು ಕಿಕ್ಕರನ್ನು ಒದೆಯುತ್ತಾ ಸ್ಟಾರ್ಟ್ ಮಾಡಿಯೇ ಮಾಡಿದ. ಆದರೆ ಬೈಕು ಸ್ಟಾರ್ಟ್ ಆಗಲಿಲ್ಲ. ಪೆಟ್ರೋಲ್ ಇದೆಯಾ, ಸ್ಪಾರ್ಕ್ ಪ್ಲಗ್ ಸರಿಯಿದೆಯಾ ಎಂದು ಬಗ್ಗಿ ನೋಡಿದ. ಚಳಿಯಲ್ಲಿ ದಟ್ಟಡವಿಯ ನಡುವೆ ನಿಲ್ಲಿಸಿದ ಕಾರಣಕ್ಕೋ ಏನೋ, ಬೈಕಿನ ಎಂಜಿನು ಮತ್ತೆ ಹೀಟಾಗಲೇ ಇಲ್ಲ.

ತಿಲ್ಲಿಯ ಕೆಂಗಣ್ಣಿಗೆ ಗುರಿಯಾಗಿ ಬೋಸ್ಲೆ ಬೈಕಿನಿಂದ ಇಳಿದು ನಿಂತು ಘಟ್ಟದ ಗಾಢ ಮೌನವನ್ನು ಆನಂದಿಸುತ್ತಿದ್ದ. ಬೈಕನ್ನು ಸ್ವಲ್ಪ ದೂರ ತಳ್ಳಿಕೊಂಡು ಹೋಗೋಣ ಆಮೇಲೆ ನಸೀಬಿಗೆ ಸ್ಟಾರ್ಟ್ ಆದರೂ ಆದೀತೆಂದು ಇಬ್ಬರೂ ಮಾತಾಡಿಕೊಂಡು ಕರಾರಿನಂತೆ ಬೈಕನ್ನು ತಳ್ಳುತ್ತಾ ಬಂದರು. ಬೈಕನ್ನು ತಳ್ಳಿ ಸಹ ಗೊತ್ತಿಲ್ಲದ ಬೋಸ್ಲೆ ವಾಲಿಬಾಲನ್ನು ಕೈಯಲ್ಲಿ ಗಿರಗಿರ ತಿರುಗಿಸಲು ಪಡುವ ಪಾಡಂತೆ ಬೈಕನ್ನು ತಳ್ಳಿಕೊಂಡು ಬರುತ್ತಿದ್ದರೆ ಅವನ ಹಿಂದೆಯೇ ತಿಲ್ಲಿ ಚಳಿಗೆ ಬೆದರಿದವನಂತೆ

ಕೈಕಟ್ಟಿಕೊಂಡು ಬಾಯಲ್ಲೇನೋ ಜಗಿಯುತ್ತಾ ನಡೆಯುತ್ತಿದ್ದ.

ಬೆಟ್ಟದ ತಪ್ಪಲಿನಲ್ಲಿ ಮರದ ಎಲೆಗಳು ಗಾಳಿಗೆ ಹೊಯ್ದಾಡುವ ಸದ್ದು, ಮೋಡಗಳ ರವರವ ಚಲನೆ, ನಿಶಾಚರ ಪಕ್ಷಿಗಳ ಗೊಗ್ಗರು ದನಿಯನ್ನು ಕೇಳಿ ನಾವು ಸಣ್ಣದಾಗಿ ಕೆಮ್ಮಿದರೂ ದಾಖಲಾಗುವ ಭಯದಲ್ಲಿ ಇಬ್ಬರೂ ನಡೆಯುತ್ತಿದ್ದರು. ಅವನದೇ ಕಾಲಿನ ಚಪ್ಪಲಿಯ ಪ್ರತಿಧ್ವನಿಯನ್ನು ಇಳಿಜಾರಿನಲ್ಲಿ ಕೇಳಿದ ಬೋಸ್ಲೆ, ಸ್ವಲ್ಪ ಹೊತ್ತಿನ ಮುಂಚೆ 'ತಿತ್ಲಿಮಾಮ' ಬೇಸರದಿಂದ ಚರ್ರೆಂದು ಹರಿದು ಹಾಕಿಕೊಂಡ ಗುಟ್ಕಾದ ಚೀಟಿಯ ಒರಟು ಸಂಭಾಷಣೆ ಕೇಳಿ ಉದ್ದಕ್ಕೆ ಮಲಗಿದ್ದ ಕಪ್ಪು ರಸ್ತೆ ಬೆಚ್ಚಿರಬಹುದೆಂದು ಯೋಚಿಸಿದ.

ಇಳಿಜಾರಿನ ತಿರುವಿನಲ್ಲಿ ಬೈಕನ್ನು ಸಂಭಾಳಿಸಿ ಬೋಸ್ಲೆಯ ಕೈಗಳು ಸೋತು ಹೋದವು. 'ತಿತ್ಲಿಮಾಮ' ನನ್ನನ್ನು ಬೈದಾದರೂ ಬೈಕು ತಳ್ಳಿದರೆ ಸಾಕೆಂದು ಬೋಸ್ಲೆ ಮರುಗುತ್ತಿದ್ದ. ತಿತ್ಲಿ ಬೋಸ್ಲೆಗಿಂತ ಒಂದೆರಡು ಮೀಟರು ಹಿಂದಿದ್ದ ಕಾರಣ ಬೋಸ್ಲೆಯ ಯಾವುದೇ ಇಂಗಿತಗಳು ತಲುಪದೇ ಗಾಳಿಯಲ್ಲಿ ಲೀನವಾಗುತ್ತಿದ್ದವು. ತಿತ್ಲಿ ಆಗಾಗ್ಗೆ ತಿರುವುಗಳಲ್ಲಿ ಬೋಸ್ಲೆಗೆ ಕೇಳಿಸುವಂತೆ "ಮೆಲ್ಲ ಮೆಲ್ಲ ಬ್ರೇಕ್ ಹಿಡಿ, ಹಾಗೆ ಜಾಣ" ಎಂದು ಹೇಳಿಕೊಂಡು ಬರುತ್ತಿದ್ದ.

ಒಮ್ಮೆಲೇ ಬೋಸ್ಲೆಯ ಮೊಣಕೈ ಜೋಮು ಹಿಡಿದಂತಾಗಿ ಇನ್ನು ನನ್ನಿಂದಾಗದೆಂದು ಬೈಕನ್ನು ಇಳಿಜಾರಿನಲ್ಲಿ ಅದರ ಪಾಡಿಗೆ ಬಿಟ್ಟುಬಿಟ್ಟ. ಬನವಾಸಿಗೆ ಸೋಮವಾರ ಮುಂಜಾನೆಯ ಮೊದಲ ಬಸ್ಸಿಗೆ ಹೊರಡಬೇಕೆಂದು ಯೋಚಿಸಿಕೊಂಡು ಬರುತ್ತಿದ್ದ ತಿತ್ಲಿಗೆ "ಏನಿದು ಬೋಸ್ಲೆ ಹೀಗೆ ಮಾಡಿದ" ಎಂದು ಯೋಚಿಸುವಷ್ಟರಲ್ಲಿ ಬೈಕು ಕತ್ತಲೆಯ ಇಳಿಜಾರಿನಲ್ಲಿ ಸ್ವಲ್ಪ ಓರೆಯಾಗಿ ಓಡಿ, ನಂತರ ಭಯಂಕರ ಸದ್ದಿನಲ್ಲಿ ಮಗುಚಿಕೊಂಡಿತು.

ತಿತ್ಲಿ ಅಂದಾಜೆನಿಸುವಷ್ಟು ಓಡಿದ. ಪ್ರಪಾತದ ಮಜಲುಗಳಿಗೆ ಬಿದ್ದು ಬೈಕು ದೊಡ್ಡ ಗದ್ದಲ ಎಬ್ಬಿಸುತ್ತಿತ್ತು. ಬೈಕಿನ ಸದ್ದನ್ನೇ ಆಲಿಸಿಕೊಂಡು ಇಳಿಜಾರಿನ ತುದಿಯನ್ನು ತಲುಪಲು ದಾಪುಗಾಲಿಡುತ್ತಾ ತಿತ್ಲಿ ಓಡುತ್ತಿದ್ದ.

ಬೈಕು ದೊಡ್ಡ ಪ್ರಪಾತಕ್ಕೆ ಬಿದ್ದ ಸದ್ದು ಕೇಳಿಸಿಕೊಂಡ ಬೋಸ್ಲೆ ಇನ್ನೇನು ತಾನು ಓಡಬೇಕೆಂದಿದ್ದವನು ಹೊಟ್ಟೆ ನೋವೆಂದು ನೆಪ ಮಾಡಿ ಅಲ್ಲೇ ಸ್ವಲ್ಪಹೊತ್ತು ಮಲಗಿದ. ನಂತರ "ಮಾಮ, ಮಾಮ" ಎಂದು ಅಳುತ್ತಾ ಬೋಸ್ಲೆ ಇಳಿಜಾರಿನ ಕಪ್ಪು ರಸ್ತೆಯಲ್ಲಿ ತಿತ್ಲಿಯನ್ನೇ ಹುಡುಕಿಕೊಂಡು ಹೋದ.

ಶುಗರ್ ಫ್ರೀ

ಬಸ್ಸು ಜಂಬದಹೊಳೆ ದಾಟುವಾಗ ಕಂಡ ಆ ಸುಂದರ ವದನ ನನಗಿನ್ನೂ ನೆನಪಿದೆ. ಇಳಿಸಂಜೆಯ ಕೊನೆ ಬಸ್ಸಿನಲ್ಲಿ ಕಿಟಕಿ ಪಕ್ಕ ಸೀಟು ಸಿಗದೆ ಹತಾಶರಾಗಿದ್ದ ಹಲವರಲ್ಲಿ ನಾನೂ ಒಬ್ಬನಾಗಿದ್ದೆ. ಈ ಕೊನೆ ಬಸ್ಸಿನಲ್ಲಿ ಕಿಟಕಿ ಪಕ್ಕ ಸೀಟು ಸಿಕ್ಕುವುದು ಪರಮಾದ್ಭುತವೇ ಸರಿ. ಇನ್ನೇನು ಬಸ್ಸು ನಿಲ್ದಾಣದೊಳಗೆ ಬರುತ್ತಿದೆ ಎನ್ನುವ ಹವಾ ಸಿಕ್ಕಿದೊಡನೆ ಚುರುಕಾದ ಜಾತ್ರೆ ಶುರುವಾಗುತ್ತದೆ. ಇಳಿಯುವವರನ್ನು ಇಳಿಯಲು ಬಿಡದೇ, ಇತ್ತ ಹತ್ತುವವರಿಗೆ ಹತ್ತಲು ಆಗದೇ ಇಡೀ ಬಸ್ಸು ಜಾತ್ರೆಯಲ್ಲಿ ಕಳೆದುಕೊಂಡ ವಾಚಿನಂತೆ ಕಾಣುತ್ತಿರುತ್ತದೆ. ಇಷ್ಟೊಂದು ತರಾತುರಿಯಲ್ಲಿಯೂ ನೂಕುನುಗ್ಗಲಿನೊಳಗೆ ಗುದ್ದಾಡಿ ಬೆವೆತಿರುವ ಮಂದಿ ನಾವಿನ್ನೂ ಸೋತಿಲ್ಲವೆಂದು ಪ್ರದರ್ಶಿಸಲು ಟವೆಲ್ಲು, ವ್ಯಾನಿಟಿ ಬ್ಯಾಗು, ಕರ್ಚೀಪು ವಗೈರೆಗಳನ್ನು ಮೊದಲು ಬಸ್ಸು ಹತ್ತಿದವನ ಬಳಿ ಕೊಟ್ಟು ಕಳಿಸಿರುತ್ತಾರೆ. ಚಾಲಾಕಿ ಮೊದಲಿಗೆ ತಾನು ಕೂತು, ತನ್ನ ಕೈಯಲ್ಲಿದ್ದ ವಗೈರೆಗಳನ್ನೆಲ್ಲಾ ಸರತಿಯಂತೆ ಕಿಟಕಿ ಪಕ್ಕವೇ ಹಾಕಿಬಿಡುತ್ತಾನೆ. ಡ್ರೈವರ್ ಮತ್ತು ಕಂಡಕ್ಟರ್ ಬೈಟು ಗರಮ್ಮಾದ ಚಹಾ ಕುಡಿದು, ಯಾವ ಬಸ್ಸಿಗೆ ಕಲೆಕ್ಷನ್ನು ಜೋರಿತ್ತು, ಜಂಕ್ಷನ್ನಿನಲ್ಲಿ ಸಿಕ್ಕ ಹೊಸ ಡ್ರೈವರ್ ಕುಡಿಯುತ್ತಾನೆಯೇ, ಬರುವ ಭಾನುವಾರ ಬಸ್ಸು ಗರಾಜಿಗೆ ಬಿಡಬೇಕೆ ಬೇಡವೇ ಎಂದೆಲ್ಲಾ ತೀರ್ಮಾನಿಸಿ ಬರುವವರೆಗೂ ತಮ್ಮಿಷ್ಟದ ಭಾಷೆಯಲ್ಲಿ ಈ ಮಹಾ ವಂಚನೆಗೆ ಕಾರಣನಾದ

ಮೊದಲಿಗನಿಗೆ ಸೀಟು ಸಿಗದವರೆಲ್ಲಾ ಕಂಡಾಪಟ್ಟೆ ಬಯ್ಯುತ್ತಿರುತ್ತಾರೆ. ಒಮ್ಮೊಮ್ಮೆ ಅದು ದೊಡ್ಡ ರಂಪಕ್ಕೆ ತಿರುಗಿ ಮುಷ್ಟಿಯುದ್ಧ ಆದದ್ದುಂಟು. ಆದರೆ ಆ ಮಹಾಶಯ ಏನೂ ಗೊತ್ತಿಲ್ಲದ ಊರ ಮಳ್ಳನಂತೆ ಎಲ್ಲರನ್ನೂ ಇದೇ ಮೊದಲು ನೋಡುವವನಂತೆ ಇದ್ದುಬಿಡುತ್ತಾನೆ. ಇವೆಲ್ಲಾ ಒಂದು ತಲೆಮಾರು ಇನ್ನೊಂದು ತಲೆಮಾರಿಗೆ ಕಲಿಸಿಕೊಡುವ ವಿದ್ಯೆಯೆಂದೇ ಈ ಊರಿನ ಜನ ಮಾತ್ರವಲ್ಲ, ಪ್ರತೀ ಊರಿನ ಮಂದಿಯೂ ನಂಬಿದ್ದಾರೆಂದು ನನಗೆ ಅನಿಸಿದೆ.

ಉಸಿರು ಸರಾಗವಾಗಿ ಸಿಗದಷ್ಟು ಸಂಪೂರ್ಣ ರಶ್ಯಾಗಿದ್ದ ಬಸ್ಸು ಲಡ್ಡಾದ ಸೇತುವೆ ಸಿಗುವ ಮುನ್ನ ಸೊನ್ನೆ ತಿರುಗುವಂತೆ ಒಮ್ಮೆಲೆ ತಿರುಗಿಕೊಂಡಿತು. ಎಲ್ಲರೂ ಹ್ಹೋ ಎಂದು ಬೊಬ್ಬೆ ಹಾಕದೇ, ಎತ್ತರವಾಗಿ ಬೆಳೆದ ನುಗ್ಗೆ ಮರವೊಂದಕ್ಕೆ ಬೀಸೋ ಗಾಳಿ ತಾಗಿ ನುಗ್ಗೆ ಹೂವುಗಳೆಲ್ಲಾ ಚಂದವಾಗಿ ಪಟಪಟ ಉದುರುವಂತೆ ಅತ್ತಿಂದತ್ತ ಮೈಗೆ ಮೈ ತಾಗಿಸಿಕೊಂಡು ನಾವು, ಎಂದರೆ ಹತಾಶಗೊಂಡವರೆಲ್ಲಾ ಓಲಾಡಿದೆವು.

ನನ್ನ ಬೆನ್ನ ಹಿಂದೆ ಪ್ರಾಚೀನ ಶಿಲೆಯೊಂದರ ತುಣುಕಂತೆ ನಿಂತಿದ್ದ ಪರಮಾತ್ಮನಿಂದ ಕಚ್ಚಾ ರಮ್ಮಿನ ವಾಸನೆ ಸಲೀಸಾಗಿ ಬಸ್ಸಿನ ತುಂಬಾ ಹಬ್ಬುತ್ತಿತ್ತು. ಕೈಕಂಬಿ ಹಿಡಿದು ಮುಂದೆ ನಿಂತಿದ್ದ ನಾಕಾಣಿ ನನ್ನತ್ತ ತಿರುಗಿ ಹುಬ್ಬು ಹಾರಿಸಿ "ಏನ್ ಸಮಾಚಾರ" ಕೇಳಿದ. ನಾನು ಕಣ್ಣು ಮಿಟುಕಿಸಿ ಕಿಚಾಯಿಸುವಂತೆ "ಸುಮ್ಮನಿರು" ಎಂದೆ. ನಾಕಾಣಿಗೆ ಉರಿದುಹೋಗಿ ನಾನೇ ಕುಡಿದು ಬಂದಿದ್ದೇನೆ ಅಂತ ತಿಳಿದು ದೀರ್ಘವಾಗಿ ಮುಖ ಕಿವುಚಿದ. ಅವನನ್ನು ಬಳಿ ಕರೆದು ಸಂತೈಸಲು ಹೋದೆ. ಆಗಲೇ ಪುಟ್ಟ ಮಗುವೊಂದರ ಚಿಗುರು ಕೈ ನನ್ನ ಪ್ಯಾಂಟಿನ ಕಿಸೆಗೆ, ಸೋನೆ ಮಳೆಯ ಹನಿಗಳು ತಾರಸಿ ಮೇಲಿನ ಕುಬ್ಜ ವೃಕ್ಷಕ್ಕೆ ಮುತ್ತಿಡುವಂತೆ ತಾಗುತ್ತಿತ್ತು. ಹಿತವಾಗಿ ಮಗುವಿನತ್ತ ನೋಡಿದೆ. ಸಣ್ಣ ಲಾಟೀನಿನಂತಿದ್ದ ಅದರ ಮೃದು ತುಟಿ ಬಾಯಾರಿದಂತೆ ಕಂಡಿತು. ಚೂರು ಗಮನಿಸಿ ನೋಡಿದೆ. ಬಳೆಚೂರಿನಲ್ಲಿ ಗೆರೆ ಎಳೆದಂತೆ ತುಟಿಯ ಮೇಲೆಲ್ಲಾ ಸಣ್ಣಗೆ ಬಿರುಕುಗಳು, ಕಿರು ಝರಿಯಂತೆ ಸೋರಿಹೋದ ಜೊಲ್ಲು ಒಣಗಿ ಪೌಡರಿನಂತೆ ಕೆನ್ನೆಯ ಸುತ್ತಲೂ ಹರಡಿಕೊಂಡಿತ್ತು. ಹೆತ್ತವಳ ಮಡಿಲಲಿ ಅನಾಯಾಸವಾಗಿ ನಿದ್ದೆಹೋಗಿದ್ದ ಮಗುವಿನ ಇನ್ನೊಂದು ಕೈಯಲ್ಲಿದ್ದ ಹಗುರ ಭಾರದ ಕೆಂಪು ಬಣ್ಣದ ಜೇಪು ಹತೋಟಿ ತಪ್ಪಿ ಫಟ್ಟನೆ ಕೆಳಗೆ ಬಿದ್ದೇ ಬಿಟ್ಟಿತು. ಗದ್ದಲದ ಜಾತ್ರೆಯಲ್ಲೂ ಈ ಮಹೋನ್ನತ ಸದ್ದು ನನಗೆ ಮಾತ್ರ ಕೇಳಿತೇಕೆ ಎಂದು ಮರುಕಗೊಂಡೆ. ಮರುಕಗೊಂಡಿದ್ದು ಜೇಪು ಉರುಳಿ ಬಿದ್ದುದಕ್ಕೊ, ಒಣ ತುಟಿಯ ಕಂಡೋ ಎಂದು ವ್ಯರ್ಥ ವಿಮರ್ಶೆಗೆ ಬೀಳುವವನಿದ್ದೆ. ಮರುಕ್ಷಣವೇ ಜೇನು ಸವಿದಂತೆ ಮಗು ತುಟಿಯನ್ನೊಮ್ಮೆ ಸವರಿಕೊಂಡಿತು. ಬಿರುಕುಗಳು ಮುಚ್ಚದೆ ದೊಡ್ಡ ಅಲೆ ಮೂಡಿ ಮಾಯವಾದಂತೆ ತೋರಿತು. ಸಂಕಟ ಪಟ್ಟುಕೊಂಡೆ.

ಮಗುವಿನ ಕೈಯಿಂದ ಪುಟಿದ ಕೆಂಪು ರಂಗಿನ ಜೀಪು ಕಿಟಕಿ ಕೆಳಗಿನ ಕತ್ತಲಲ್ಲಿ ಬೆಚ್ಚುವಂತೆ ಸದ್ದು ಮಾಡಿತ್ತು. ಘಾಟಿ ರಸ್ತೆಯಲ್ಲಿ ಬಸ್ಸು ನಿಧಾನವಾಗಿ ಲಾಂಗ್ ಟರ್ನ್ ಹೊಡೆವ ಕಾರಣ ಜೀಪು ಹುಡುಕೋಣವೆಂದು ಬಗ್ಗಿ ತಡಕಾಡಿದೆ. ಬಿಸ್ಕತ್ತಿನ ಚೂರುಗಳು, ಒಣಗಿದ ಕನಕಾಂಬರ, ಯಾವುದೋ ದಾರಿಯ ಮಣ್ಣಿನ ಹೆಂಟೆ, ಕುರುಡು ಅಜ್ಜಿಯ ಬಲಗಾಲಿನ ಚಪ್ಪಲಿ, ಕಂಡಕ್ಟರ್ ಥಟ್ಟನೆ ಹರಿದ ಟಿಕೇಟಿನ ಪೇಪರಿನ ರಾಶಿಗಳ ಜೀವಂತ ಸಾಕ್ಷಿಗಳೇ ಸಿಗುತ್ತಿದ್ದವೇ ಹೊರತು ಕೆಂಪು ಜೀಪು ಸಿಗಲಿಲ್ಲ. ಅದೇ ಹೊತ್ತಿಗೆ ಮಗುವಿನ ಅಮ್ಮ ನಿಗೂಢ ಮಿಂಚಿನಂತೆ ಎದ್ದು ತನ್ನ ಕಾಲ ಕೆಳಗೆ ಅವಿತಿದ್ದ ಜೀಪು ತೆಗೆದು ಬ್ಯಾಗಲ್ಲಿಟ್ಟುಕೊಂಡಳು. ನಾನು ಅವಳ ಗೂಢಚಾರಕ್ಕೆ ಶಬ್ಬಾಸ್ ಎನ್ನದೇ ಮಗುವಿಗೆ ಸ್ವಲ್ಪ ಗುಟುಕು ನೀರು ಕುಡಿಸಿ ಎನ್ನುವಷ್ಟರಲ್ಲಿ ಆಕೆ ಸೆಕೆಂಡ್ ಇನ್ನಿಂಗ್ಸಿನ ನಿದ್ದೆಯಲ್ಲಿದ್ದಳು. ಘಾಟಿ ರಸ್ತೆಯ ತಿರುವಿನಲ್ಲಿ ಇಡೀ ಬಸ್ಸು ಒಮ್ಮೆ ಜೋರಾಗಿ ಹಾರ್ನು ಬಾರಿಸಿ ಪಕ್ಷಿ ಸಂಕುಲಕ್ಕೆ ಹಾಯ್ ಹೇಳಿ ಮುಂದೆ ಚಲಿಸುತ್ತಿತ್ತು.

ಮೂರೇ ಘೂಟಿದ್ದ ಕಂಡಕ್ಟರ್ ಫಾರೂಕ್ಕು "ಎಲ್ಡ್ ವರ್ಷದ ಮಕ್ಳಿಗೂ ಟಿಕೆಟ್ ತಗೋಬೇಕ್ರಿ. ತೊಡೆ ಮ್ಯಾಗೆ ಕೂರಿಸ್ಕೊಂಡ್ರೆ ಲಗೇಜಿನ ಛಾರ್ಜಂತ ಟಿಕೇಟು ಕೊಡ್ತಿನಿ ಅಷ್ಟೇ" ಎಂದು ಹೊಸ ಪ್ರಯಾಣಿಕರ ಹತ್ತಿರ ದಬಾಯಿಸುತ್ತಿದ್ದ. ಲೋಕಲ್ ರಮ್ಮಿನ ಗಾಢತೆಗೆ ನನಗೆ ಮೆಲ್ಲಗೆ ಮಂಪರು ಹತ್ತುತ್ತಿತ್ತು. ಹಿಂದೆ ನಿಂತಿದ್ದವನ ಬಳಿ ಪಿಸುವಾಗಿ "ಬ್ರ್ಯಾಂಡ್ ಯಾವ್ದು ದೇವ್ರು, ಗಮ್ ಅಂತೀಯಾ!" ಅಂತ ಕೇಳಿದೆ. ಅವನು ಫಳ್ಳೆಂದು ನಕ್ಕು ಯಾವ್ದೋ ತೆಲುಗು ಮಿಶ್ರಿತ ತಮಿಳಿನ ಹೆಸರು ಹೇಳಿದ. ನನಗೆ ಅರ್ಥವಾಗುವುದಿರಲಿ, ಸರಿಯಾಗಿ ಕೇಳಿಸಲೇ ಇಲ್ಲ.

ನಿನ್ನೆ ಮಧ್ಯಾಹ್ನ ರಂಜಾನ್ ಮತ್ತು ಸಮಾಜ ಸೇವಕನೊಬ್ಬನ ಹುಟ್ಟು ಹಬ್ಬದ ಶುಭಾಶಯಗಳ ಹತ್ತಕ್ಕಿಂತ ಹೆಚ್ಚು ದೊಡ್ಡ ಬ್ಯಾನರುಗಳ ಬರೆದ ನನಗೆ ಕೈ ವಿಪರೀತ ಸೋಲುತ್ತಿತ್ತು. ಎಷ್ಟೇ ನಾಜೂಕಿನಿಂದ ಕುಂಚ ಸಂಭಾಳಿಸಿದರೂ ಅಂಗೈಗೆ ಮೆತ್ತಿಕೊಂಡೇಬಿಡುವ ಹಸಿಹಸಿ ಬಣ್ಣಗಳು ರಾತ್ರಿ ಆರುವ ತನಕ ತನ್ನ ಘಮವಾದರೂ ಉಳಿಸಿಯೇಬಿಡುತ್ತದೆಂದು ಕವಿಯಂತೆ ಯೋಚಿಸಿದೆ. ಪಿಚ್ಚೆನಿಸಿತು. ನನಗೆ ಎದುರಾಗಿ ವಕ್ರರೇಖೆಯಂತೆ ಕೂತ ಡೊಳ್ಳು ಹೊಟ್ಟೆಯವನು ಕೂತಲ್ಲಿಂದಲೇ ಕಾಲ ಕೆಳಗಿನ ತನ್ನ ಲಗೇಜಿನ ಮೇಲೊಂದು ಬಲಗೈ ಇಟ್ಟು ಗೂರ್ಖನಂತೆ ಎಲ್ಲರ ಭಾವಭಂಗಿಯನ್ನು ಅಳೆಯುತ್ತಿದ್ದ. ಹೇರ್‌ಪಿನ್ ತಿರುವಿನಲ್ಲಿ ಅವನ ಸಮೃದ್ಧಿಯಾದ ಹೊಟ್ಟೆ ರಿವರಿವ ತಿರುಗುತ್ತಿತ್ತು. ಯಾರಾದರೂ ಅವನ ಕಾಲ ಬಳಿ ಸುಳಿದರೆ ಸಾಕು, ಹುಬ್ಬು ಕೂಡಿಸಿ "ಜರುಗ್ರಿ ಸೈಡಿಗೆ" ಎಂದು ಕೋಪಿಸಿಕೊಳ್ಳುತ್ತಿದ್ದ. ನಾನು ಅದರಲ್ಲೇನೋ ಅಣಬೆಗಳಿರಬೇಕು ಅಂತ ತಿಳಿದುಕೊಂಡೆ. ಕಲ್ಲು ಮಣ್ಣು ರಸ್ತೆ

ಬಂದಾಗ ಅದರೊಳಗೆ ಗಿಲಗಿಲ ಅನ್ನೋ ಧ್ವನಿ, ಕೀ ಕೊಟ್ಟಾಗ ನರ್ತಿಸುವ ಟ್ರಿಣ್ ಟ್ರಿಣ್ ಅಂತಹ ಪ್ಲಾಸ್ಟಿಕ್ ಗೊಂಬೆಗಳ ಶಬ್ದ ಕೇಳಿಬರುತ್ತಿತ್ತು. ಹುಮ್ಮಸ್ಸು ಬಂದು ಅದರೊಳಗೆ ಏನಿರಬಹುದೆಂಬ ನನ್ನ ಕುತೂಹಲ ಹೆಚ್ಚಿಸಿ ಕೆಳಗೆ ಬಗ್ಗಿ ಕಾಲು ಸವರುವಂತೆ ಲಗೇಜನ್ನು ಮುಟ್ಟಲು ಯತ್ನಿಸಿದೆ. ನನ್ನೊಮ್ಮೆ ನಿಂತಲ್ಲೇ ಸುಡುವಂತೆ ದುರುಗುಟ್ಟಿದ. ನಾನೀಗ ಸುಮ್ಮನಿರದಿದ್ದರೆ ಅವನು ಕೊಂದೇಬಿಡುತ್ತಾನೆಂದು ನಕ್ಕು, ಅವನ ದೊಡ್ಡ ಚೀಲದಲ್ಲಿ ಶಬ್ದ ಮಾಡುವ ಅಣಬೆಗಳೇ ಇರಬೇಕೆಂದು ತೂಕಡಿಸಲು ಶುರುಮಾಡಿದೆ. ಬಲವಾದ ಗಾಳಿ ಕಿಟಕಿ ಪಕ್ಕ ಕೂತವರ ಕೂದಲುಗಳನ್ನು ನವಿರಾದ ಗಾಳಿಪಟದಂತೆ ಸರಭರ ತೇಲಿಸುತ್ತಾ ಜೋಗುಳ ಹಾಡುತ್ತಿತ್ತು. ನನಗೆ ರಸವತ್ತಾದ ನಿದ್ದೆಯಲ್ಲಿ ಜೇಪು ಕಳೆದುಕೊಂಡ ಆ ಮಗುವಿನ ಮುಖ ನೆನಪಾಯಿತು. ಮತ್ತೆ ನೋಡಲು ಕಿರುಗಣ್ಣಿಂದ ತಡವರಿಸಿದೆ. ಕಾಣಲಿಲ್ಲ. ಕೆಸರಿನಲ್ಲಿ ಕೆಲಸ ಮಾಡಿ ದಣಿದು ಬಂದು ನಿಂತಿದ್ದ ಎಸ್ಟೇಟಿನ ಜನ ನನ್ನ ತಳ್ಳಿಹಾಕಿ ಸ್ವಲ್ಪ ಹಿಂದೆ ನೂಕಿದ್ದರು. ಅವರ ತೇಲುಗಣ್ಣಲ್ಲಿ ಅಸಹಾಯಕ ನಿದ್ದೆ ಗಿರಕಿ ಹೊಡೆಯುತ್ತಿತ್ತು. ತೊಟ್ಟ ಅರಿವೆಯಲ್ಲಿ ಮೇ ತಿಂಗಳ ಕಾಫಿ ಹೂವಿನ ಸಂಭ್ರಮ ತೋರುತ್ತಿತ್ತು. ಬಾರುಕೋಲಿನಂತಿದ್ದ ಗಂಡಾಳು, ಹೆಣ್ಣಾಳುಗಳು ಮೊಣಕಾಲಿಗುಂಟ ಶೂ ತೊಟ್ಟಿದ್ದರೂ ಕೆಸರು ಅಂಗಾಲಿನೊಳಗೂ ತೂರಿ ಇಡೀ ಮೈ ಹಚ್ಚಿಕೊಂಡಿತ್ತು.

ದೂರದಿಂದ ನೋಡಿದೆ, ನನ್ನ ಪ್ಯಾಂಟಿನ ಖಾಲಿ ಕಿಸೆಗೆ ಮುತ್ತಿಟ್ಟ ಮಗುವಿನ ಕೈ ಮಂದ ಬೆಳಕಿನಲ್ಲಿ ಅಸ್ಪಷ್ಟವಾಗಿ ತೋರುತ್ತಿತ್ತು. ನಾವು ಥೇಟು ಹೀಗೆ ಅಲ್ಲವಾ? ಹಗಲಿನಲ್ಲಿ ರಾಕ್ಷಸರಂತೆ ಅಬ್ಬರಿಸಿದರೂ, ತಗಡು ಕಾಸಿಗೆ ಬೊಬ್ಬಿರಿದರೂ, ರಾತ್ರಿ ತುತ್ತುಂಡು ಮಲಗಿದಾಗ ಎಲ್ಲಾ ಮರೆತು ಹೀಗೇ ಅಲ್ಲವೇ ಸೋತ ಗೊಂಬೆಯಂತೆ, ಜಾತ್ರೆ ಮುಗಿದ ಸಂಜೆಯಂತೆ, ಈ ಮಗುವಿನ ಹಾಗೆ ಮಲಗುವುದು ಎಂದು ಬಸ್ಸಿನಲ್ಲಿ ಮಲಗಿದ ಎಲ್ಲರನ್ನೂ ನೋಡಿದೆ. ಗೋಕರ್ಣದಲ್ಲಿ ಬೀದಿ ಬೀದಿಗೂ ಸಿಗುವ ಪುಟ್ಟ ದೇವರಿನ ಗುಡಿಗಳಂತೆ ಕಂಡರು.

ಇಷ್ಟೊಂದು ಹೌಸ್‌ಫುಲ್ ಆದ ಬಸ್ಸಿನೊಳಗೂ ಬಾಲವೀರನಂತೆ ಎಲ್ಲರ ಬಳಿ ನುಗ್ಗಿ, ತೆವಳಿ, ಗುಟುರು ಹಾಕಿ ಪ್ರತಿ ಲಗೇಜಿಗೂ ಪ್ರತ್ಯೇಕ ಹಣ ಪೀಕಿಸುತ್ತಾ "ಟಿಕೆಟ್ ಟಿಕೆಟ್" ಎಂದು ಗರ್ಜಿಸುವ ಫಾರೂಕ್ಕನ ಕಣ್ಣು ತಪ್ಪಿಸಲೆಂದೇ ಅರೆಗಣ್ಣಿನಲ್ಲಿ ತೂಕಡಿಸುತ್ತಿದ್ದ ನಾನು ಗಡದ್ದಾಗಿ ನಿದ್ದೆಹೋದ ನಾಟಕ ಮಾಡಿದೆ. ಕಿರುಗಣ್ಣಲ್ಲೇ ನನ್ನನ್ನು ಗುರಾಯಿಸಿ "ಏನಣ್ಣ ನೀನೇ ಹಿಂಗ್ ಮಾಡುದ್ರೆ ಹೆಂಗೆ? ನೆಕ್ಸ್ಟ್ ಸ್ಟಾಪಿಗೆ ಕಾಫಿ ತೋಟದ ಅರ್ಧ ಜನ ಪುಸುಕ್ಕೆಂದು ಇಳಿದು ಹೋಗ್ತಾರೆ. ಅರವತ್ತು ಸೀಟಿಂದು ದುಡ್ಡು ಬಂದಿಲ್ಲ ಇನ್ನೂ. ಬೇಗ ಕೊಡಣ್ಣ" ಎಂದು ಅವಸರದಿಂದ ಬಜಾಯಿಸಿದ.

ನನ್ನ ಜೊತೆ ನಾಕಾಣಿಯದು ಸೇರಿಸಿ ಐವತ್ತರ ನೋಟೊಂದನ್ನು ಕೊಟ್ಟೆ. ಬಾಕಿ

ಕೊಡಬೇಕಿದ್ದ ಚಿಲ್ಲರೆಯನ್ನು ಟಕೇಟಿನ ಬೆನ್ನಿಗೆ ಬರೆದುಕೊಟ್ಟ. ಕೋಳಿ ನಿದ್ದೆಯಂತೆ ತುಸು ಮಲಗಿದವರನ್ನು ಕುಂಡಿ ಚಿವುಟಿ, ಮುಸುಡಿ ತಿವಿಯುತ್ತಾ ಮಹಾ ಕತ್ತಲಲ್ಲಿ ತಾನೊಬ್ಬನೇ ಟಾರ್ಚು ಬಿಡುವವನಂತೆ ಟಿಕೇಟು ಕೊಡುತ್ತಿದ್ದ ಫಾರೂಕ್‌ನಿಗೆ ಒಂದೇ ಕಣ್ಣಿದ್ದರೂ ಅದು ನಾಲ್ಕು ಕಣ್ಣಿಗೆ ಸಮವೆಂದು ತಣ್ಣಿಗೆಬೈಲಿನ ಮಂದಿಗೆಲ್ಲಾ ಗೊತ್ತಿತ್ತು.

ತುಂಬಾ ವರ್ಷದಿಂದ ಎಡಗಣ್ಣು ಕೊಂಚ ಮಂದ ಎಂದು ಗೊತ್ತಿದ್ದರೂ ಸಹ ಚಿಕಿತ್ಸೆಗೆ ಮುಂದಾಗದ ಫಾರೂಕ್‌ಗೆ ಒಂದು ಬದ್ಮಾಶ್ ರಾತ್ರಿಯಲ್ಲಿ ಪ್ರಚಂಡವಾದ ಜ್ವರ ಬಂದು ಆ ಮಂದವಾದ ಕಣ್ಣು ನಿಷ್ಕ್ರಿಯಗೊಂಡಿತು. ಈ ಅನಾಹುತದಿಂದ ಅವನೇನೂ ಬೆಚ್ಚಗಾಗಲಿಲ್ಲ. ಆದರೆ ಅವನ ಹೆಂಡತಿ ಟೈಲರ್ ಕತೀಜ ರೊಚ್ಚಿಗೆದ್ದಳು. ಶಿವಮೊಗ್ಗದ ಹಣಗೆರೆಕಟ್ಟೆಯಿಂದ ದೌಲತ್ತಿನ ದಿಲ್ಲಿಯ ತನಕ ಗಂಡನ ಜೊತೆ ದರ್ಗಾಗಳನ್ನು ಸುತ್ತತೊಡಗಿದಳು. ಘಟಾನುಘಟಿ ಮುಲ್ಲಾಗಳನ್ನು ಮನೆಗೆ ಕರೆಸಿ ತನ್ನ ಗಂಡನ ಕಣ್ಣು ಕಾಣುವಂತೆ ಮಾಡಲು ಮೊರೆಯಿಟ್ಟಳು. ಫಾಯ್ದಾ ಆಗದೇ ಅವಳ ಖೋಲಿಯಲ್ಲಿ ಬದುಕಿದ್ದ ಬಂಗಾಳಿ ಬಾಬಾ ಒಬ್ಬ "ಬೇಟಿ, ಫಿಕರ್ ಕರ್ನೆ ಕಾ ಜರೂರತ್ ನಹಿ. ತೇರಿ ಮರ್ದ್ ಕೋ ಜವಾನ್ ಶೈತಾನ್ ಪಕ್ಡಾ ಹೈ. ತು ಚಾರ್ ಅಮವಾಸ್ ಹಣಗೆರೆ ಕಟ್ಟೆಕು ಜಾಕೇ ತಾಲಾ ಮಾರ್ಕೆ ಆ ಬೇಟಿ" ಎಂದು ಹೇಳಿದನಂತೆ. ಇದನ್ನ ಕೇಳಿ ಊಟ ಮಾಡುತ್ತಿದ್ದ ಫಾರೂಕ್ಕು ಕತೀಜಾನಿಗೆ ಕೂತಲ್ಲಿಂದಲೇ ಝಾಡಿಸಿ ಒದ್ದು, "ಅಲ್ಲಾ ಕಣೆ ಹರಾಮಿ, ಡಾಕ್ಟ್ರೇ ಹೇಳವ್ರಲ್ಲೆ, ನಂಗೆ ಶುಗರ್ ಬಂದು ಕಣ್ ಹೋಯ್ತೆಂದು. ಈಗ ನೀ ಏನ್ ಹರಕತ್ ನಡಿಸಿದಿಯೇ ಚಿನಾಲಿ. ಖೋಲಿ ತುಂಬಾ ನಂಗೆ ದೆವ್ವ ಹಿಡಿದೈತೆ ಅಂತ ಹಬ್ಬುಸ್ತೀಯಾ ಬೋಸಡಿ" ಎಂದು ಭರ್ಜರಿಯಾಗಿ ಬಾರಿಸಿದ್ದ. ಈ ಬಾರಿಸಿದ ಸುದ್ದಿ ಖೋಲಿಯಿಂದ ಪೇಟೆಯ ತನಕ ಬಳುಕಾಡಿ ನನ್ನ ಕಿವಿಗೆ ತಲುಪುವಷ್ಟರಲ್ಲಿ ಶುಗರ್‌ಲೆಸ್ ಸುದ್ದಿಯಾಗಿ ಕೇಳುವಾಗ ಹೀಗೆ ತಮಾಷೆಯಾಗಿ "ಯಾಕ್ ಮಾರಾಯಾ ನಿನ್ ಮೇಲಿನ ಹೆಣ್ ದೆವ್ವ ಹೆಂಡ್ತಿಗೆ ಮಟಮಟ ಮಧ್ಯಾಹ್ನವೇ ಸಾಯಾಂಗೆ ಹೊಡಿತಂತೆ" ಎಂದೆ. ಫಾರೂಕ್ ಜಾಣನಂತೆ "ಕಾಫ್ಕ ಭಾಯ್, ಯಾವ ದೆವ್ವ ಹೊಡಿಲಿಲ್ಲ, ನಾನೇ ಬಾರಿಸಿದ್ದು. ದೆವ್ವ ಐತೆ ಅಂತ ಪುಕಾರ್ ಎಬ್ಬಿಸ್ತಿದ್ಳು ಹರಾಮಿ. ನಂಗೆ ದೆವ್ವನೇ ಹಿಡಿದಿದ್ರೆ ಆ ಎಡಗಣ್ಣಿಗೇ ಯಾಕೆ? ಬಲಗಣ್ಣಿಗೆ ಮೆಟ್ಕೊಳ್ಳಿಲ್ಲ ಯಾಕೆ? ಎಲ್ರೂ ಸೇರಿ ನನ್ನ ಉಲ್ಲು ಮಾಡಕೆ ನೋಡುದ್ರು. ಅವ್ರೇ ಶೈತಾನ್‌ಗಳು. ನಂಗೆ ಶುಗರ್ ಬಂದು ಕಣ್ ಹೋಗೈತೆ. ಈ ಶುಂಠಿ ನನ್ಮಕ್ಳಿಗೆ ಅದೇನೇನು ಹೋಗ್ತದೆ ಅಂತ ನೋಡುವಂತೆ ಇರು" ಎಂದು ಗಟ್ಟಿಯಾಗಿ ಹೂಂಕರಿಸಿದ್ದ.

ಫಾರೂಕ್‌ನನ್ನು ವಿಲೋಮವಾಗಿ ಗಮನಿಸಿದೆ. ಶುದ್ಧ ನಾಸ್ತಿಕನಂತೆ ಕಂಡ. ಮೊದಲಿಗಿಂತಲೂ ಅವನ ಎಡಗಣ್ಣು ಹೆಚ್ಚು ಪ್ರಕಾಶಿಸುತ್ತಿತ್ತು. ಇಷ್ಟುದ್ದದ ಹಸಿರು

ಬಟ್ಟೆಯನ್ನು ಕಿವಿಯ ಹಿಂದೆ ಬಾಸಿಂಗದಂತೆ ಕಟ್ಟಿದ್ದರ ಸಲುವಾಗಿಯೋ ಏನೋ, ಫಾರೂಕ್ ವಿಶೇಷವಾಗಿ ಕಾಣತೊಡಗಿದ. ತಣ್ಣಿಗೆಬ್ಬೈಲಿನ ಮಂದಿ ದಿನದಲ್ಲೊಮ್ಮೆ ಇವನ ಪೂರ್ವಾಪರದ ಬಗ್ಗೆ ಮಾತಾಡದೆ ಉಣ್ಣಲಾರರು ಎಂಬಷ್ಟು ಫೇಮಸ್ ಆದ. ಯಾರಾದರೂ ಆರು ಮೈಲಿ ದೂರದಿಂದಲೇ ಹಸಿರು ಬಟ್ಟೆಯ ನೈಸರ್ಗಿಕ ಕನ್ನಡಕದಿಂದ ಇವನು ಕಂಡಕ್ಟರ್ ಫಾರೂಕ್ ಎಂದೇ ಗುರ್ತು ಹಚ್ಚಬಹುದಾಗಿತ್ತು. ಈತನಿಗೆ ನಿಜಕ್ಕೂ ಶುಗರ್ ಬಾಧೆಯಿಂದ ಕಣ್ ಹೋಯಿತೇ, ಅಥವಾ ಹೆಣ್ಣು ಪೀಡೆಯ ಕಾಟವೇ, ನಾನಂತೂ ಗುಮಾನಿಯಿಂದಲೇ ಅವನನ್ನು ನೋಡುತ್ತಿದ್ದೆ. ಎಂದಿಗಿಂತ ಅವನ ಬಲಗಣ್ಣು ಟಿಕೇಟು ಇಲ್ಲದೇ ಪ್ರಯಾಣಿಸುವವರ ಕಡೆ ಹೆಚ್ಚು ಬೆಳಕು ಸೂಸುತ್ತಿತ್ತು. ಎಸ್ಟೇಟಿನ ಜನರ ಬಗ್ಗೆ ಆತನ ಎಚ್ಚರದ ಕಣ್ಣು ಇನ್ನೂ ಬಿಗಿಯಾಗುತ್ತಿತ್ತು. ಯಾವನೇ ಆದರೂ ಆ ಧುಮ್ಮಿಕ್ಕುವ ಒಂಟಿ ಕಣ್ಣಿನಿಂದ ಮರೆಯಾಗುತ್ತಿರಲಿಲ್ಲ.

ಅವನ ಚತುರ ಕಣ್ಣಿಗೂ ನಾನು ಕೆಲವೇ ಬಾರಿ ಟಿಕೇಟು ಕೊಳ್ಳದೆ ಯಾಮಾರಿಸಿದ್ದೆ. ಆದರೆ ಯಾರ ಬಳಿಯೂ ಹೇಳಿಕೊಳ್ಳಲಿಲ್ಲ. ಅಕಸ್ಮಾತ್ ನನ್ನ ಪಕ್ಕ ಯಾವಾಗಲೂ ಅರ್ಧ ಬಾಯಿ ತೆರೆದು ಪ್ರಯಾಣಿಸುವ ನಾಕಾಣಿಗೆ ಹೇಳಿದ್ದರೆ ಇಷ್ಟೊತ್ತಿಗೆ ಫಾರೂಕ್ಕಿನ ಕಿವಿಗೆ ಸುರಿದು ಬಸ್ಸಿನೊಳಗೆ ಮಹಾಸಂಗ್ರಾಮವನ್ನೇ ಜರುಗಿಸಿಬಿಡುತ್ತಿದ್ದ. ಈ ಅಧಿಕಪ್ರಸಂಗದಿಂದ ನನಗಿದ್ದ ತುಂಡು ಇಜ್ಜತ್ ಸಹ ಇಲ್ಲವಾಗುತ್ತಿತ್ತು. ಏನೇ ಹೇಳಿ, ನಾಕಾಣಿಯ ಸಹವಾಸ ಬೇಡವೆಂದೇ ನಾನು ಯೋಚಿಸಿದ್ದಿದೆ. ಮಕ್ಕಳಿಗೆ ಗಣಿತ ಪಾಠವನ್ನು ಬೆಣ್ಣೆ ಬಾಯಿಗಿಟ್ಟರೆ ಕರಗುವಂತೆ ಹೇಳಿಕೊಡುತ್ತಿದ್ದ ಇವನ ನೈಪುಣ್ಯತೆಗೆ ಫಿದಾ ಅಗಿಬಿಡುತ್ತಿದ್ದೆ. ನಲವತ್ತು ಕಿಲೋಮೀಟರ್‌ನಿಂದ ಬಂದು ತಿಂಗಳಿಗೆ ನಾಲ್ಕು ಸಾವಿರ ರೂಪಾಯಿ ಪಗಾರ ತೆಗೆದುಕೊಳ್ಳುವ ಸರಳತೆಗೂ ಸೋಲುತ್ತಿದ್ದೆ.

ಒಮ್ಮೆ ಇಬ್ಬರೂ ಒಟ್ಟಿಗೆ ಶಿವಪುರದ ಬಾಲಾಜಿ ಬಾರಿನಲ್ಲಿ ಕುಡಿಯುವಾಗ "ಅಲ್ಲ ನಾಕಾಣಿಯವ್ರೆ, ನಾಲ್ಕು ಸಾವ್ರ ಯಾವ ಮೂಲೆಗೆ ಸಾಲುತ್ರಿ ನಿಮ್ಗೆ" ಎಂದಾಗ, "ನಂಗೆ ಯಾರಿದ್ದಾರೆ ಕಾಫ್ಕಾ, ಹಿರಿಹೆಂಡತಿ ಉಷಾ ಇದ್ದಲ್ಲ, ಅವ್ಳು ಲಾರಿ ಡ್ರೈವರೊಟ್ಟಿಗೆ ಪರಾರಿಯಾದಾಗಿನಿಂದ ಈ ನಾಲ್ಕು ಸಾವ್ರನೇ ಹೆಚ್ಚಾಗಿದೆ. ನಾನೇ ಎಷ್ಟೋ ಸಲ ಸರ್ಕಾರಕ್ಕೆ ಕಾಗದ ಬರೆದಿದ್ದೀನಿ. 'ನನ್ನ ಪಗಾರ ಕಮ್ಮಿ ಮಾಡ್ರಿ, ನಾನಿಲ್ಲಿ ನ್ಯಾಷನಲ್ ವೇಸ್ಟ್ ಮಾಡ್ತಿದೀನಿ' ಅಂತ. ತಿಕ್ಲು ನನ್ಮಕ್ಳು ಒಂದು ಕಾಗ್ದನೂ ತಿರುಗಿ ಕಳಿಸಿಲ್ಲ" ಎಂದುಬಿಡುತ್ತಿದ್ದ.

ನಾನು ಪಕಪಕ ನಕ್ಕು "ಎರಡನೇ ಮದುವೆ ಕೂಡ ಆದ್ರಿ ಅನ್ಸುತ್ತೆ" ಎಂದೆ.

"ನಿಂಗ್ ಯಾರೋ ಹೇಳಿದ್ದು ಕಾಫ್ಕಾ" ಎಂದ

"ನೀವು ಹಿರಿ ಹೆಂಡತಿ ಅಂದಾಗ್ಲೆ ಗೊತ್ತಾಗಲ್ವೇನ್ರಿ? ನೀವೊಳ್ಳೆ" ಎಂದು ಗುಟುಕು

ಬಿಯರ್ ಹೀರಿದೆ.

ಯಾಕೋ ಮಂಕಾಗಿ ತುಟಿಗಿಟ್ಟ ವಿಸ್ಕೀ ತುಂಬಿದ ಗ್ಲಾಸನ್ನು ಕುಡಿಯದೆ ಕೆಳಗಿಳಿಸಿಬಿಟ್ಟ. ನನಗೇಕೋ ಹಿಂಸೆ ಎನಿಸಿತು. ನಾಕಾಣಿಯನ್ನು ಒಮ್ಮೆ ತಬ್ಬಿಕೊಳ್ಳಲು ಮನಸ್ಸಾಯಿತು. ಕೂತಲ್ಲಿಂದ ಎದ್ದೇಳಲು ಆಗದೆ ಭಾವೋದ್ರೇಕ ತಡೆದುಕೊಂಡೆ. ನಂತರ ಮರುಮಾತಾಡದೇ ಎದ್ದು ಹೊರಟುಬಿಟ್ಟೆ. ಅವನಿನ್ನೂ ಅಲ್ಲೇ ಕೂತಿದ್ದ. ಬೆಳಗಿನ ಜಾವದವರೆಗೂ ಹಾಗೇ ಗೂಬೆಯಂತೆ ಕಣ್ಣು ಬಿಟ್ಟೇ ಕೂತಿದ್ದನೆಂದು ಬಾರಿನವನು ಮರುದಿನ ಸಿಕ್ಕಾಗ ಹೇಳಿದ.

ದಿನವೂ ಬಸ್ಸಿನಲ್ಲಿ ಸಿಗುತ್ತಿದ್ದ "ನಾಕಾಣಿ ರಮೇಶ" ವಯಸ್ಸಿನಲ್ಲಿ ನನಗಿಂತ ಹಿರಿಯ. ನಾಕಾಣಿ ಎನ್ನುವ ವಿಶೇಷ, ಅಸಹಜ ಹೆಸರು ಹೇಗೆ ಜನ್ಮ ತಾಳಿತೋ ಗೊತ್ತಿಲ್ಲ. ಆದರೆ ಬದುಕಿನ ಮುಕ್ಕಾಲು ಭಾಗ ತೀರಾ ಒಬ್ಬಂಟಿಯಾಗಿಯೇ ಕಳೆದವನು ಎನ್ನುವ ಬದಲಿಗೆ ಉಳಿದ ಕಾಲು ಭಾಗಕ್ಕೆ ಅವನನ್ನು ನಾಕಾಣಿಯೆಂದು ಹೆಸರಿಟ್ಟಿರಬೇಕೆಂದು ನಾನಂದುಕೊಂಡಿದ್ದೇನೆ.

ನಾನು ಬರುವವರೆಗೂ ಕಾದು ನನ್ನ ಜೊತೆಯೇ ರಾತ್ರಿಯ ಕೊನೇ ಬಸ್ಸು ಹತ್ತುತ್ತಿದ್ದ ನಾಕಾಣಿ, ಬಸ್ಸಿನಲ್ಲಿ ಯಾರೊಂದಿಗೂ ಸಲಿಗೆಯಿಡುತ್ತಿರಲಿಲ್ಲ. ನಾವಿಬ್ಬರು ಒಂದು ರೀತಿ ಬಹುವಚನದ ಗೆಳೆಯರಾಗಿದ್ದೆವು. ನಾಕಾಣಿ ದಿನಾ ಒಬ್ಬನೇ, ಕೆಲವೊಮ್ಮೆ ನನ್ನೊಟ್ಟಿಗೆ ಬಾರಿನಲ್ಲಿ ವಿಸ್ಕಿ ಕುಡಿಯುತ್ತಿದ್ದ. ಆಲೆಗ್ಸಾಂಡರ್, ಲೆನಿನ್ ಕುರಿತಾಗಿ ಗಂಟೆಗಟ್ಟಲೆ ನನ್ನೊಡನೆ ಬಸ್ ಸ್ಟ್ಯಾಂಡಿನಲ್ಲಿ ಹರಟುತ್ತಿದ್ದ. ಒಮ್ಮೆ ಏರಿದ ನಶೆಯಲ್ಲಿ 'ಕಾಫ್ಕಾ' ಎಂಬುವ ನನ್ನ ಹೆಸರು ಯಾವುದೋ ದೇಶದ ಬಲಶಾಲಿ ಕತೆಗಾರನ ನೆನಪಿಗೆ ತರುತ್ತದೆ ಎಂದು ಹೇಳಿ ಅವನ ಸಮಕಾಲೀನರ ಬಗೆಗೂ ಓರೆಯಿಲ್ಲದೆ ಚರ್ಚಿಸುತ್ತಿದ್ದ. ನಾಕಾಣಿಗೆ ತನ್ನವರು ಯಾರಿಲ್ಲವೆಂಬ ಕೊರಗಿಗಿಂತ ತಾನೊಬ್ಬ ಏಕಾಂಗಿಯೆನ್ನುವ ಹೆಮ್ಮೆ ಇದ್ದಿತ್ತೆಂದು ತೋರುತ್ತದೆ. ಆ ದಿನ ಕಾಫ್ಕಾ ಎಂಬ ಹೆಸರಿನ ಬಗ್ಗೆ ನಾಕಾಣಿಗೆ ಇರುವ ಮಮಕಾರ ಕಂಡು ನನಗೆ ಎಲ್ಲಿಲ್ಲದ ಖುಷಿಯಾಗಿತ್ತು.

ದುಃಖಾಂತ್ಯವಾಗಿ ಬಾರಿನ ಪ್ರಸಂಗ ಕೊನೆಗೊಂಡ ನಂತರ ತನ್ನ ಎರಡನೇ ಹೆಂಡತಿಯ ಯಶೋಗಾಥೆಯನ್ನು ಸಮಯ ಸಿಕ್ಕಾಗಲೆಲ್ಲ ನಾಕಾಣಿ ಹೇಳಲು ಯತ್ನಿಸುತ್ತಿದ್ದರಿಂದ ನೋಡಿದರೂ ನೋಡದಂತೆ ನಾನೇ ಅವನಿಂದ ನುಣುಚಿಕೊಳ್ಳುತ್ತಿದ್ದೆ. ಒಂದು ಭಾನುವಾರ ನನ್ನ ಆರ್ಟ್ ಅಂಗಡಿಗೂ ಹುಡುಕಿ ಬಂದಿದ್ದ. ನನ್ನ ಜೊತೆ ಕೆಲಸ ಮಾಡುತ್ತಿದ್ದ ಹೊಂಬಾಳೆಗೆ ಹೇಳಿ ಲೆಮನ್ ಟೀ, ಬರ್ಕ್ಲೀ ಸಿಗರೇಟು ತರಿಸಿ ಸೇದಿಸಿದ್ದೆ. ನನ್ನ ಹಳೆಯ ಪೇಂಟಿಂಗ್ಸ್ ತೀವ್ರವಾಗಿ ನೋಡಿ ಇಷ್ಟಪಟ್ಟ, ಅದರಲ್ಲೊಂದನ್ನು "ನಡು ಮನೆಗೆ ಹಾಕಿಕೊಳ್ತೀನಿ, ಕೊಡ್ತೀಯಾ?" ಎಂದ.

ನಾನು "ಆ ಚಿತ್ರ ಹಳೇದು, ಬೇಡ, ಇದು ಸೊಗಸಾಗಿದೆ ತಗೊಳ್ಳಿ" ಎಂದೆ. ನಾಕಾಣಿ ಹಟಮಾಡಿ ಅದನ್ನೇ ಮನೆಗೆ ಒಯ್ದ. ಅವನು ಆಯ್ಕೆ ಮಾಡಿದ ಪೇಂಟಿಂಗಿನಲ್ಲಿ ಒಂದು ನಾಲ್ಕು ವರ್ಷದ ಜಿಂಕೆ ಬಾಣದ ಏಟು ತಿಂದು ಸತ್ತುಬಿದ್ದಿತ್ತು, ಸತ್ತ ಜಿಂಕೆಯ ಹಿನ್ನೆಲೆಯಲ್ಲಿ ಬೆತ್ತಲೆ ಹೆಣ್ಣಿನ ಮೈಯೊಂದು ಬಯಲಿನಲ್ಲಿ ಓಡುತ್ತಿತ್ತು. ಇದು ಅವನಿಗೆ ಯಾಕೆ ಇಷ್ಟವಾಯಿತೋ ಖಂಡಿತಾ ತಿಳಿಯಲಿಲ್ಲ. ಆದರೆ ಹೋದ ವರ್ಷ ನನ್ನ ಕಲ್ಪನೆಗೆ ತಾಕಿ ಹೋದ, ಕೆಲವೇ ಪಕಳೆಗಳಿದ್ದ ಕಪ್ಪು ಹೂವನ್ನು ಹಳದಿ ಶೇಡಿನಿಂದ ತುಂಬಿಸಿ ಬಿಡಿಸಿದ್ದೆ. ಅದನ್ನೇ ಬೇಡ ಎಂದು ಹೊರಟ ನಾಕಾಣಿಯ ಮೇಲೆ ಉಗುರಷ್ಟು ಕೋಪ ಆ ಕ್ಷಣಕ್ಕೆ ಮಾತ್ರ ಬಂದುಬಿಟ್ಟಿತ್ತು. ನಾಕಾಣಿ ಪೇಂಟಿಂಗ್ ಒಯ್ದ ಮೇಲೆ ನನ್ನ ಜೊತೆ ಕೆಲಸಕ್ಕಿದ್ದ ಹೊಂಬಾಳೆ, ನಾಕಾಣಿಯು ಒಂದೇ ಕಡೆ ಬಾಗಿ ನಡೆಯುವ ಶೈಲಿ, ಮಾತಾಡುವಾಗ ಎಂಜಲು ಉಗಿಯುವುದು, ಮುದುಕರಂತೆ ಸಿಗರೇಟು ಸೇದಿದ್ದನ್ನು ಅಣಕ ಮಾಡಿ ಎರಡು ದಿನ ನಗಿಸಿದ್ದ. ನಾನು ಹೊಂಬಾಳೆಯನ್ನು ಬಯ್ದು ಸುಮ್ಮನಾಗಿಸಿದ್ದೆ.

ನಿಜಕ್ಕೂ ನಾಕಾಣಿ ಬಂದ ಉದ್ದೇಶ ನನಗೆ ಗೊತ್ತಿತ್ತು. ಅದನ್ನವನು ಹೇಳಲು ಚಡಪಡಿಸಿದ್ದ. ಆದರೆ ಅವನು ತನ್ನ ಶುಗರ್‌ಲೆಸ್ ಬದುಕಿನ ಬಗ್ಗೆ ತೀರಾ ನೊಂದುಕೊಂಡು ಹೇಳುತ್ತಾನೆಂದು ಹಿಂಸೆಯಾಗುತ್ತಿದ್ದರಿಂದ ಬೇರೆ ಏನಾದರೂ ಹೇಳಿ ಜಾರಿಕೊಳ್ಳುತ್ತಿದ್ದೆ. ಕೆಲವು ಬಾರಿ ಇವನೇಕೆ ಫಾರೂಕ್‌ನ ಹಾಗೆ ದುಗುಡವನ್ನು ಸೆಣಸಾಡುವುದಿರಲಿ, ಹಂಚಿಕೊಳ್ಳಬೇಕಾದಾಗಲೂ ತೀರಾ ಸಪ್ಪೆಯಾಗುತ್ತಾನೆ ಎಂದು ಯೋಚಿಸಿದ್ದೇನೆ. ಫಾರೂಕ್‌ನ ಓದಿನ ಮಟ್ಟ ಅಷ್ಟು ಎತ್ತರವಲ್ಲದಿದ್ದರೂ ಚುರುಕಾಗಿದ್ದ. ಮೂವತ್ತು ವರ್ಷ ಕಂಡಕ್ಟರ್ ಆಗಿಯೇ ಕಾಲ ಸವೆಸಿದ್ದರೂ ಆ ಬಗೆಯ ದಣಿವು ನಾನು ಕಂಡಿರಲಿಲ್ಲ. ಆದರೆ ನಾಕಾಣಿ ಒಂಟಿಯಾಗಿರುತ್ತಿದ್ದ. ಹೆಚ್ಚಿನಂಶ ನನ್ನೊಟ್ಟಿಗಿದ್ದಾಗಲೂ ಏನೂ ಮಾತಾಡದೆ ಸುಮ್ಮನಿರುತ್ತಿದ್ದ. ಆಗೆಲ್ಲ ಅವನ ಮೈಯಲ್ಲಿ ಕಡು ಏಕಾಂತ ಮಾಡಿದ ಸಹಿಗಳೇ ಕಾಣುತ್ತಿದ್ದವು.

ಬಸ್ಸು ತೊಗರಿಹಂಕಲ್, ಕೈಮರ, ಸಣ್ಣ ದಿಬ್ಬ, ಮಾರಿ ದಿಬ್ಬ, ಕಾಫಿ ದಿಬ್ಬಗಳ ಹಿಂದಿಟ್ಟು ಮುಂದೆ ಹೋಗುತ್ತಿದ್ದರೂ, ನಾನು ಎಷ್ಟೋ ದಿನಗಳ ಹಿಂದೆ ನಡೆದಿದ್ದು, ಯಾರೋ ಹೇಳಿದ್ದು, ಜ್ವರದ ರಾತ್ರಿಯಲ್ಲಿ ನಾಕಾಣಿಯ ಬಗೆಗೆ ಕನವರಿಸಿದ್ದು ಒಂದು ಸಣ್ಣ ನಿದ್ದೆಯ ಉಸಿರಿನಲ್ಲಿ ನೆನಪಿಸಿಕೊಳ್ಳುತ್ತಿದ್ದೆ. ಓಡುವ ಬಸ್ಸಿನಲ್ಲಿ ನಿಂತುಕೊಂಡು ತೂಕಡಿಸುವುದು ಎಷ್ಟು ಹಿತವಲ್ಲವೇ ಜೀವಕ್ಕೆ? "ಏಕಾಂತ ಅನ್ನುವುದೊಂದು ಇದ್ದಲ್ಲಿಯೇ ಅನುಭವಿಸುವ ಧ್ಯಾನದಂತೆ" ಎಂಬೆಲ್ಲ ಪೆಪ್ಪರ್ ಸಾಲ್ಟಿನ ಸಾಲುಗಳು ಹೊಳೆದು ಮಾಯವಾದವು. ದಾರಿಯ ತುಂಬ ಮಿಂಚುಹುಳು, ಮಿಡತೆಗಳು ಬಸ್ಸಿನ ದೊಡ್ಡ ಕಣ್ಣಂತಿದ್ದ ಹೆಡ್‌ಲೈಟಿಗೆ ತಾಗಿ ಹಾರಿಹೋಗುತ್ತಿದ್ದವು. ಡೊಳ್ಳು ಹೊಟ್ಟೆಯವನು

ಯಾವಾಗಲೋ ಇಳಿದು ಅವನ ಸೀಟಿನಲ್ಲಿ ಇನ್ನೊಬ್ಬ ಅಪರಿಚಿತ ಕೂತಿದ್ದ. ಅವನ ಕಾಲಿನ ಕೆಳಗಿದ್ದ ಲಗೇಜನ್ನು ನೋಡಿದೆ. ಇರಲಿಲ್ಲ. ಆ ಅನಾಮಿಕ ಚೀಲದೊಳಗೆ ಅಂಥದ್ದು ಏನಿತ್ತು? ಯಾಕವನು ಅಷ್ಟೊಂದು ಜಾಗರೂಕನಾಗಿದ್ದ, ಕೊನೆಗೂ ಅದರೊಳಗೆ ಸದ್ದು ಮಾಡುತ್ತಿದ್ದದ್ದು ಅನೂಹ್ಯ ಜೀವವೋ, ಬರೀ ವಸ್ತುವೋ? ತನ್ನ ಗುಟ್ಟು ಏಕೆ ಬಿಡಲಿಲ್ಲವೆಂಬ ಸಂದೇಹಗಳು ನನ್ನ ಕಾಡತೊಡಗಿದವು. ನಾಕಾಣಿ ಎಲ್ಲಿ ಹೋದನೆಂದು ಕಣ್ಣು ಹಾಯಿಸಿದೆ. ಅವನಿಗೆ ಹಿಂದುಗಡೆ ಸೀಟು ಸಿಕ್ಕಿತ್ತು. ಎಂದಿನಂತೆ ಬಾಯಿ ಅರ್ಧ ಕಳೆದು ಮಲಗಿದ್ದ. ಕಲ್ಲಂಗಡಿ ಬಣ್ಣದ ಶರ್ಟೊಂದರ ಕೆಳಗೆ ಬಿಳಿ ಪ್ಯಾಂಟು ತೊಟ್ಟಿದ್ದ. ನಾಕಾಣಿಯ ಪಕ್ಕದಲ್ಲಿ ಫಾರೂಕ್ಕು ದಿನದ ಕಲೆಕ್ಷನ್ನಿನ ಎಣಿಕೆಯಲ್ಲಿದ್ದ. ಫಾರೂಕ್‌ನ ಗೋದಿ ಬಣ್ಣದ ಕೈ ಬೆರಳುಗಳಲ್ಲಿ ಹತ್ತು ಇಪ್ಪತ್ತರ ಹಳೆಯ ನೋಟುಗಳು ಚಕಚಕನೆ ಓಡುತ್ತಿದ್ದವು. ಸಾಕಷ್ಟು ಚಿಲ್ಲರೆ ತುಂಬಿ ಜೋತು ಬಿದ್ದಿದ್ದ ಶರ್ಟಿನ ಜೇಬು ತನ್ನ ವ್ಯಥೆಯನ್ನು ಗಾಳಿಗೆ ಹೇಳುತ್ತಿತ್ತು.

ಜಂಬದಹೊಳೆ ಇನ್ನೇನು ಸ್ವಲ್ಪ ದೂರವಿತ್ತು. ಬಸ್ಸು ಒಮ್ಮೆ ಜೋಲಿ ಹೊಡೆದು, ಕಿರ್ರೆಂದು ಹಾರ್ನ್ ಮಾಡಿ ಪ್ರಯಾಣಿಕರನ್ನು ಎಚ್ಚರಮಾಡಿತು. ಜೀಪು ಕಳೆದುಕೊಂಡಿದ್ದ ಮಗುವಿನ ಕಾಲು, ಅದರ ಅಸ್ತವ್ಯಸ್ತವಾದ ನೀಲಿ ಹೂವಿನ ಕಸೂತಿಯ ಚಡ್ಡಿ, ಅಂಗೈಯಲ್ಲಿ ಮೂಡಿದ ಮಧುರವಾದ ಬೆವರು ಎಲ್ಲಾ ಸ್ಪಷ್ಟವಾಗಿ ಕಾಣುತ್ತಿತ್ತು. ಮಗುವಿನ ಮುಖ ಮಾತ್ರ ಕಾಣಲಿಲ್ಲ. ಸ್ವಲ್ಪ ಮುಂದೆ ಬಾಗಿ ನೋಡಿದರೂ ಸಹ ಊಹಾತೀತ ಮುಖ ನಿಗೂಢದಲ್ಲಿ ಅವಿತಂತೆ ತೋರಿತು.

ಜಂಬದಹೊಳೆಯ ಸೇತುವೆ ಬಂದ ಕೂಡಲೇ ಮಲಗಿದ್ದ ಪ್ರಯಾಣಿಕರೆಲ್ಲಾ ಬಸ್ಸಿನಲ್ಲಿದ್ದ ಹೊಸಬರಿಗೆ "ಹ್ಹೋ" ಎಂದು ಕೂಗುತ್ತಾ "ಇದೇ ಜಗತ್ಪ್ರಸಿದ್ಧ ಜಂಬದಹೊಳೆ ನೋಡ್ರಿ. ನೀವು ಕಳ್ಕೊಂಡವ್ರ ಮುಖಗಳು ಇಲ್ಲಿ ಬಗ್ಗಿ ನೋಡ್ರಿ ಸಿಗ್ತವೆ" ಎಂದು ಜೋರು ಜೋರಾಗಿ ಘೋಷಿಸುತ್ತಿದ್ದರು. ಇದು ಪ್ರತಿದಿನದ ಸಂಗತಿಯಾಗಿದ್ದರಿಂದ ಫಾರೂಕ್ಕು ತಲೆಕೆಡಿಸಿಕೊಳ್ಳದೆ "ನಿಮ್ಮ ತಲೆಗಳು ಹುಷಾರು ಮಾತ್ರ" ಎಂದು ಕೂಗಿ ಹೇಳುತ್ತಿದ್ದ. ಈ ಎರಡು ನಿಮಿಷದ ಕಿರು ಪಯಣದಲ್ಲಿ ಹೊಸಬರೆಲ್ಲ ತಲೆಯನ್ನು ಕಿಟಕಿಯಿಂದ ಹೊರ ಹಾಕಿ ತಮ್ಮವರ ಮುಖಗಳನ್ನು ಹುಡುಕುತ್ತಿದ್ದರು. ಕೆಲವರು ತಮ್ಮ ಪ್ರೀತಿ ಪಾತ್ರರ ಮುಖಗಳನ್ನು ಕಂಡೊಡನೆ ಬಿಕ್ಕಿ ಅಳುತ್ತಿದ್ದರು. ಇನ್ನೂ ಕೆಲವರ ಕಣ್ಣಲ್ಲಿ ಬೆಳಕು ಕೋರೈಸುತ್ತಿತ್ತು. ದಿನವೂ ಈ ರೀತಿಯ ದೃಶ್ಯಗಳ ನೋಡಿದ್ದ ನನಗೆ ಇದ್ಯಾವುದೂ ಹೊಸ ಅನುಭವದಂತೆ ಕಾಣಲಿಲ್ಲ.

ಜಂಬದಹೊಳೆ ಎಂದಿನಂತೆ ಮಂದಗಮನೆಯಾಗಿ ಹರಿಯುತ್ತಿತ್ತು. ಸದಾ ನಿದ್ದೆ ಹೋಗುತ್ತಿದ್ದ ನಾಕಾಣಿ ರಮೇಶ ಸಹ ಇಣುಕಿ ನೋಡಲು ಪ್ರಯತ್ನಿಸುತ್ತಿದ್ದುದನ್ನು ಕಂಡು ಅಚ್ಚರಿಯಾಯಿತು. ನಾನೇಕೆ ಬಗ್ಗಿ ನೋಡಬಾರದೆಂದು ಇದೇ ಮೊದಲ

ಬಾರಿ ಮೆಲ್ಲಗೆ ಇಣುಕಿ ನೋಡಿದೆ. ಯಾವುದೋ ಅಪರಿಚಿತ ಮುಖ ಕಂಡು ಮರೆಯಾಯಿತು. ಮತ್ತೊಮ್ಮೆ ಇಣುಕಿದೆ. ಅದೇ ಜೊಲ್ಲು ಸೋರಿ ಪೌಡರಿನಂತಾದ ತೇಲುವ ಕೆನ್ನೆ, ಒಂದು ಕೈಯಲ್ಲಿ ಕೆಂಪು ರಂಗಿನ ಜೀಪು, ಬಳೆ ಚೂರಿನಿಂದ ಕೊರೆದಂಥ ತುಟಿ, ಎಳೆಯ ಕಿವಿ ಎಲ್ಲ ಮೂಡಿ ಮಾಯವಾಗುತ್ತಿತ್ತು. ಅದೆಷ್ಟು ಚಂದವಿತ್ತು ಆ ವದನ! ಆರಿದ ಬೆಂಕಿಕಡ್ಡಿಯಲ್ಲಿ ತೀಡಿದ ಹುಬ್ಬುಗಳು, ಹವಳದಂಥ ತುಟಿ, ರೆಪ್ಪೆ ಅಲುಗಿಸಿದಾಗ ತೆರೆಯುವ ಅಚ್ಚರಿಯ ಕಣ್ಣು, ಒಮ್ಮೆಲೇ ಎಲ್ಲ ಕನಸಿನಂತೆ ಭಾಸವಾಯಿತು. ಮತ್ತೊಮ್ಮೆ ಎಲ್ಲಾ ಹೊಳೆಯಲ್ಲಿಯೇ ಕಲಸಿಹೋದಂತೆ ಅನ್ನಿಸಿತು. ಎಲ್ಲೋ ನೋಡಿದ ಮುಖವದು ಎಂದು ಬಸ್ಸಿನಲ್ಲಿ ಮಗು ಮಲಗಿದ್ದ ಕಡೆ ಹೊರಳಿದೆ. ಮಗು ಕಾಣಲಿಲ್ಲ. ಪರಿಚಿತರ ಬಳಿ ಕೇಳಿದೆ. ಅವರು ಗೊತ್ತಿಲ್ಲವೆಂದರು. ಅವರು ಕೂತಿದ್ದ ಸೀಟಿನತ್ತ ಹೋಗಿ ನೋಡಿದೆ, ತಾಯಿ ಮತ್ತು ಮಗು ಇಬ್ಬರೂ ಇರಲಿಲ್ಲ. ಬಸ್ಸು ಹೊಳೆ ದಾಟಿ ಅರ್ಧ ತಾಸಾಗಿದೆ ಎಂದು ಫಾರೂಕ್ ಹೇಳಿದ. ನಾಕಾಣಿ ಸಹ ಆಗಲೇ ಇಳಿದು ಹೋಗಿದ್ದ. ಬಸ್ಸಿನಲ್ಲಿ ಕೆಲವೇ ಮಂದಿ ಇದ್ದೆವು.

ಮನೆಗೆ ಹೋದ ಮರುಕ್ಷಣವೇ ಮಗುವಿನ ಮುಖವನ್ನು ನನ್ನ ಕುಂಚಗಳಲ್ಲಿ ಹಿಡಿದಿಡಲು ಪ್ರಯತ್ನಿಸಿದೆ. ಯಾವುದೋ ನೂತನ ಭಾವ ಎದುರಾಗಿ ಎಲ್ಲಾ ಕಲಸಿಹೋದಂತಾಯಿತು. ಮಗುವಿನ ಮುಖ ಜಂಬದಹೊಳೆಯಲ್ಲಿ ಕಂಡು ಅರ್ಧ ವರ್ಷವಾದರೂ ಈಗಲೂ ಹೊಳೆಯಲ್ಲಿ ನನಗೆ ಹಾಗೆಯೇ ಕಾಣುತ್ತದೆ. ಬಣ್ಣಗಳಲ್ಲಿ ಸೆರೆಹಿಡಿಯಲು ಹೋದಾಗ ಕಲಸಿಹೋದಂತೆ ಅನ್ನಿಸುತ್ತದೆ.

ಡುಮಿಂಗ

ಅರ್ಥ ಅಕ್ಷರ ಓದಿಸಲಿಲ್ಲ, ಕೈಹಿಡಿದು ಬರೆಸಲಿಲ್ಲ. ನನಗೊಂದು ಒಳ್ಳೆ ಹೆಸರಾದರೂ ಇಡಬಾರದಿತ್ತಾ ತಂದೇ! ಎಂದು ನಿಂತಲ್ಲೇ ಬೈದುಕೊಂಡೇ ಕಣ್ಣು ಕಿರಿದಾಗಿಸಿ ಎಂದೋ ಕಾಣೆಯಾದ ಅಪ್ಪನಿಗೆ ಕಂಡಾಪಟ್ಟೆ ಶಪಿಸುತ್ತಿದ್ದ.

ಅಚ್ಚಿನವನು ಇವನ ಚಪ್ಪಟೆ ಮೋರೆಯನ್ನೊಮ್ಮೆ ದಿಟ್ಟಿಸಿ ನೋಡಿ "ಕರೆಕ್ಷನ್ ಇದ್ರೆ ಸಂಜೆಯೊಳಗಾಗಿ ಹೇಳಿಬಿಡಿ ಸರ್" ಎಂದು ಕೊಟ್ಟ ಹೆಸರನು ಸಣ್ಣ ಚೀಟಿಯಲ್ಲಿ ಬರೆದುಕೊಂಡು, ಹುಸಿಯಾಗಿ ಕೆಮ್ಮುತ್ತಲೇ "ಹೋಗಿ ಬನ್ನಿ" ಎಂದನೋ ಏನೋ! ಅದು ಇವನಿಗೆ ಅರ್ಥವಾಗಿ ಅವಸರವಾಗಿ ಕಾಲು ಕಿತ್ತ. ಹೊರಗೆ ಬಂದಾಗ ಗ್ಯಾರಂಟಿ ಉಮಾಗೋಲ್ಡಿನ ಕೈ ಗಡಿಯಾರದಲ್ಲಿ ಸಂಜೆ ಐದು ಗಂಟೆಗೆ ಕಿರು ಮುಳ್ಳಿನ ಇನ್ನೊಂದು ರೌಂಡು ಬಾಕಿಯಿತ್ತು.

ಮೊಬೈಲಿನ ಬ್ಯಾಟರಿ ಆಗಲೇ ಆಪತ್ತಿನಲ್ಲಿ ಸಿಲುಕಿ ಒದ್ದಾಡುತ್ತಿತ್ತು. ಎಚ್ಚೆತ್ತು ಸಿಡಿದೆದ್ದು ಪ್ರಸನ್ನಳ ನಂಬರಿಗೆ ಫೋನು ಮಾಡಿದ. ಬ್ಯುಸಿ ಟೋನ್ ಕೇಳಿಬಂದಿತ್ತೇನೋ, ಮತ್ತೆ ಗುಡುಗಿದ. ಸಿಲ್ವರ್ ಪಾರ್ಕಿನ ಬೀಡಾಡಿ ನಾಯಿಯೊಂದಕ್ಕೆ ಕಲ್ಲು ಹೊಡೆದ. ನಾಯಿ ಒಂದೇ ಸಮನೆ ಬೊಗಳಿತು. ಆಮೇಲೆ ಒಮ್ಮೆ ಆಕಳಿಸಿ ಮತ್ತೆ ಪ್ರಸನ್ನಳ ನಂಬರಿಗೆ ಫೋನು ಮಾಡಿ ಕೆರಳಿದ. "ಎಷ್ಟೊಂದು ಜವಾಬ್ದಾರಿ ನನಗೆ ಇವೆಯಲ್ಲ ಈಕೆಗೆ ಕಿಂಚಿತ್ತಾದಾದರೂ ಪರಿವೆಯಿಲ್ಲ" ಎಂದು ಗೊಣಗಿಕೊಂಡೇ ಪುನಃ ಫೋನು

ಮಾಡಹತ್ತಿದ.

ಇವೆಲ್ಲ ಶುರುವಾಗಿ ಸುಮಾರು ಅರ್ಧ ತಿಂಗಳಾಯಿತು. ರಿಜಿಸ್ಟರ್ ಮದುವೆಯ ಬಗ್ಗೆ ಪರಿಚಿತರಲ್ಲಿ ವಿಚಾರಿಸುವುದೋ, ಇಬ್ಬರ ಜಾತಕ ತೆಗೆದು ಜ್ಯೋತಿಷಿಗಳು ಹೇಳಿದಂತೆ ಛತ್ರದಲ್ಲಿ ಮದುವೆಯಾಗುವುದೋ ಅಥವಾ ಶನಿ ದೇವನ ಗುಡಿಯಲ್ಲಿ ಸ್ನೇಹಿತರ ಮುಂದೆ ತಾಳಿ ಕಟ್ಟುವುದೋ ಎಂದು ಇಬ್ಬರಲ್ಲೂ ಎತ್ಎತ್ತರವಾದ ಚರ್ಚೆಗಳಾಗುತ್ತಿತ್ತು. ಮೊದಲೆಲ್ಲಾ ಪ್ರಸನ್ನ, 'ನನ್ನ ಪಾಡಿಗೆ ಬಿಟ್ಟು ಬಿಡು ಮಾರಾಯಾ ಹಾಳಾಗಿಹೋಗ್ತಿನಿ. ನಿಂಜೊತೆ ಬಾಳ್ವೆ ಮಾಡೋಕ್ಕಾಗಲ್ಲ ನಂಗೆ' ಎಂದು ಕುಕ್ಕರಗಾಲಲ್ಲಿ ಕೂತು ಅತ್ತುಬಿಡುತ್ತಿದ್ದಳು. ಇವನು ಇವಳು ಯಾವ ಗ್ರಹದ ಜಂತೋ ಎಂದು ಮಿಕಿಮಿಕಿ ನೋಡುತ್ತಿದ್ದ. ಕೊನೆಗೆ ಯಾವುದೇ ಬಣ್ಣದ ಮಾತುಗಳು ನಾಲಿಗೆಯಲ್ಲಿ ತೋಚದೆ ಮಂಜು ಸುರಿದು ಮೆತ್ತಗಾದ ಹುಲ್ಲಿನಂಥ ಆಕೆಯ ಕೆನ್ನೆಗೆ ಮುತ್ತಿಟ್ಟು ಮಿಕಿಮಿಕಿ ನೋಡಿ ನಕ್ಕುಬಿಡುತ್ತಿದ್ದ. ಪ್ರಸನ್ನ ಥೇಟು ಹೂವೇ ಆಗಿಬಿಡುತ್ತಿದ್ದಳು. ಆದರೆ ಈ ಗ್ರಹಣದ ದಿನಗಳಲ್ಲಿ ಇಬ್ಬರೂ ದಿಟ್ಟ ಕಣಗಿಲೆಯ ರೀತಿ ಸೋಮವಾರದ ಸಂತೆಯ ನಡುವೆಯೂ ನಿಂತುಬಿಡುತ್ತಿದ್ದರು.

ಶುಕ್ರವಾರದ ಮಧ್ಯಾಹ್ನ ಮಾಗಿದ ಸೀತಾಫಲ ತಿಂದು ಪ್ರಸನ್ನ ತುಂಬಾ ಉಲ್ಲಸಿತಳಾಗಿದ್ದಳು. ತನಗೆ ಬುದ್ಧಿ ಬಂದಾಗಿನಿಂದಲೂ ಕಷ್ಟಗಳನ್ನೇ ಸವೆಸಿದ್ದಳು. ಕುಡಿತಕ್ಕೆ ಶಾಮೀಲಾಗಿದ್ದ ಅಪ್ಪ ದುಡಿದಿದ್ದನ್ನೆಲ್ಲಾ ಮನೆಗೆ ತರುತ್ತಿರಲಿಲ್ಲ. ತಾಯಿ ಯಶೋದೆ ಎಂದೋ ಪಕ್ಕದ ಮನೆಯವನೊಂದಿಗೆ ರಾತ್ರೋರಾತ್ರಿ ಪರಾರಿಯಾಗಿದ್ದಳು. ಇದೆಲ್ಲ ಅರ್ಥವಾಗದ ವಯಸ್ಸಿಗೆ ವಠಾರದ ಜನ ರಸವತ್ತಾಗಿ ಮಾತಾಡುವಾಗಲೇ ಅಪ್ಪ ಇವರೆಲ್ಲಾ ಹೊಲಸು ಶಬ್ದಗಳನ್ನೆಲ್ಲಾ ನುಣ್ಣಗೆ ಅರೆಯುವುದ ಕಂಡರೂ ಏನೂ ನಡೆದೇ ಇಲ್ಲವೆನ್ನುವಂತೆ ಇದ್ದುಬಿಟ್ಟ. ಹಿರಿಯ ಅಕ್ಕ ಪತಿವ್ರತೆ ಮನೆಯ ನೊಗ ಹೊರಲೇಬೇಕಾಯ್ತು. ತನ್ನ ಓದನ್ನು ಮರೆತು ತಂಗಿಗೆಂದು ಕಾಫಿ ತೋಟದಲ್ಲಿ ಕೆಲಸಕ್ಕಿದ್ದಳು. ಪತಿವ್ರತೆಯ ಎತ್ತರಕ್ಕಿಂತ ಕಾಫಿ ಗಿಡಗಳೇ ದುಂಡಗೆ ಉದ್ದಕೆ ಇದ್ದವು. ಇಡೀ ನೂರು ಎಕರೆ ತೋಟದಲ್ಲಿ ಅವಳೊಂದು ಬೋನ್ಸಾಯ್ ಗಿಡದಂತೆ ಕಾಣುತ್ತಿದ್ದಳು. ದಿನಾ ನಾಲ್ಕು ಕಾಸಿಗೆ ಕಾಫಿ ಮೊಗ್ಗುಗಳ ಆಯುವಾಗ, ಅದೆಷ್ಟು ಸಲ ಮಿಡತೆಗೆ ಹೆದರಿ ತಂಗಿಯೊಟ್ಟಿಗೆ ಸಂಜೆ ಒಂದೇ ಚಾದರದಡಿ ಮಲಗುವಾಗ ಒಬ್ಬಳೇ ಮೂಕವಾಗಿ ಕಂಪಿಸುತ್ತಿದ್ದಳು. ಮೊದಲಿನಿಂದಲೂ ಬಣ್ಣದ ಚಿಟ್ಟೆಗೂ ಮಿಡತೆಯೆಂದೇ ಹೇಳಿಕೊಟ್ಟ ಅಮ್ಮ, ತಕ್ಕಮಟ್ಟಿಗೆ ಮೂಕರ ಭಾಷೆಯನ್ನೂ ಹೇಳಿಕೊಟ್ಟಿದ್ದಳು. ಪತಿವ್ರತೆ ಮೂಕಿ ಎಂದು ತಿಳಿದೇ ರಾಚಪ್ಪ ಕುಡಿಯೋದ ಕಲಿತ ಎಂದು ಸಂಬಂಧಿಕರೆಲ್ಲಾ ದೂರುತ್ತಿದ್ದರು. ಆದರೆ ಪತಿವ್ರತೆ ಇದರೆಲ್ಲದರ ನಡುವೆ ತನಗೆ ಬೇಕಾದ ಗಟ್ಟಿತನ, ಜಾಣ ಕುರುಡು, ಕನ್ನಡಿಯೆದುರು ಬೇಕಾದಾಗ ನಕ್ಕು ಹಗುರಾಗುವಂಥ ನೈಪುಣ್ಯ

ಸಿದ್ಧಿಸಿಕೊಂಡಿದ್ದಳು. ಸಿಡುಕ ರಾಚಪ್ಪ ಒಮ್ಮೆಯೂ ಈಕೆಯ ಕಡೆ ಕಿರುಗಣ್ಣಲ್ಲೂ ನೋಡುತ್ತಿರಲಿಲ್ಲ. ರಾಚಪ್ಪ ಯುಗಾದಿಯ ದಿನ ಸತ್ತಾಗ ಚಿತೆಗೆ ಬೆಂಕಿ ಪತಿವ್ರತೆ ಸೋಕಿಸುವಾಗ ಅವನ ಮುಖ ಪ್ರಶ್ನಾರ್ಥಕವಾಗಿಯೇ ಕಾಣುತ್ತಿತ್ತು. ಪತಿವ್ರತೆಯ ಕಣ್ಣಲ್ಲಿನ ನೀರು ಹಿಮವಾಗಿತ್ತು. ಹನ್ನೆರಡು ವರ್ಷದ ಪ್ರಸನ್ನ ಅಕ್ಕನಿಗಿಂತ ತುಸು ಎತ್ತರವಾಗಿ ನಿಂತು ಬೆನ್ನು ತಬ್ಬಿದ್ದಳು.

ಒಂದು ಕ್ಷಣದಲ್ಲಿ ಕಣ್ಣ ಮುಂದೆ ಇವೆಲ್ಲಾ ಹಾದು ಹೋಯಿತು. ಅಕ್ಕ ತನ್ನ ತೋಟದಲ್ಲೇ ರೈಟರ್ ಕೆಲಸಕ್ಕಿದ್ದ ಜೇಮ್ಸ್‌ನನ್ನು ವರಿಸಿ ಹಾಯಾಗಿದ್ದಾಳೆ. ಆಕೆಗೀಗ ಮುದ್ದಾದ ಒಂದು ಹೆಣ್ಣು ಮಗು. ಜೇಮ್ಸ್ ಬೆಳ್ತಂಗಡಿಯ ಮಿಶನರಿಯಲ್ಲಿ ಬೆಳೆದ ಹುಡುಗ. ಆತನೂ ಹುಟ್ಟು ಮೂಕ. ತನ್ನ ಮಗಳಿಗೆ ಮಂಗಳ ಎಂದು ಹೆಸರಿಟ್ಟಿದ್ದಾನೆ. ಈ ಮೂಕ ದಂಪತಿ ಮಾತಿಗಿಂತ ದಿವ್ಯಮೌನದಲ್ಲೇ ಬದುಕನ್ನು ಕಳೆಯುತ್ತಿದ್ದಾರೆ. ನನ್ನ ಬದುಕು ಈ ಪೇಪರ್ ದೋಣಿಯಲ್ಲಿ ಗೋವಾ ಬೀಚ್ ಸುತ್ತಿಸುವ ಪ್ರಹಸನ ಮಾಡದಿರಲಿ ದೇವರೇ ಎಂದು ಸೀತಾಫಲದಲ್ಲಿ ಆಗಾಗ್ಗೆ ಸಿಗುವ ಕಪ್ಪು ಬೀಜಗಳ ಉಗುಳುತ್ತಾ ಪಕ್ಕದಲಿ ಮುಗ್ಧನಂತೆ ಕೂತ ಡುಮಿಂಗನನ್ನು ನೋಡಿದಳು. ಅವನು ಹಳೇ ಐದರ ನೋಟಿಗೆ ಸೀತಾಫಲ ಕೊಂಡು ಉಳಿದ ಚಿಲ್ಲರೆ ಕಾಸು ಸೇರಿಸಿಕೊಂಡು ಲೆಕ್ಕ ಮಾಡುತ್ತಿದ್ದ.

ಮರುದಿನ ರಾತ್ರಿ ಫೋನು ಮಾಡಿ, "ನಾವಿಬ್ಬರು ಒಂದು ನೂರು ಜನರೆದುರು ಶನಿದೇವನ ಸನ್ನಿಧಾನದಲಿ ಮದುವೆಯಾಗೋಣ" ಎಂದು ಹೇಳಿದಳು. "ನೂರು ಜನರೇಕೆ?" ಡುಮಿಂಗ ಕ್ಯಾತೆ ತೆಗೆದ. "ವಠಾರದ ಜನರು, ಹಳೆಗೆಳತಿಯರನ್ನೂ ಕರೆಯದಿದ್ದರೆ ಹೇಗೆ?" ಎಂದಳು. ನನಗೆ ಪರಿಚಯವಿರುವ ಪ್ರೆಸ್‌ನಲ್ಲಿ ಒಂದು ಕಾರ್ಡಿಗೆ ಎರಡು ರೂಪಾಯಿ ನಾನೇ ಮಾಡಿಸುತ್ತೇನೆ. ಎರಡು ದುಂಡು ಮಲ್ಲಿಗೆ ಹಾರ, ಊಟಕ್ಕೆ ಪಂಕ್ಚರ್ ಶಾಪಿನ ಬಳಿಯಿರುವ ಖಾನಾವಳಿಗೆ ಇಂದೇ ಹೇಳಿಬಿಡಿ ಎಂದು ಅವಸರದಲ್ಲೇ ಫೋನು ಇಟ್ಟಳು. ಕರಾರಿನಂತೆ ಪರಿಚಯವಾದ ಆರೇ ತಿಂಗಳಿಗೆ ಮದುವೆಯಾಗೋಣ ಎಂದು ಇಬ್ಬರೂ ರಾಯದುರ್ಗದ ಕೋಟೆಯಲ್ಲಿ ತುಟಿಗೆ ತುಟಿ ಬೆಸೆಯುವಾಗ ಬಿಸಿಯಾಗಿಯೇ ಹೇಳಿಕೊಂಡಿದ್ದರು. ಆ ಆರು ತಿಂಗಳಿಗೆ ಇನ್ನು ಮೂರೇ ದಿನ ಬಾಕಿಯಿತ್ತು.

ಪ್ರಸನ್ನಳ ಊರಿಗೆ ಫಾಸ್ಟ್ ಫುಡ್‌ನ ರುಚಿ ತೋರಿಸಲು ಬಂದ ಡುಮಿಂಗನನ್ನು ಭಾರೀ ಅಬ್ಬರದಿಂದ ಸ್ವಾಗತ ಮಾಡಿಕೊಂಡಿತ್ತು ಊರು. ಯಾವ ಅರಸಿಕಳೂ ಡುಮಿಂಗನ ಮಾತಿಗೆ ಒಮ್ಮೆ ಮನಸೋಲದೆ ಇರಲಾರಳು ಎಂಬುದನ್ನು ಸ್ವತಃ ಡುಮಿಂಗನೇ ನಂಬಿದ್ದ. ಹತ್ತೊಂಬೊತ್ತು ನೂರ ತೊಂಬತ್ನಾಲ್ಕರ ಮಾಡೆಲ್ ಬಿಳಿ ಒಮ್ನಿ ಗಾಡಿಯಲ್ಲಿ ಇಳಿಸಂಜೆ ಮೃದು ಇಡ್ಲಿ, ನಾಲ್ಕು ಬಗೆಯ ದೋಸೆ ಮಾರುವ

ಹೋಟೆಲ್ಲಿಗೆ ಒಂದು ಅಸಹಜ ಹೆಸರಿಟ್ಟು ಜನರ ಮೋಡಿಗೊಳಿಸುತ್ತಿರುವ ಡುಮಿಂಗನ ಹೆಸರು ಎಲ್ಲೆಲ್ಲೂ ಸದ್ದು ಮಾಡಿತ್ತು. ಎಸ್ಟೇಟಿನಲ್ಲಿ ದಣಿದು ಬಂದ ಜನ ಮುಗಿ ಬೀಳುತ್ತಿದ್ದರು. ಆಗ ತಾನೇ ಸಲ್ಮಾನು ಖಾನ್‌ನ ಕಪ್ಪು ಗ್ಲಾಸು ಹಾಕಲು ಕಲಿತ ಕಂಬಳಿ ಹುಳು ಮೀಸೆಯ ಹುಡುಗರ ಹಾಟ್ ಫೇವರೆಟ್ ಅಡ್ಡೆಯಾಗಿಯೂ ಡುಮಿಂಗನ ಸಂಚಾರಿ ಹೋಟೆಲ್ ಪ್ರಕಾಶಿಸತೊಡಗಿತು.

ವಾರ ಪತ್ರಿಕೆಯ ಆಫೀಸಿನ ಪಕ್ಕ ಸ್ವಂತ ಝುರಾಕ್ಸಿನ ಅಂಗಡಿ ನಡೆಸುತ್ತಿದ್ದ ಪ್ರಸನ್ನ, ಇವನ ಹೆಸರು ಗಿರಾಕಿಗಳ ಬಾಯಲ್ಲಿ ಅಪಭ್ರಂಶವಾಗಿ ಕೇಳಿ ಬಿಡುವಿಲ್ಲದೆ ನಕ್ಕಿದ್ದಳು. ಅದು ಹೇಗೋ ಇವಳೊಂದಿಗೆ ಸ್ನೇಹ ಗಿಟ್ಟಿಸಿದ ಡುಮಿಂಗ ಆಕೆ ಬೇಡವೆಂದರೂ ಸೆಟ್ ದೋಸೆ, ಬೊಗಸೆ ಪಕೋಡ ಒಯ್ದು ಕೊಡುತ್ತಿದ್ದ. ರೇಗಿಸುವಂತೆ ನಿನ್ನ ಹೆಸರಿನ ಅರ್ಥ ಏನೆಂದು ಕೇಳಿದರೆ ಪೆಕರನಂತೆ ನಕ್ಕು ನೆರೆಯಾದ ತಲೆ ಕೆರೆದುಕೊಳ್ಳುತ್ತಿದ್ದ. ಇವರಿಬ್ಬರ ನಡುವೆ ಪ್ರೇಮಾಂಕುರವಾದ ಮೊದಲಲ್ಲಿ "ನಿನ್ನ ಹೆಸರನ್ನು ಬದಲಾಯಿಸಿಕೋ" ಎಂದು ಒತ್ತಾಯಿಸಿದಳು. ಆದರೆ ಇವ ಮಾತ್ರ "ಅದು ಹದಿನಾಲ್ಕನೇ ವಯಸ್ಸಿಗೆ ಹಿಮಾಲಯಕ್ಕೆ ಹೋದ ಚಿಕ್ಕಪ್ಪ, ನಾನು ಜನಿಸಿದ ಸುದ್ದಿ ತಿಳಿದ ಕ್ಷಣದಲ್ಲೆ ಠಣ್ಣನೆ ಬಂದು ಇಟ್ಟ ಹೆಸರು. ಜೂಜುಕೋರನಾದ ಚಿಕ್ಕಪ್ಪನಿಗೆ ಮೋಕ್ಷ ಕಾಣಿಸಿದ ಪರಮ ಗುರುವಿನ ಹೆಸರಂತೆ ಅದು. ಸುತರಾಂ ಬದಲಾಯಿಸಲು ಸಾಧ್ಯವಿಲ್ಲ" ಎಂದು ಹೇಳಿ ಪ್ರಸನ್ನಳ ಬಾಯಿ ಮುಚ್ಚಿಸುತ್ತಿದ್ದ. ಪ್ರಸನ್ನಳೇ ಏಕೈಕ ಹುಡುಗಿಯಾಗಿದ್ದಳು ಡುಮಿಂಗನನ್ನು ಅಷ್ಟು ಸಲಿಗೆಯಿಂದ ಮಾತಾಡಿಸಿದವರಲ್ಲಿ. ಕೂದಲು ಬಣ್ಣದವರಾದರೂ ಬಣ್ಣಿಸುವಂತೆ ಯಾವುದೇ ಆಕರ್ಷಕ ಔಟ್‌ಲೈನು ಇಬ್ಬರಿಗೂ ಇರಲಿಲ್ಲ. ಆದರೆ ಪ್ರಸನ್ನಳಿಗೆ ಮಜಬೂತಾದ ವ್ಯಕ್ತಿತ್ವವಿತ್ತು. ಡುಮಿಂಗ ಮಾತ್ರ ತನ್ನ ಖಾತೆಯಲ್ಲಿ ಬೇಜಾನು ಜನ ಹುಡುಗಿಯರಿದ್ದಾರೆ. ನಾನೇ ಮನಸ್ಸು ಮಾಡುತ್ತಿಲ್ಲ ಎಂದು ತನ್ನ ಬಳಿ ತಟ್ಟೆ ತೊಳೆಯಲು ಇದ್ದ ಈರಪ್ಪನ ಹತ್ತಿರ ಸುಳ್ಳು ಸುಳ್ಳೇ ಹೇಳುತ್ತಿದ್ದ.

ಭಾನುವಾರದ ಮದುವೆಗೆ ಪಕ್ಕದ ಮನೆಯ ಲತಾಳೊಂದಿಗೆ ಸೀರೆ ತರಲು ಅಕ್ಕನ ಜೊತೆ ಪ್ರಸನ್ನ ಹೋಗಿದ್ದಳು. ಅಕ್ಕನೊಂದಿಗೆ ಚಂದದ ಸೀರೆಯ ಹುಡುಕಾಟದಲ್ಲಿದ್ದ ಪ್ರಸನ್ನ ಫೋನನ್ನು ಲತಾಳಿಗೆ ವಹಿಸಿ ತನ್ನ ಕೆಲಸದಲ್ಲಿ ಮಗ್ನಳಾದಳು. ಫೋನು ಸಿಕ್ಕಿದ್ದೇ ತಡ, ತನ್ನ ಪ್ರಥಮ ಪ್ರಿಯಕರನಾದ ಕೇಬಲ್ ರಮೇಶನೊಂದಿಗೆ ತಾಸುಗಟ್ಟಲೆ ಲತಾ ಹರಟಲು ಶುರುವಿಟ್ಟಳು. ಉತ್ಸಾಹಿ ಡುಮಿಂಗನ ಪ್ರತಿ ಕರೆಗಳೂ ತಪ್ಪುತ್ತಿದ್ದವು.

ಡುಮಿಂಗನಿಗೆ ಅಚ್ಚಿನವನು ತನ್ನ ಹೆಸರಿಗೆ ಮಾಡಿದ ಅವಮಾನವನ್ನು ನೆನೆಸಿಕೊಂಡು ಸೆಕೆಂಡಿಗೊಮ್ಮೆ ಕುಪಿತಗೊಳ್ಳುತ್ತಿದ್ದ. ಆ ಅಡ್ನಾಡಿ ಅಚ್ಚಿನವನು ಸಹ ನನ್ನ ಹೆಸರಿನ ಅರ್ಥ ಕೇಳುವ ಹಾಗೆ ಆದನಲ್ಲ. ಇವೆಲ್ಲದಕ್ಕಿಂತ ನನ್ನ ಹೆಸರು

ಪ್ರಸನ್ನಳ ಹೆಸರಿನೊಂದಿಗೆ ತುಂಬಾ ಕೆಟ್ಟದಾಗಿ ಕೇಳಿಸುತ್ತದೆಂದು ಹೆಸರು "ಚೇಂಜ್ ಮಾಡ್ಕೊಳ್ಳಿ" ಎಂದು ಪುಕ್ಕಟ್ಟೆ ಸಲಹೆ ಕೊಟ್ಟನಲ್ಲ ಭಾಡ್ಕೋ ಎಂದು ಆತ್ಮಕ್ಕೆ ಚ್ಯುತಿ ಬಂದಂತೆ ಪರಿತಪಿಸತೊಡಗಿದ.

ನಿಜಕ್ಕೂ ನನ್ನ ಹೆಸರು ಅರ್ಥಹೀನವೆ? ಎಷ್ಟೋ ಜನರು ತಮ್ಮ ಹುಟ್ಟಿಗೆ ಅರ್ಥವಿಲ್ಲದಂತೆ ಓಡಾಡಿಕೊಂಡಿದ್ದಾರಲ್ಲ? ಚಿಕ್ಕಪ್ಪ ತನ್ನ ಅಣ್ಣನ ಮೇಲಿನ ಸೇಡು ನನ್ನ ಮೇಲೆ ತೀರಿಸಿಕೊಂಡನೆ? ಅದೆಷ್ಟು ಅಸಹಿಷ್ಣುಗಳಿಗೆ ಹೀಗೆ ಅಸಮಾಧಾನವಿದೆಯೋ? ಅಚ್ಚಿನವನು ಯಾಕೆ ಕೊಂಕಿನಿಂದ ಒತ್ತಿ ಒತ್ತಿ ಕರೆಕ್ಷನ್ ಇದ್ರೆ ಹೇಳಿ ಅಂದಿದ್ದು? ಪ್ರಸನ್ನಳಿಗೆ ನನ್ನ ಹೆಸರಿನಿಂದ ಮುಜುಗರವಾಗುತ್ತಿದೆಯೆ? ಈಗಲೇ ಫೋನು ಮಾಡಿ ಕೇಳಲಾ ನನಗೊಂದು ಒಳ್ಳೆ ಹೆಸರೊಂದನ್ನು ಸೂಚಿಸಲು? ನಿನಗೆ ಇಷ್ಟವಾಗುವ ಹೆಸರಿಡೆಂದು ಪ್ರಸನ್ನಳಿಗೆ ಫೋನು ಮಾಡಿದ. ಆ ಕಡೆಯಿಂದ "ನೀವು ಕರೆ ಮಾಡಿರುವ ಚಂದಾದಾರರು ಬೇರೊಂದು ಕರೆಯಲ್ಲಿ ವ್ಯಸ್ತರಾಗಿದ್ದಾರೆ, ಪುನಃ ಪ್ರಯತ್ನಿಸಿ" ಎಂಬ ಮಾತು ಕೇಳಿಬರುತ್ತಿತ್ತು.

ಮಲೀನಾ

ಕಳೆದ ವಾರದ ಒಂದು ಸಂಜೆಯ ಹೊತ್ತಿಗೆ ಬಡ ದೇವರಂತೆ ಮಲೀನಾ ಸಿಕ್ಕಿದ್ದಳು. ಅಂದಾಜು ಎನಿಸುವಷ್ಟು ಕುಡಿದಿದ್ದಳು ಅಥವಾ ಆಕೆ ಯದ್ವಾ ತದ್ವಾ ಪೂಸಿಕೊಂಡಿದ್ದ ಅತ್ತರಿನ ಖುಷ್ಬೂವಿನ ಕಾರಣದಿಂದಾಗಿ ನನಗೆ ಹಾಗೆ ಅನ್ನಿಸಿತೇನೋ. ಅವಳ ಮಾರ್ಜಾಲ ಕಣ್ಣುಗಳಲ್ಲಿ ಅದೇ ನೂರು ವ್ಯಾಟು ಬಲ್ಬಿನ ಪ್ರಖರ ಬೆಳಕು, ಜೇನುತುಪ್ಪದಲ್ಲಿ ಅದ್ದಿದ ಎಳೆ ತುಟಿ, ನಕ್ಕರೆ ಗಿಟುಕು ತೆಂಗಿನಕಾಯಿಗೆ ಡಿಚ್ಚಿ ಹೊಡೆದಂಥ ಸದ್ದು, ಮೊಣಕಾಲಿನ ತನಕವೇ ತೊಟ್ಟಿದ್ದ ಕೆಂಬಣ್ಣದ ಮಿಡಿಯ ಕೆಳಗೆ ಬಲಿತ ಸದೃಢ ಮೀನಖಂಡಗಳನ್ನು ನವಿರಾಗಿ ಬೆರಗಿನಿಂದ ನೋಡುತ್ತಿದ್ದೆ.

"ಏನೋ ಹುಡುಗಾ, ಮಜ್ನು ಆಗ್ತಿಯೇನೋ?" ಎಂದು ಗರಮ್ಮಾಗಿ ನಕ್ಕಳು.

ಹಿಂದಿ ಸಿನಿಮಾವೊಂದರ ಪೋಸ್ಟರ್ ಹರಿದ ಗೋಡೆಗೆ ಒರಗಿ ಕದ್ದು ಸಿಗರೇಟು ಸೇದುತ್ತಾ ನಿಂತಿದ್ದ ನನಗೆ, ಸ್ವಪ್ನದ ಹಗುರ ನೂಲು ಒಂದೇ ಸಮನೆ ಕೊರಳಿಗೆ ಸಿಲುಕಿದಂತಾಗಿ ತಡವರಿಸಿದೆ. ಆಮೇಲೆ ಸೆಕೆಂಡಿನಷ್ಟು ಸಾವರಿಸಿಕೊಂಡು, "ಹತ್ತು ವರ್ಷದ ಹಿಂದೆ ಕೇಳಿದ್ದಿದ್ರೆ ಮದ್ವೇನೇ ಆಗ್ತಿದ್ದೆ ಮಲ್ಲಿ, ನಿಂಜೊತೆ ಬೀದಿ ಸುತ್ತೋಕೆ ಮಹಾ ಬೋರು, ಟೈಮಿಲ್ಲ" ಎಂದೆ. ಮಲೀನಾ ಎಂದಿನಂತೆ ಕುಂಡಿ ಕುಣಿಸಿ ಬಿಂಕ ಮಾಡಿದಳು.

ಅವಳ ಜೊತೆ ದಂಡೆ, ಅಚ್ಚಕೆಂಪು ರೋಜಾ ಹೂವು, ಒಂದು ಮಣ ಲಿಪ್‌ಸ್ಟಿಕ್ಕು ಮೆತ್ತಿಕೊಂಡಿದ್ದ ಮೋಹನಸ್ವಾಮಿಯಂಥವರು, ತಲೆಯಲ್ಲಿ ಕೂದಲಿಲ್ಲದ ಇಟಲಿಯ ಒಬ್ಬ ಮುದುಕಿ ಸಹ ಇದ್ದಳು.

ಅದರಲ್ಲಿ ಮೊಂಡ ಮೂಗಿನವಳು "ಒಳ್ಳೆ ಟ್ರ್ಯಾಕ್ಟರ್ ಹಂಗೆ ಇದ್ದಿಯಲ್ಲೋ, ನಿನ್ನ ನಂಬರ್ ಕೊಡೋ ರಾಜಾ" ಎಂದು ಗರಗಸದಂತೆ ನಕ್ಕಳು.

ಇನ್ನೊಬ್ಬಳು ಮಧ್ಯೆ ಬಂದು, "ಟ್ರ್ಯಾಕ್ಟರ್ ಅಲ್ಲಾ ಕಣೆ ಸರೋಜಾ, ಹಲಸಿನ ಮರ" ಎಂದು ನನ್ನ ಕೆನ್ನೆ ಚಿವುಟಿದಳು.

ಮಲೀನಾ ಅವಳಿಗೆ ಗುಟ್ಟಾಗಿ ಪೋಲಿ ಜೋಕೊಂದು ಹಾರಿಸಿ ಪಕಪಕ ನಕ್ಕು "ಮಳೆ ಬರುವಂಗಾಗಿದೆ, ಮತ್ತೆ ಸಿಕ್ತಿನೋ ಚಾಲಿ" ಎಂದು ಎಲ್ಲರನ್ನೂ ಜುಲುಮೆಯಿಂದ ಎಳೆಯುತ್ತಾ ದೂರದ ತಿರುವಿನಲ್ಲಿ ನನ್ನತ್ತ ತಿರುಗಿ ಸನ್ನೆ ಮಾಡಿ ರಂಗೀಲಾ ಬಾರೊಂದರ ತಾರುಣ್ಯ ಕತ್ತಲಿನಲ್ಲಿ ಚದುರಿಹೋದಳು.

ಇದೇ ಮೊದಲ ಬಾರಿ ಅವಳಿಗೆ ಜವಾಬು ಕೊಟ್ಟ ಅವ್ಯಕ್ತ ಸಮಾಧಾನದ ತುಣುಕು ನನ್ನಲ್ಲಿತ್ತು. ಆದರೆ 'ಟೈಮಿಲ್ಲ' ಎಂದು ಮುಖಕ್ಕೆ ನಿವಾಳಿಸುವಂತೆ ಹೇಳಿದ್ದು ಸ್ವತಃ ನನಗೇ ಬಹಳ ಪಿಚ್ಚೆನಿಸಿತು. ಅವಳ ಜೊತೆ ಒಂದೆರಡು ರೌಂಡು ಬೀದಿ ಸುತ್ತಿ, ಚಿಲ್ ಬಿಯರ್ ಕುಡಿದಿದ್ದರೆ ನಮ್ಮೂರಿನ ಚೆಲುವೆಯೊಂದಿಗೆ ಸರಳವಾದ ಡೇಟಿಂಗ್ ಮಾಡಿದ ನನ್ನ ಸಾಧನೆ ಲಿಮ್ಕಾ ಪುಟದಲ್ಲಿ ದಾಖಲೆಯಾಗುತ್ತಿತ್ತು.

ನನ್ನ ಜೊತೆ ಕ್ರಿಕೆಟ್ಟು ಆಡಿದ ಹುಡುಗರಿಗೆಲ್ಲಾ ಮಲೀನಾಳೇ ಸೋಜಿಗದ, ಇನ್ನೂವರೆಗೂ ಯಾರೂ ಕಾಣದ ಅಂತರಂಗದ ಜಾದೂಪೇಟಿ ತೋರಿಸಿದ್ದು. ನಾಟಿ ಗಾಂಜಾದ ಗಮ್ಮತ್ತು ಪರಿಚಯಿಸಿದ್ದು. ಹುಣಸೆಮರದ ಕೆಳಗೆ ನೂರಿನ್ನೂರು ಬಾಜಿ ಕಟ್ಟಿ ಇಸ್ಪೀಟು ಆಡುತ್ತಿದ್ದ ಮಂದಿನೆಲ್ಲಾ ಕೂರಿಸಿ ಗೋವಾದ ಕ್ಯಾಸಿನೊ ರಾಯಲ್ಲಿನ ರಮ್ಮಿ ಆಟದ ಬಗ್ಗೆ ಎಷ್ಟು ಚಂದವಾಗಿ ಹೇಳಿದ್ದಳೆಂದರೆ, "ಅಲ್ಲಿ ಹುಡುಗೀರು ಬರೀ ಚಡ್ಡಿ ಹಾಕ್ಕೊಂಡು ಹೆಂಡ ಸುರೀತಾರೆ ಕಣ್ರೋ, ಸ್ವರ್ಗ ತೋರಿಸ್ತೀನಿ ನಡೀರಿ" ಎಂದು ತಲೆ ಕೆಡಿಸಿದ್ದಳು. ಅವರು ಒಂದು ವಾರಕ್ಕೆ ದೂರದ ಗೋವಾ ನೋಡಲು ಮಲೀನಾಳೊಂದಿಗೆ ಹೊರಟೇ ಬಿಟ್ಟರು. ಆಗ ಊರಿಗೆ ಊರೇ ಇವರನ್ನು "ಗೆದ್ದು ಬನ್ನಿ" ಎಂದು ಕಳಿಸಿಕೊಟ್ಟಿತ್ತು.

ನನಗಾಗ ಎಂಟು ವರ್ಷವಿರಬಹುದು. ಮಂದ ಹವೆಯಲ್ಲಿ ಹೆಗಲ ಮೇಲೆ ಒಂದು ಗೋಣಿಚೀಲ ಹೊತ್ತು ದೂರದಿಂದಲೇ ಹತ್ತು ಮಂದಿ ಗಂಡಸರನ್ನು ಹಿಂದಿಕ್ಕಿ ನಡೆದು ಬರುವಾಗ, ನಿವೃತ್ತಿಯಾದ ನಮ್ಮೂರಿನ ಮುದಿ ರಸಿಕರೆಲ್ಲ ಅವಳ ಬಿಗಿ ಜೀನ್ಸು ಪ್ಯಾಂಟಿನ ಅಲ್ಲಲ್ಲಿ ಹರಿದ ತೂತುಗಳಲ್ಲಿ ತಮ್ಮ ಕಣ್ಣುಗಳಿಟ್ಟು ಪ್ರಜ್ಞೆ ಕಳೆದುಕೊಂಡಿದ್ದರು. ಊರ ಹೆಬ್ಬಾಗಿಲಿನ ಮುಂದೆ ಆಕೆಯ ತಾಯಿ 'ಕುಳ್ಳಿಬೇಬಿ'

ತಕ್ಷಣ ಪಕ್ಕದ ಅಲ್ಲಂಪುರದಿಂದ ಬ್ಯಾಂಡು, ಡೋಲಿಯವರನ್ನು ಕರೆಸಿ, ಐದು ಅಡಿ ಆರು ಅಂಗುಲವಿದ್ದ ಮಲೀನಳನ್ನು ಉತ್ಸವಮೂರ್ತಿಯಂತೆ ಹೊತ್ತು, 'ಡಕ್ಕಣಕ್ಕ ಡಕ್ಕಣಕ್ಕ' ಕುಣಿತ ಹಾಕಿದ್ದಳು. ಚೀಲದ ತುಂಬ ಕಂತೆ ಕಂತೆ ಹಣ ನೋಡಿ ಜಾದೂಪೇಟೆಯ ಜನರೆಲ್ಲ ಬೆರಗಾದರು. ಮಂಗಳೂರಿಗೆ ಜಹಜಿನ ಕೆಲಸ ಸಿಕ್ಕಿತ್ತೆಂದು ಹದಿನೆಂಟರ ಗಡಿಯಲ್ಲಿ ವಲಸೆಹೋಗಿದ್ದ ಮೂರ್ತಿಯೊಬ್ಬನನ್ನು ಬಿಟ್ಟರೆ ಅಷ್ಟೊಂದು ಹಣ ಜಾದೂಪೇಟೆಯ ಯಾವ ಹುಳು ಸಹ ನೋಡಿರಲಿಲ್ಲ.

ಗಂಡಸರಿಗೆಲ್ಲಾ ಆಗ ತಾನೆ ಎಡಬಿಡಂಗಿ ತಲ್ಲಣ ಮೂಡಿಸಿದ್ದ ಗಾಢ ರಂಗಿನ ತೆಂಗು, ಬಾಳೆಯಂತಹ ತೈಲಚಿತ್ರಗಳಿದ್ದ ಸ್ಲೀವ್‌ಲೆಸ್ ಬನಿಯನ್ನು, ರೇಬ್ಯಾನ್ ಕನ್ನಡಕ, ಬಿಯರ್ ಬಾಟಲಿಗಳ ರುಚಿ ಹತ್ತಿಸಿ, ಗೆದ್ದು ತಂದ ಹಣವೆಲ್ಲಾ ದೌಲತ್ತು ಮಾಡಿ ಕಳೆಯುತ್ತಿದ್ದದ್ದನ್ನು ನೋಡಿ ಅವರ ಹೆಂಡತಿಯರೆಲ್ಲಾ ಸೇರಿ, ಇದೆಲ್ಲಾ ಮಲೀನಾಳ ತಾಯಿ ಕುಳ್ಳಿಬೇಬಿಯದ್ದೇ ಕುಮ್ಮಕ್ಕೆಂದು ಆಕೆಯ ಜುಟ್ಟು ಹಿಡಿದು ಹೊಡೆದರು. ನಡುಬೀದಿಯಲ್ಲಿ ಅವಳ ಮೂರು ಮೊಳದ ಸೀರೆ ಬಿಚ್ಚಿದರು.

ರಜೆಗೆಂದು ಬಂದಿದ್ದ ಮೂರ್ತಿಯೊಡನೆ ಮಂಗಳೂರಿನಿಂದ ಹೊಸ ನಮೂನೆಯ ಕಾವಾಸ್ಕಿ ಬೈಕು ತರಲು ಹೋಗಿದ್ದ ಮಲೀನಾ, ಬಂದೊಡನೆ ಸುದ್ದಿ ಕೇಳಿ ಚಂಡಿಯಾದಳು. ಮನೆಯ ಹೆಂಚಿಗೆ ಸಿಗಿಸಿದ್ದ ಕುಡುಗೋಲಿನಿಂದ ಹಲ್ಲೆಮಾಡಿದವರ ತಲೆ ಬೋಳಿಸಿ, ಇಡೀ ಊರು ಸುತ್ತಿಸಿ ಅವರದೇ ಗಂಡ–ಮಕ್ಕಳ ಕೈಲಿ ಮೊಟ್ಟೆ ಹೊಡೆಸಿದ್ದಳು.

ಈ ಜೋರಾದ ಪ್ರಹಸನ ಅಂದಿಗೆ ಬಹಳ ಸುದ್ದಿಯಾಗಿತ್ತು. ಮಂಗಳೂರಿನ ಸಂಜೆವಾಣಿಯಲ್ಲಿ, ಮಲೀನಾ ರೋಷದಿಂದ ತಲೆ ಬೋಳಿಸುವ ಕಪ್ಪು ಬಿಳುಪು ಚಿತ್ರವೊಂದು ತುಸು ದೊಡ್ಡದಾಗಿಯೇ ಅಚ್ಚಾಗಿತ್ತು. ಸ್ಥಳೀಯ ಪತ್ರಿಕೆಯಲ್ಲಿ, 'ಲೇಡಿ ಪ್ರಭಾಕರ್ ಜಾದೂಪೇಟೆಯಲ್ಲಿ ಸಿಕ್ಕಳು' ಎಂದು ಸಣ್ಣದಾಗಿ ವರದಿಯಾಗಿತ್ತು.

ನಾನದನ್ನು ಚಾಳೀಸು ಹಾಕಿಯೂ ಸಹ, 'ಕೇಡಿ ಪ್ರಭಾಕರ್ ಜಾದೂಪೇಟೆಯಲ್ಲಿ ನಕ್ಕಳು' ಎಂದು ತಪ್ಪಾಗಿ ಓದಿ ಸೂಜಿಕಣ್ಣಿನ ಅಪ್ಪನ ಕೈಲಿ ತಲೆಗೆ ಟಪ್ಪೆಂದು ಮೊಟಕಿಸಿಕೊಂಡಿದ್ದೆ. ಆಗತಾನೇ ಟೈಗರ್ ಪ್ರಭಾಕರ್ ಅವರ 'ಜಿದ್ದು' ಸಿನಿಮಾ ಗಲ್ಲಾಪೆಟ್ಟಿಗೆಯಲ್ಲಿ ಸದ್ದು ಮಾಡಿ ನಮ್ಮೂರಿನ ಯಾಮಿನಿ ಥೇಟರಿನಲ್ಲಿ ಶತದಿನೋತ್ಸವ ಆಚರಿಸಿಕೊಂಡಿತ್ತು. ಆ ಸಿನಿಮಾದ ಗುಂಗಿನಿಂದ ಜಾದೂಪೇಟೆಯ ಜನರೇನು, ಪತ್ರಕರ್ತರು ಸಹ ಹೊರಬಂದಿಲ್ಲವೆಂದು ಇಡೀ ಪ್ರಿಂಟ್ ಮೀಡಿಯಾವನ್ನೇ ನಮ್ಮೂರಿನ ಗಡ್ಡಬಿಟ್ಟ ಸಾಹಿತಿಯೊಬ್ಬ ಅಣಕಮಾಡಿದ್ದ.

ಇವೆಲ್ಲ ಮುಗಿದ ಸುಮಾರು ವರ್ಷಗಳ ನಂತರ ಟಿಕ್ಕಿ ರಮೇಶನ ಹೆಂಡತಿ ಬಟ್ಟೆ ನೆನೆಸುವಾಗ ಆಕೆಗೇನೋ ಸಣ್ಣ ಕವರಿನಲ್ಲಿ ಕಟ್ಟಿದ್ದ ಸುಮಾರು ಚೀಟಿಗಳು ಸಿಕ್ಕವಂತೆ,

ಅದನ್ನು ಬಿಚ್ಚಿ ನೋಡುವ ಕುತೂಹಲ ಬರದೇ ಆಮೇಲೆ ನೋಡಿದರಾಯಿತೆಂದು ಎತ್ತಿಟ್ಟಳಂತೆ. ಹತ್ತು ವರ್ಷದ ಅವಳ ಮಗನಾದ ಚಂದ್ರುವಿಗೆ ಆ ಚೀಟಿಗಳು ಸರಳವಾಗಿಯೇ ಸಿಕ್ಕಿ, ತನ್ನ ತುಂಟ ಉಪದ್ರವಿ ಸೈನ್ಯದೊಂದಿಗೆ ಅದನ್ನೆಲ್ಲಾ ಬಿಚ್ಚಿ, ಪುಗ್ಗೆ ಎಂದುಕೊಂಡು ಗಾಳಿ ಊದಿದರಂತೆ. ಅರವಟ್ಟಿಗೆಯಲ್ಲಿದ್ದ ನೀರೆಲ್ಲಾ ಪುಗ್ಗೆಯೊಳಗೆ ತುಂಬಿಸಿ ಲಗೋರಿ ಆಡಿದರಂತೆ ಎಂದು ಗುಸುಗುಸು ಜನ ಮಾತಾಡತೊಡಗಿದರು. ಕೆಲವರು ಮಲೀನಾ ಈ ಪುಗ್ಗೆ ವ್ಯಾಪಾರ ಯಾವಾಗ ಶುರು ಮಾಡಿದಳೆಂದು ಕೇಳಿದರೇ ವಿನಾ ಅದು ಏನೆಂದು ಯಾರಿಗೂ ಗೊತ್ತಾಗಲಿಲ್ಲ.

ಮಕ್ಕಳು ಈ ಪುಗ್ಗೆಯನ್ನು ಊದುತ್ತಿರುವಾಗಲೇ ರೇವತಿ ಟೀಚರ್, "ಏನ್ರೋ ಅದು ಮಕ್ಳ, ಎಲ್ರೂ ಸೇರಿ ತಂಡ ಕಟ್ಟಿದ್ದೀರಿ" ಎಂದು ವಿಚಾರಿಸಿದರಂತೆ.

ಆಗ "ಬಿಳಿ ಪುಗ್ಗೆ ಟೀಚರ್, ನಮ್ಮನೇಲಿ ರಾಶಿ ರಾಶಿ ಐತೆ, ಬನ್ನಿ ನೀವೂ ಒಂದೆರಡು ಊದಿ" ಎಂದು ಅಧಿಕಪ್ರಸಂಗಿಯಂತೆ ಟಿಕ್ಕಿ ರಮೇಶನ ಮಗನಾದ ಚಂದ್ರು ಹೇಳಿದ.

ಕುಮಟಾದಿಂದ ವರ್ಗವಾಗಿ ಬಂದಿದ್ದ ಟೀಚರ್‌ಗೆ ಜಿಗುಟಾದ ಪುಗ್ಗೆ ಅರ್ಥವಾಗಿ, ಮಕ್ಕಳಿಗೆ ಗದರಿಸಿ ಅದನ್ನೆಲ್ಲಾ ಕಸಿದುಕೊಂಡು ಎಸೆದರಂತೆ. ಕೋಪಗೊಂಡ ಚಂದ್ರು "ಹೋಗೇ ಕತ್ತೆ ಲೌಡಿ ಮನೆಗೆ" ಎಂದು ಬಯ್ದು ಕೈಗೆ ಸಿಗದೆ ಓಡಿದ.

ಸೀದಾ ಟೀಚರು ರಮೇಶನ ಮನೆಗೆ ಹೋಗಿ ನಡೆದಿದ್ದನ್ನು ಹೇಳಿ "ಮಕ್ಳ ಕೈಲಿ ಕೊಡ್ತಾರೇನಮ್ಮ? ನಿಮ್ಗೆ ನಾಚ್ಕೆ ಆಗಲ್ವ" ಎಂದು ಎಚ್ಚರಿಸುವಾಗಲೇ ರಮೇಶನ ಹೆಂಡತಿ ಸ್ವಲ್ಪ ಓದಿದ ಎಲ್ರಿಗೂ ಸಾರ್ ಎಂದೇ ಕರೆಯುವ ಅಭ್ಯಾಸಬಲದಿಂದ "ಸಾರ್ ನಂಗೂ ಅದೇನ್ ಗಮ್ಮತ್ತ್ ಅಂತ ಗೊತ್ತಿಲ್ರಿ, ಅಡಿಕೆ ಚೀಟಿ ಅಂದ್ಕೊಂಡಿದ್ದೆ ಸಾರ್, ಅದರೊಳ್ಗ ಏನೈತ್ರಿ" ಎಂದಾಗ; ಟೀಚರ್ 'ಸಾರ್?' ಎಂದು ನನ್ನೇಕೆ ಕರೆದಳೆಂದು ಭ್ರಾಂತಳಾಗಿ, ಆಕೆಯ ಮುಗ್ಧತೆ ಕಂಡು ನಗಲಾರದೆ, ಅದರ ಉಪಯೋಗದ ಕುರಿತು ಹೇಳಿ, ಅದರ ಹೆಸರು ಹೇಳದೆ ಹೊರಟರು.

ಈ ಸುದ್ದಿ ಸಾರ್ವಜನಿಕ ಅವಮಾನದಂತೆ ತಿಳಿದು ಕುಪಿತಳಾಗಿ ತನ್ನ ನೆಂಟರಿಷ್ಟರನ್ನೆಲ್ಲಾ ಅತ್ತು ಕರೆದು, ಪೊಲೀಸ್ ಚೌಕಿ ಮೆಟ್ಟಿಲು ಹತ್ತಿಸುವಲ್ಲಿ ಟಿಕ್ಕಿ ರಮೇಶನ ಹೆಂಡತಿ ಅರ್ಧ ಜಯಶಾಲಿಯಾಗಿದ್ದಳು. ಮಲೀನಾಳ ವಿರುದ್ಧ ದೂರು ಬರೆಯಲು, "ನಿಮ್ಮ ಮಗನ ಅಕ್ಷರ ನುಣ್ಣಗೆ ಐತೆ, ಸ್ವಲ್ಪೊತ್ತು ಚಾಲುಕ್ಯನ ನಂಜೋಡಿ ಚೌಕಿಗೆ ಕಳಿಸಿಕೊಡ್ರಿ" ಎಂದು ಮನೆಗೆ ಬಂದು ಕೇಳಿಕೊಂಡಾಗ ಮಾತ್ರವೇ ಅಪ್ಪ "ಅವರೆಷ್ಟು ಹೇಳ್ತಾರೆ ಅಷ್ಟ್ ಮಾತ್ರ ಬರೆದುಕೊಡು ಚಾಲಿ" ಎಂದು ಷರತ್ತುಬದ್ಧವಾಗಿ ಕಳಿಸಿಕೊಟ್ಟಿದ್ದರು.

ಒಂದು ಅರೆಜೀವವಾಗಿ ವಿಲವಿಲ ಒದ್ದಾಡುತ್ತಿದ್ದ ಟೂಬ್ ಲೈಟಿನ ಚೌಕಿಯಲ್ಲಿ

ಹಾಯಾಗಿ ತೂಕಡಿಸುತ್ತಿದ್ದ ಇಬ್ಬರು ದಫೇದಾರರು ಬಿಟ್ಟರೆ ಒಂಟಿ ತಾರೆಯ ಇನ್ಸ್‌ಪೆಕ್ಟರು ಮತ್ತು ಜೀಪು ಕಾಣಲಿಲ್ಲ. ನಡುಕತ್ತಲಲ್ಲಿ ಕೂತು ನಾನು ಮಾನ್ಯರೆ, ವಿಷಯ, ಎಂಬ ಸಂಪ್ರದಾಯದ ಪದಗಳಿಗೆ ಧ್ಯಾನಿಸಿದೆ. ಜೊತೆಗಿದ್ದವರೆಲ್ಲಾ ನನ್ನನ್ನೇ ಪಿಳಿಪಿಳಿ ನೋಡುತ್ತಿದ್ದರು. ಅವರ ಜೊತೆ ಟಿಕ್ಕಿ ರಮೇಶ ಮಾತ್ರ ಇರಲಿಲ್ಲ.

ಅವನ ಹೆಂಡತಿ ಸೀದಾ ವಿಷಯಕ್ಕೆ ಬಂದು, 'ಮದ್ವೆ ಆದವ್ರು ಬಳಸೋ ಚೀಟಿನೆಲ್ಲಾ ಮಕ್ಳ ಕೈಲಿ ಕೊಟ್ಟು ಊರು ಕೆಡಿಸ್ತಿದಾಳೆ, ಗುಂಪು ಕಟ್ಟಿ ದಾದಾಗಿರಿ ನಡೆಸ್ತಾಳೆ ಮತ್ತು ನನ್ನ ಗಂಡನ್ನ ಕಿಡ್ನ್ಯಾಪ್ ಮಾಡಿದ್ದಾಳೆ. ಮುದುಕರಿಗೆಲ್ಲಾ ಚೆಕ್ಸ್ ಪೋಟ ತೋರಿಸ್ತಾಳೆ, ಅವಳನ್ನು ಕಂಡಲ್ಲಿ ಶೂಟ್ ಮಾಡ್ಸಿ' ಎಂಬರ್ಥದ ಮಾತುಗಳನ್ನೆಲ್ಲಾ ಹೇಳುತ್ತಿದ್ದಳು.

ನಾನು ಯಾವ ಚೀಟಿ ಅಂತ ಬರೆಯಲಿ ಗೋಗರೆಯುತ್ತಿದ್ದೆ. ಆಕೆಯ ಕಡೆಯಲ್ಲೊಬ್ಬ "ದುಡ್ಡಿನ ಚೀಟಿ ಅಂತಾ ಬರೆಯಪ್ಪಾ" ಎಂದರು. ರಮೇಶನ ಹೆಂಡತಿ ಗುಡುಗಿ "ಸುಮ್ಕಿರಿ ಚಿಗಪ್ಪ ದುಡ್ಡಿನ ಚೀಟಿ ಅಲ್ಲದು, ಮದ್ವೆ ಆದೋರು ಬಳ್ಸದು" ಎಂದು ಮುಖ ಕಿವುಚಿ ಆ ಹೆಸರಿಗಾಗಿ ಕಾತರಿಸಿದಳು.

"ಕಾಂಡೋಂ ಅಂತ ಬರೆಸಿ ಕಂಪ್ಲೇಂಟ್ ಕೊಡೇ ಲೌಡಿ" ಎಂದು ಹಿನ್ನೆಲೆಯಿಂದ ಘಂಟೆ ಹೊಡೆದಂಥ ಸದ್ದು ಕೇಳಿಬಂತು. ನಾನು ಹೊಸದಾಗಿ ಕೇಳಿದ ಹೆಸರದು. ಯಾರು ಹೇಳಿದ್ದು ಅಂತ ತಿರುಗಿ ನೋಡುವ ಸಮಯಕ್ಕೆ ರಮೇಶನ ಹೆಂಡತಿಯ ಕಪಾಳಕ್ಕೆ ಚಟ್ಟೆಂದು ಜೋರಾಗಿ ಬಿಗಿದಿದ್ದಳು ಮಲೀನಾ.

ಆ ಗಳಿಗೆ ಯಾವುದೊಂದೂ ನನಗೆ ಅರ್ಥವಾಗಲಿಲ್ಲ. ಬಿಳಿಪಂಚೆಯನ್ನು ಮೊಣಕಾಲಿನ ತನಕ ಎತ್ತಿ ಕಟ್ಟಿ ಗಾಢ ಕಪ್ಪು ನೈಲಾನ್ ಅಂಗಿ ತೊಟ್ಟಿದ್ದ ಮಲೀನಾ, ಚೌಕಿಯಲ್ಲಿ ಹಲ್‌ಚಲ್ ಎಬ್ಬಿಸಿದಳು. ತಡೆಯಲು ಬಂದ ನಿದ್ರಾವಂಚಿತ ದಫೇದಾರರನ್ನು ಲೆಕ್ಕಿಸದೆ ಕುಳ್ಳಿಬೇಬಿ ಅಲ್ಲಿದ್ದ ದಡೂತಿ ಹೆಂಗಸರಿಗೆಲ್ಲಾ ಝಾಡಿಸಿ ಒದೆಯುತ್ತಿದ್ದಳು. ನಾಲ್ಕು ಮಂದಿ ಗಂಡಸರನ್ನು ನೆಲಕ್ಕೆ ಬಗ್ಗಿಸಿ ಗುದ್ದುತ್ತಿದ್ದಳು ಮಲೀನಾ.

ನೆಂಟರ ಮದುವೆ ಮನೆಯಲ್ಲಿ ಸಣ್ಣ ಬಿಕ್ಕಳಿಕೆಯಂತೆ ಸಡನ್ನಾಗಿ ಜೀಪಿನಿಂದಿಳಿದು ಬಂದ ಒಂಟಿ ತಾರೆಯ ಸಾಹೇಬರು ಮಲೀನಾಳನ್ನು ಒಂದು ಬದಿಗೆ ಎಳೆದರು.

'ಶಾಂತಿ' ಎಂದು ಗಟ್ಟಿಯಾಗಿ ಅರಚಿದರು. ತಕ್ಷಣ ನಿಗೂಢ ಶಾಂತಿಯೊಂದು ಎಲ್ಲರ ಮೋರೆಯಲ್ಲಿ ಕಾಣಿಸಿತು. ಟಿಕ್ಕಿ ರಮೇಶನನ್ನು ನಾಲ್ಕು ಜನ ಜೀಪಿನಿಂದಿಳಿಸಿ ಚೌಕಿಯೊಳಗೆ ಬೇಡಿ ಹಾಕಿಸಿಕೊಂಡು ಸರಭರ ಬರುತ್ತಿದ್ದರು. ಇವೆಲ್ಲ ಚಿಟಿಕೆ ಬಾರಿಸುವಷ್ಟರಲ್ಲಿ ಕ್ಷುದ್ರ ನಕ್ಷತ್ರವೊಂದು ಸರಕ್ಕನೆ ಭುವಿಗಿಳಿದಂತೆ ಕಾಣಿಸಿತು.

ಜಾದೂಪೇಟೆಯಲ್ಲಿ ಮುಂಜಾನೆ ಎಲ್ಲರ ಮನೆಯಲ್ಲಿ ಅದೇ ಸುದ್ದಿ. 'ಟಿಕ್ಕಿ ರಮೇಶ ಸರ್ಕಾರಿ ಆಸ್ಪತ್ರೆಯಲ್ಲಿ ಲೂಟಿ ಮಾಡಿದನಂತೆ. ಸಾಕ್ಷಿಗೆ ಅವನ ಮನೆಯಲ್ಲಿ ಆಪರೇಷನ್ನಿನ ಚಾಕು, ಬ್ಲೇಡು, ಎಕ್ಸರೇ ಮಷಿನ್ನು ಮತ್ತು ಕಾಂಡೋಮ್ ಚೀಟಿಗಳು

ರಾಶಿಗಟ್ಟಲೆ ಸಿಕ್ಕವಂತೆ, ಮಲೀನಾ ಪೊಲೀಸರಿಗೆ ಹಿಡಿದುಕೊಟ್ಟಳಂತೆ' ಎಂದು ಬಹುರೂಪಕದಲ್ಲಿ ಚಿತ್ ಚಿತ್ತಾರವಾಗಿ ಮಾತಾಡಿಕೊಂಡರು.

ಆ ದಿನ ಚೌಕಿಯ ಸಹಜ ಕತ್ತಲಲ್ಲಿ ಮಲೀನಾ ಸಾಹೇಬನ ಹತ್ತಿರ ತುಂಬಾ ಹೊತ್ತು ಮಾತಾಡುತ್ತಿದ್ದಳು. ನಡುನಡುವೆ ಮಲೀನಾ ಇಂಗ್ಲೀಷಿನಲ್ಲಿ ವ್ಯವಹರಿಸುತ್ತಿದ್ದರೆ, ಕುಳ್ಳಿಬೇಬಿ ಎಲ್ಲದಕ್ಕೂ ಕತ್ತು ಕುಣಿಸುತ್ತಿದ್ದಳು. ಮೂಲೆಗೆ ಟಿಕ್ಕಿ ರಮೇಶನ ಹೆಂಡತಿ ಎದೆಬಡಿದುಕೊಂಡು ಅಳುವಾಗಲೇ, "ಬೆಕ್ಕು ಬಸಿರಾದ್ರೂ ನಾವೇ ಕಾರಣನಾ? ಮಾತಾಡೇ, ನನ್ನ ಮಗಳನ್ನ ಶೂಟ್ ಮಾಡಿಸ್ತೀಯೇನೆ ಹಂದಿ" ಎಂದು ಕೊಳಕಾಗಿ ಬಯ್ಯುತ್ತಿದ್ದಳು ಕುಳ್ಳಿಬೇಬಿ. ಮಲೀನಾ ಹೊರಡುವ ವೇಳೆ ನನ್ನನ್ನು ಹೊಸತಾಗಿ ನೋಡುವವಳಂತೆ ನೋಡಿ, 'ನೀನು ಚಾಲುಕ್ಯ ಅಲ್ವೇನೋ?' ಎಂದು ಕಿವಿ ಹಿಂಡಿದಳು. ಶಾಂತ ಕತ್ತಲಲ್ಲೂ ನನ್ನ ಮೈ ಜುಮ್ಮೆಂದಿತ್ತು. ನಂತರ ಬೈಕನ್ನು ಡುಕುಡುಕು ಸದ್ದು ಮಾಡುತ್ತಾ ತಾಯಿ ಮಗಳು ಹೊರಟರು.

ಕುಳ್ಳಿಬೇಬಿ ಮತ್ತು ನನ್ನ ದೊಡ್ಡಪ್ಪ ಜೊತೆಯಲ್ಲಿಯೇ ಓದಿದವರಂತೆ. ಮಲೀನಾ ಕಲೆಕ್ಟರ್ ಆಗಬೇಕೆಂದು ಆಕೆಯ ತಾಯಿ ಮಂಗಳೂರಿನ ಟ್ರಸ್ಟಿನಲ್ಲಿಟ್ಟು ಓದಿಸಿದಳಂತೆ. ಆದರೆ ಮಲೀನಾಳಿಗೆ ಓದು ತಲೆಗೆ ಹತ್ತದೆ, ಅಪ್ಪ ವಿಷ ಕುಡಿದು ಸತ್ತ ತೋಟದಲ್ಲಿಯೇ ಕೃಷಿ ಮಾಡುತ್ತೇನೆಂದು ಬಂದವಳು. ಕುಳ್ಳಿಬೇಬಿ ಜನರೆದುರು, 'ಅವಳು ನನ್ನ ಹೀರೋ' ಎಂದು ಹೇಳುತ್ತಾ ತಿರುಗುತ್ತಿದ್ದಳು. ಮಲೀನಾ ಯಾರಿಗೂ ಕ್ಯಾರೆ ಎನ್ನುತ್ತಿರಲಿಲ್ಲ. ತನ್ನನ್ನು ಮದುವೆಯಾಗುತ್ತೇನೆಂದು ಬಂದ ಗಂಡುಗಳಿಗೆಲ್ಲ, "ನನಗಿಂತ ಮೊದಲು ತೆಂಗಿನ ಮರ ಹತ್ತಿ ತೋರ್ಸು ಬಾ" ಎಂದು ಕುಹಕವಾಡುತ್ತಿದ್ದಳು.

'ಪ್ರೀತಿಸು' ಅಂತ ಹಿಂದೆ ಬೀಳುವ ಗಂಡಸರ ಮುಂದೆ ತುಟಿಯ ಹತ್ತಿರ ಬೀಡಿ ಸಿಕ್ಕಿಸಿಕೊಂಡು 'ಬೀಡಿ ಸೇದಬೇಕು, ಬೆಂಕಿಕಡ್ಡಿ ಹಚ್ತೀಯಾ' ಎಂದು ಕೆಣಕುತ್ತಿದ್ದಳು.

ಮೈಸೂರಿನ ಚರ್ಚಿನಲ್ಲಿ ಜನಪ್ರಿಯ ಟ್ರಸ್ಟಿಯಾಗಿದ್ದ ಸಿರಿವಂತ ಹುಡುಗನಿಗೆ ಊಟದ ತಟ್ಟೆಯಲ್ಲಿ ಕೆರೆಮಂಡಲ ಹಾವಿಟ್ಟು, ಚಹಾ ಕುಡಿಯಿರೆಂದು ಕೊಟ್ಟು, ನಿಂತಲ್ಲೇ ಉಚ್ಚೆ ಹೊಯ್ಯಿಸಿ, ತಾಯಿ–ಮಗಳು ನಗುವಿನ ಮಳೆಯಲ್ಲಿ ಒದ್ದೆಯಾಗಿದ್ದರು.

"ನನ್ನ ಗಂಡ ಇಲಿ ಪಾಷಾಣ ಕುಡಿದು ಸಣ್ ವಯಸ್ಸಿಗೆ ಸಾಯ್ದೆ ಇದ್ದಿದ್ರೆ ಮಲೀನಾ ನಮ್ಮ ಜಿಲ್ಲೆಗೆ ಕಲೆಕ್ಟರ್ ಆಗ್ತಿದ್ಲು" ಎಂದು ಬೇಬಿ ಸಂತೆಯಲ್ಲಿ ಸಿಕ್ಕಾಗ ಅಪ್ಪನ ಬಳಿ ಹೇಳಿದ್ದನ್ನು ನಾನು ಕೇಳಿಸಿಕೊಂಡಿದ್ದೇನೆ.

ಮಲೀನಾ ಜೂಜು ಕಲಿತರೂ, ಗಾಂಜಾ ಹೊಡೆದರೂ, ವಾರಗಟ್ಟಲೆ ತೋಟದಲ್ಲಿ ಗಂಡಸರ ಜೊತೆಗೂಡಿ ಮಣ್ಣು ಬಗೆಯುತ್ತಿದ್ದರೂ ಕುಳ್ಳಿಬೇಬಿ ಏನೂ ಕೇಳುತ್ತಿರಲಿಲ್ಲ; ಏನನ್ನೂ ಹೇಳುತ್ತಿರಲಿಲ್ಲ. ಬೇಬಿಗೆ ತನ್ನ ಮಗಳು ಮಾಡುವುದೆಲ್ಲಾ ಇಷ್ಟವಾಗುತ್ತಿತ್ತು. ಗಾಂಧಿಸರ್ಕಲ್ಲಿನಲ್ಲಿ ದಾಸವಾಳದಂತೆ ಹರಿದುಹೋದ ಕೊಡೆಯ ಅಡಿಯಲ್ಲಿ ಚಪ್ಪಲಿ

ಹೊಲಿಯುತ್ತಿದ್ದ ನಿರಾಶ್ರಿತರಿಗೆಲ್ಲಾ ತನ್ನದೇ ಸೈಟಿನಲ್ಲಿ ಮನೆಕಟ್ಟಿಸಿಕೊಡುವಾಗ ಊರಿನ ಕೆಲವರು, "ನಿಮ್ಮನ್ನೆಲ್ಲಾ ಅವ್ಳ ಜಾತಿಗೆ ಕರ್ರ್ಕೊತಾಳೆ, ಅದ್ಕೆ ಈ ಥರ ಗುಲ್ಕನ್ ಕೊಡ್ತಿದಾಳೆ" ಎಂದು ಆರೋಪಿಸಿದಾಗ ಅವರ ಮನೆಗೆ ನುಗ್ಗಿ ಚಪ್ಪಲಿಯಿಂದ ಹೊಡೆದು, ಊರಿನಿಂದ ಕೆಲವು ವರ್ಷ ಅವರನ್ನೆಲ್ಲಾ ಕಾಣೆಯಾಗಿಸಿದ್ದಳು.

ಮಲೀನಾಳ ಖಾಸಾ ತಂಗಿಯೆಂದೇ ಗುರ್ತಿಸಿಕೊಂಡಿದ್ದ ಜುಲೈಕಾ ಹೂಂಕನೊಂದಿಗೆ ಓಡಿ ಹೋಗಲು ಹಿಮ್ಮೇಳವಾಗಿ ಮಲೀನಾಳೇ ಇರಬಹುದೆಂದು ಜುಲೈಕಾಳ ಸಂಬಂಧಿಗಳು ಚೌಕಿಯಲ್ಲಿ ರಟ್ಟಾ ಹೊಡೆದು "ಹೆಮ್ಮಾರಿನ ಬಂಧಿಸಿ" ಎಂದು ಹೇಳಿದ್ದರು.

ಜುಲೈಕಾ ಬಸಿರಾಗುವವರೆಗೆ, ಮೂರ್ತಿಯ ಸಹಾಯ ಪಡೆದು ಮಂಗಳೂರಿನ ಕೊಳೆಗೇರಿಯಲ್ಲಿ ಚಾಲಾಕಿ ಮಲೀನಾ ಗುಟ್ಟಾಗಿ ರಕ್ಷಿಸಿದ್ದಳಂತೆ. ಹೂಂಕ ಮಾತ್ರ ಜಾದೂಪೇಟೆಯಲ್ಲಿ ಎಂದಿನಂತೆ ಕಾಣೆಮೀನು ಮಾರಿಕೊಂಡು ಆರಾಮಾಗಿದ್ದ. ಪೋಲೀಸರು ಹೂಂಕನನ್ನು ತೀವ್ರವಾಗಿ ವಿಚಾರಣೆ ಮಾಡಿದರು. ಆತ ಬಾಯಿ ಬಿಡಲಿಲ್ಲ. ಅವನ ಬಲಗಾಲು ಊನವಾಗಿದ್ದನ್ನು ಮೊದಲೇ ಅರಿತಿದ್ದ ಅವರು ಯಾವುದೇ ದೈಹಿಕವಾದ ರಿಪೇರಿಗೆ ಮುಂದಾಗಲಿಲ್ಲ. ಜುಲೈಕಾ ಕಾಣೆಯಾಗಿದ್ದಾಳೆಂದು ಕೇಸು ದಾಖಲಿಸಿ ಹೂಂಕನನ್ನು ಮನೆಗೆ ಕಳಿಸಿದರು.

ಇದಾದ ಮರುದಿನ ತನಗೆ ಜೀವಭಯವಿದೆಯೆಂದು ಮಲೀನಾ ಚೌಕಿಯಲ್ಲಿ ದೂರು ಕೊಟ್ಟಾಗ, ಮಲೀನಾಳ ಉಲ್ಟಾ ಏಟಿನಿಂದ ಪೋಲೀಸರೂ ಸೇರಿದಂತೆ ಇಡೀ ಊರು ಮಳೆಗಾಲದಲ್ಲಿಯೂ ಬೆಚ್ಚಗಾಗಿತ್ತು.

ಜುಲೈಕಾಳ ತಮ್ಮ ಸೈಯದನು ಹೂಂಕನಿಗೆ ಒಮ್ಮೆ ಕಂಠಪೂರ್ತಿ ಕುಡಿಸಿ "ಜುಲೈಕಾ ಎಲ್ಲಿ" ಎಂದಾಗ "ಹೋಗಿ ಇನ್ನೊಮ್ಮೆ ಕಂಪ್ಲೇಂಟ್ ಕೊಡು ಹುಡುಕಿ ಕೊಡ್ತಾರೆ" ಎಂದು ನಕ್ಕು ಎದ್ದು ಹೋಗಿದ್ದನಂತೆ. ಇದನ್ನು ಈಗ ನೆನೆಸಿಕೊಂಡರೂ ಅದೆಷ್ಟು ನಗುತ್ತೇನೆ ಗೊತ್ತಾ ನಾನು?

ನಾನು ತೀರ್ಥಹಳ್ಳಿಯಲ್ಲಿ ಡಿಪ್ಲಮೋ ಮಾಡುವಾಗ ಅಪ್ಪ ಊರಲ್ಲಾಗುವ ಪ್ರತಿ ಸುದ್ದಿ ಹೇಳುತ್ತಿದ್ದರು. 'ಹೂಂಕ ಟಿವಿಎಸ್ ತಗೊಂಡಿದ್ದಾನೆ', 'ಜುಲೈಕಾಳಿಗೆ ಎರಡು ಹೆಣ್ಣು', 'ಮೂರ್ತಿ ಮನೆಗೆ ಫೋರ್ಡ್ ಕಾರು ಬಂತು', 'ಈ ಮುಂಗಾರಿಗೆ ಊರಿನಲ್ಲಿ ಟ್ರ್ಯಾಕ್ಟರ್ ಮೇಳ ನಡೆಸ್ತಾರಂತೆ' – ಅದೂ ಇದೂ ಎಂದು ಜಾದೂಪೇಟೆಯ ಸೌಖ್ಯಗಳೆಲ್ಲಾ ಒಂದೊಂದಾಗಿ ನನ್ನ ಕಿವಿ ಸೇರುತ್ತಿದ್ದವು.

ಎಂಜಿನಿಯರಿಂಗ್ ಮಾಡುವ ಸಮಯಕ್ಕೆ ಮಲೀನಾ ನನ್ನ ನೆನಪಿನ ಯಾವುದೋ ಮೂಲೆಯಲ್ಲಿ ಉಸಿರಾಡುತ್ತಿದ್ದಳು; ಆದರೆ ಹೆಚ್ಚು ನೆನಪಾಗುತ್ತಿರಲಿಲ್ಲ. ಆಲ್ಫಾ, ಬೀಟಾ, ಗಾಮಾಗಳ ತ್ರಿಕೋಣ ಕಾಗುಣಿತಗಳಲ್ಲಿ, 'ಲೇಡಿ ಪ್ರಭಾಕರ್' ಎಂದೇ

ಗುರ್ತಿಸಿಕೊಂಡಿದ್ದ ಮಲೀನಾ ನನ್ನ ಸ್ಮೃತಿಪಟಲದಿಂದ ಇಷ್ಟಿಷ್ಟೇ ದೂರವಾಗುತ್ತಿದ್ದಳು. ಊರಿನ ಮಂದಿ ಯಾರಾದರೂ ಸಿಕ್ಕರೆ, ಮಲೀನಾ ಹೇಗಿದ್ದಾಳೆಂದು ವಿಚಾರಿಸಿದರೆ ಎಲ್ಲರೂ ಸುಳ್ಳೇ ಹೇಳುತ್ತಿದ್ದರು.

'ಕುಳ್ಳಿಬೇಬಿ ಹಾರ್ಟ್ ಅಟ್ಯಾಕ್ ಆಗಿ ಸತ್ತಳು', 'ಮಲೀನಾಳಿಗೆ ಮೊದಲಿದ್ದ ಹುರುಪಿಲ್ಲ', 'ಹೊಲ ತೋಟ ಜೂಜಿಗಿಟ್ಟು ಸೋತಳು'. 'ಎಲೆಕ್ಷನ್ನಿಗೂ ನಿಲ್ಲಬೇಕೆಂದಿದ್ದಾಳೆ', 'ಟಿಕ್ಕಿ ರಮೇಶ ಹೆಂಡತಿಯ ಕತ್ತು ಕುಯ್ದು ಮತ್ತೆ ಜೈಲಿಗೋಗಿದ್ದಾನೆ', 'ಊರಿನಲ್ಲಿ ಹೊಸ ಬಾರು ತೆರೆದಿದ್ದಾರೆ' ಎಂದು ಬಾಯಿಗೆ ಬಂದಂತೆ ಹೇಳುತ್ತಿದ್ದರು. ಆದರೆ ಇವೆಲ್ಲ ಸತ್ಯವೆಂದು ಅಪ್ಪ ಹೇಳಿದಾಗ, ಆತಂಕ ಮಿಶ್ರಿತ ತಲ್ಲಣವೊಂದು ಅನುಭವಿಸಿದ್ದೆ.

ಅವತ್ತೊಂದು ದಿನ ತುಂಟನಾಗಿ ಊರು ಮೆರೆದಿದ್ದ ಚಂದ್ರು ಈಗ ಆಮ್ಲೆಟ್ ಚಂದ್ರು ಆಗಿದ್ದಾನಂತೆ. 'ಮಲೀನಾಳೇ ಬಸ್ಟ್ಯಾಂಡಿನಲ್ಲಿ ಎಗ್‌ರೈಸ್ ಗಾಡಿಗೆ ಜಾಗ–ಬಂಡವಾಳ ಎರಡೂ ಕೊಟ್ಟಳು' ಎಂದು ತಾನೇ ಎರಡು ವರ್ಷದಿಂದೀಚೆ ಫೋನು ಮಾಡಿ ಹೇಳಿದ್ದ. ಈಗಲೂ ವಾರಕ್ಕೊಮ್ಮೆ ಫೋನು ಮಾಡಿ, "ನಿಮ್ಮ ಕಂಪೆನಿಯೆದುರು ಎಗ್ ರೈಸಿನ ಗಾಡಿಗೆ ಸ್ಕೋಪುಂಟಾ ಚಾಲಿ?" ಎಂದು ಕೇಳುತ್ತಿರುತ್ತಾನೆ. ಮಲೀನಾ ಹೇಗಿದ್ದಾಳೆಂದು ಕೇಳಿದರೆ, "ಅಕ್ಕ ಕುಡಿತ ಜಾಸ್ತಿ ಮಾಡಿದ್ದಾಳೆ ಚಾಲಿ. ಮಂಗಳಮುಖಿಯರ ಸಂಗ ಮಾಡಿದ್ದಾಳೆ. ತನ್ನ ತಮ್ಮ ಮೋಹನ ಸಹ ಮಂಗಳಮುಖಿಯೆಂದು ತಿಳಿದು ಹೂಂಕನೇ ತಮ್ಮನನ್ನು ಮನೆಯಿಂದ ಹೊರಗೆ ತಳ್ಳಿದ್ದಾನೆ. ಪಾಪ, ಮಲೀನಕ್ಕ ಮೋಹನನನ್ನು ತನ್ನ ಜೊತೆಗಿಟ್ಟುಕೊಂಡು ಮೋಹನಸ್ವಾಮಿಯೆಂದು ಕರೆಯಲು ಶುರುಮಾಡಿದ್ದಾಳೆ. ಊರಿನಲ್ಲಿ ಯಾರಾದರೂ ಅವರನ್ನು ಹಿಜಡಾಗಳೆಂದು ಕರೆದರೆ ಅವರಿಗೆ ನಾಯಿಗೆ ಹೊಡೆದಂಗೆ ಹೊಡಿತಾಳೆ. ಮೋಹನನಿಗೆ 'ಮೋಹನಸ್ವಾಮಿ' ಎಂದು ಕರೆಯಲು ಹುಕುಂ ಕೊಟ್ಟಿದಾಳೆ" ಎಂದು ಹೇಳಿದ.

ಸ್ವಲ್ಪ ಹೊತ್ತಿನ ಮುಂಚೆ ಆಮ್ಲೆಟ್ ಚಂದ್ರು ಫೋನು ಮಾಡಿ, "ಸಂಜೆ ನಾಲ್ಕು ಗಂಟೆಗೆ ಮಲೀನಾ ಸತ್ತುಹೋದಳು. ಜಾದೂಪೇಟೆಯಲ್ಲಿ ಕೆಲವರು ತಮ್ಮೆಲ್ಲಾ ಅಂಗಡಿ ಮುಂಗಟ್ಟು ಬಂದ್ ಮಾಡಿ ಅವಳಿಗೆ ಗೌರವ ಸೂಚಿಸಿದ್ದಾರೆ. ಆಕೆಗೇನೋ ಕ್ಯಾನ್ಸರ್ ಇತ್ತಂತೆ. ನಾಳೆ ಬೆಳಿಗ್ಗೆ ಮಣ್ಣಿನ ಕಾರ್ಯ. ನೀನು ಬೇಗ ಬಾ" ಎಂದು ಹೇಳುವಾಗ ನನ್ನಲ್ಲಿ ಯಾವುದೋ ಮಿಡಿತ ನಿಂತಂತಾಯಿತು.

ಮೊನ್ನೆಯಷ್ಟೇ ಊರಿಗೆ ಹೋದಾಗ ಮಲೀನಾ ಸಿಕ್ಕು ನನ್ನ ರೇಗಿಸಿದ್ದಳಲ್ಲ, ಆ ದಿನ ಶಾಂತ ಕತ್ತಲಲ್ಲೂ ಕಿವಿ ಹಿಂಡಿ ಎಚ್ಚರಿಸಿದ್ದಳಲ್ಲ, ಆ ದಿನ ಅವಳು ಕರೆದಾಗ ಜೊತೆಗೆ ಸುಮ್ಮನೆಯಾದರೂ ಬೀದಿ ಸುತ್ತಬೇಕಿತ್ತು. ಅವಳ ಮುಂದೆ ಬಚ್ಚಾ ಆದ

ನಾನು ಆಕೆ ಕುಶಾಲಿಗೆಂದು "ಏನೋ ಹುಡುಗ ಮಜ್ನು ಆಗ್ತಿಯೇನೋ" ಎಂದಾಗ ನಕ್ಕು ಹಗುರಾಗಿದ್ದು ಯಾಕೆ? ಅವಳ ನೆನಪಿನ ಭಾರವನ್ನು ಏಕಾಂಗಿಯಾಗಿ ಹೊರಲೆಂದೆ?

ನಾಳೆ ಬೆಳಿಗ್ಗೆ ಆಕೆಯ ದೇಹ ಮಣ್ಣಿಗೆ ಹಾಕುವಾಗ ಜಾದೂಪೇಟೆಯ ಫಲವತ್ತಾದ ಮಣ್ಣಿಗೆ ಕಣ್ಣೀರು ಒರೆಸಿ ಧೈರ್ಯ ತುಂಬುವವರ್‍ಯಾರು?

ಮುಗಿಲ ಕರೆ

ಅಪಾರ್ಟ್‌ಮೆಂಟಿನ ಕಿಟಕಿಗಳು ನಗರದ ಜನರಿಗೆ ಮೂರನೇ ಕಣ್ಣಿನಂತೆ. ಐದು, ಆರು ಅಂತಸ್ತಿನ ಮನೆಯ ಕೆಳಗೆ ನಿಂತು ಯಾವುದೇ ಕೋನದಲ್ಲಿ ಕಣ್ಣೆತ್ತಿ ನೋಡಿದರೂ ಈ ಕಿಟಕಿಗಳು ಜಗತ್ತಿಗೆ ನಿರಂತರ ಸುದ್ದಿ ಬಿತ್ತರಿಸುವ ನ್ಯೂಸ್ ರೂಮಿನಂತೆ ಕಾಣುತ್ತದೆ. ಒಂದೊಂದು ಟೀವಿಯ ಪರದೆಯಲ್ಲಿಯೂ ಒಂದೊಂದು ಬದುಕು. ನಿತ್ಯ ಹೊಸ ಅಡುಗೆ ಕಾರ್ಯಕ್ರಮಗಳು. ಮಕ್ಕಳ ತುಂಟಾಟದ ಚಾನೆಲ್ಲುಗಳು.

ಮನೆ ಮುಂಭಾಗದಲ್ಲಿ ಕಿರಾಣಿ ಅಂಗಡಿ ತೆರೆದು ಕೂತಂತೆ, ಎಲ್ಲಾ ಕಿಟಕಿಗಳು ತಮ್ಮ ಎದೆ ಕಳಚಿ ನಿಂತಿದ್ದವು. ಬೆಳಕು ಕಿಟಕಿಯಿಂದ ತೂರಿ ಬರುತ್ತಿತ್ತು. ಕಿಟಕಿಗಳು ಅಷ್ಟೇನೂ ದೊಡ್ಡದಿರಲಿಲ್ಲ. ಎಲ್ಲಾ ಮನೆಗಳಲ್ಲೊಂದು ಕಿಟಕಿಯಿದೆ; ಸಾಯಂಕಾಲದ ಹೊತ್ತಿಗೆ ಅದರಿಂದ ಇಣುಕಿದರೆ ಮುಷ್ಟಿಯಷ್ಟಿನ ಜಗತ್ತು ಹೊಸದಾಗಿ ಕಾಣುತ್ತದೆ ಎಂಬುದು ಗೊತ್ತಾಗುತ್ತಿತ್ತು.

ನಾಲ್ಕನೇ ಅಂತಸ್ತಿನಿಂದ ಕೆಂಡದ ಹೂ ಅರಳಿಸಿ ಸೆಟೆದು ನಿಂತಿದ್ದ ಗುಲ್ಮೊಹರ್ ಮರ, ಚಿಕ್ಕ ಸಸಿಯಂತೆ ಕಾಣುವ ಒಂದು ಕಿಟಕಿಯಿಂದ ಬೇಸಿಗೆಯ ಬೇಗೆಯನ್ನು ಸೋಸಿ ಸಾಣೆ ಹಿಡಿದ ಬೆಳಕು ಕಿಟಕಿಯ ಆಸುಪಾಸಿದ್ದ ಹಸಿರು ಕುರ್ಚಿ, ಅದರ ಮೇಲೆ ಭವ್ಯಭಂಗಿಯಲ್ಲಿ ಬಿದ್ದು ಒದ್ದೆಯಾದ ಟವೆಲ್ಲು, ನೆಲಕಚ್ಚಿದ ಹಳೆಯ ನ್ಯೂಸ್‌ಪೇಪರಿನ ಮೇಲೆಲ್ಲಾ ಬಿದ್ದು, ಎಂದೋ ಕಾಲಕ್ಕೆ ಸೆಡ್ಡು ಹೊಡೆದು ನಿಂತ ಗಡಿಯಾರದೊಳಗೆ ಕರಗುತ್ತಿತ್ತು.

ಈ ಪುಟ್ಟ ಕಿಟಕಿಯಿಂದಲೇ ಜನರು, ಒಂದು ಹೊಸೆದ ಹಗ್ಗದ ತುದಿಗೆ

ಬುಟ್ಟಿಯನ್ನು ಸರಾಗವಾಗಿ ಇಳಿಬಿಟ್ಟು ತಮ್ಮ ಎಂದಿನ ಬದುಕಿಗೆ ಬೇಕಾಗುವ ತರಕಾರಿ, ಕಿರಾಣಿ ಸಾಮಾನುಗಳು, ಸೋಪು, ಶ್ಯಾಂಪೂ, ಇಸ್ತ್ರಿಗೊಂಡ ಬಟ್ಟೆಗಳು ಇತರೆ ವ್ಯವಹಾರಗಳನ್ನು ಚೌಕಾಶಿಯಿಲ್ಲದೆ ನಡೆಸುತ್ತಾರೆಂದು ಭುಜಕೀರ್ತಿಗೆ ನಸುವಾಗಿ ತಿಳಿಯುತ್ತಾ ಹೋಯಿತು. ಕೆಳಗೆ ನಿಂತವರು ಮಗುವನ್ನು ಜೋಳಿಗೆ ಹಾಕಿದಂತೆ ವಸ್ತುಗಳನ್ನು ಹಾಕುತ್ತಿದ್ದರೆ ಮೇಲೆ ಮೇಘ ಸಂದೇಶಕ್ಕೆ ಕಾದು ನಿಂತಿದ್ದ ಆಧುನಿಕರು ಜಾಗ್ರತೆಯಿಂದ ಹಗ್ಗವನ್ನು ಎಳೆದುಕೊಂಡು 'ಇದು ನಮ್ಮ ಮಗುವೆ?' ಎಂದು ಪರೀಕ್ಷಿಸಿ ಮತ್ತೆ ಕಿಟಕಿಯೊಳಗೆ ಅದೃಶ್ಯರಾಗುತ್ತಿದ್ದರು.

ನಗರಕ್ಕೆ ವರ್ಗಗೊಂಡು ಕೆಲವೇ ವರ್ಷವಾದರೂ ಭುಜಕೀರ್ತಿಯ ಯೋಚನೆಗಳೆಲ್ಲಾ ತಾನು ಹುಟ್ಟಿ ಬೆಳೆದ ಹಳ್ಳಿಯಲ್ಲಿಯೇ ಸ್ತಬ್ದವಾಗಿತ್ತು. ಆತ ವಾಸಿಸುತ್ತಿದ್ದ ಅಪಾರ್ಟ್‌ಮೆಂಟಿನಲ್ಲಿ ಏಳೆಂಟು ಜನರನ್ನು ಹೊತ್ತೊಯ್ಯುವ ಒಂದು ಕಪ್ಪು ಲಿಫ್ಟಿತ್ತು. ಮೊದಲಸಲ ಅದರಲ್ಲಿ ಕಾಲಿಟ್ಟಾಗ ಭುಜಕೀರ್ತಿ ಬೆವೆತುಹೋಗಿದ್ದ. ಲಿಫ್ಟಿನಲ್ಲಿದ್ದ ಮೂವರು ಆತ ಪ್ರಜ್ಞೆ ತಪ್ಪಿದ್ದು ನೋಡಿ ತಕ್ಷಣ ಅವನನ್ನು ಸಂಭಾಳಿಸಿದರು. ಕೊಂಚ ಹೊತ್ತು ಅವನ ಮರುಪ್ರಜ್ಞೆಗೆ ಕಾದು ನೀರು ಕುಡಿಸಿ "ಸಂಭಾಲ್ಕೆ, ಚಾಚಾ ಸಂಭಾಲ್ಕೆ" ಎಂದು ಹಿಂದಿಯಲ್ಲಿ ಉಸುರಿ ಮನೆಯತನಕ ಬಿಟ್ಟು ಹೋಗಿದ್ದರು. ಮತ್ತೆಂದೂ ಭುಜಕೀರ್ತಿ ಲಿಫ್ಟಿನ ಬಳಿ ಸುಳಿಯಲಿಲ್ಲ. ನಾಲ್ಕನೇ ಅಂತಸ್ತಿನಿಂದ ಕೆಳಗಿಳಿದು ಬರಲು ಮೆಟ್ಟಿಲುಗಳಿದ್ದವು. ಪುಟ್ಟ ಪುಟ್ಟ ಹೆಜ್ಜೆಯನ್ನಿಟ್ಟು, ಸ್ವಲ್ಪ ಹೊತ್ತು ಮೆಟ್ಟಿಲಿನ ಮೇಲೆ ಕೂತು ದಣಿವಾರಿಸಿಕೊಂಡು ನಡೆಯುತ್ತಿದ್ದವನಿಗೆ ಕೆಳಗಿನ ಟಾರು ರಸ್ತೆ ಸಿಗಲು ಅರ್ಧ ಗಂಟೆಗೂ ಹೆಚ್ಚು ಹೊತ್ತು ಬೇಕಾಗಿದ್ದರ ಕಾರಣ ಕೆಳಗಿಳಿಯದೆ ಕಿಟಕಿಯ ಕಣ್ಣಲ್ಲಿ ತನ್ನ ಹಣ್ಣಾದ ಕಣ್ಣು ಹೊಂದಿಸಿ ಎದುರಿಗಿದ್ದ ಜೈಜೈ ಅಪಾರ್ಟ್‌ಮೆಂಟು, ಅದರ ಕೆಳಗಿದ್ದ ಇಸ್ತ್ರಿ ಅಂಗಡಿ, ಎರಡು ಘೂಟಿನ ಜಾಗದಲ್ಲಿ ತಲೆ ಎತ್ತಿ ನಿಂತಿದ್ದ ಪಾನ್ ಶಾಪು, ಮತ್ತದರ ಸುತ್ತ ಕಾಲ ಕಳೆವ ಮಂದಿ, ತಳ್ಳುಗಾಡಿಗಳ ಮೇಲೆ ಸೊಪ್ಪು ತರಕಾರಿಗಳ ಜಾತ್ರೆಗಳನ್ನು ನೋಡಿ ಸುಮ್ಮನಾಗುತ್ತಿದ್ದ.

ಭುಜಕೀರ್ತಿ ರಾತ್ರಿಯೆಲ್ಲಾ ಎಚ್ಚರವಿದ್ದು, ಸುಡು ಮಧ್ಯಾಹ್ನದ ನಾಲ್ಕು ತಾಸು ಹಾಸಿಗೆಗೆ ಹೊರಳುತ್ತಿದ್ದ. ದಿನಕ್ಕೆ ನಾಲ್ಕು ತಾಸಷ್ಟೇ ನಿದ್ರಿಸಲು ವಚನ ಕೊಟ್ಟಂತೆ ಅವನ ಕಣ್ಣುಗಳು ಜಾಗರವಿರುತ್ತಿದ್ದವು. ಉಳಿದ ವೇಳೆ ಫ್ಯಾನಿನ ಕೆಳಗೆ ಕೂತು ಇಲ್ಲವೇ ಮಲಗಿ ಫ್ಯಾನು ತಿರುಗುವುದನ್ನೇ ನೋಡುತ್ತಾ ಕೂರುತ್ತಿದ್ದ.

ಸದಾ ನೀರು ಬರುತ್ತಿದ್ದ ಬಚ್ಚಲು, ಎರಡು ಚಚ್ಚೌಕ ಖಾಸಗಿ ಕೋಣೆ, ಗೋಡೆಗೆ ಮಾರ್ಬಲ್ ಹೆಂಚು ಹೊದಿಸಿದ್ದ ಅಡುಗೆ ಮನೆ. ಎಲ್ಲಾ ಕೋಣೆಗಳಲ್ಲೂ ನಯ ನಾಜೂಕಿನ ಎಲೆಕ್ಟ್ರಿಕ್ ಸ್ವಿಚ್ಚುಗಳಿದ್ದವು.

ಎಂದೋ ಗ್ಯಾಸಿನ ಮೇಲಿಟ್ಟ ಅನ್ನದ ಪಾತ್ರೆ, ಸಾಂಬಾರಿನ ಚಮಚೆ, ಒಗ್ಗರಣೆಗೆ

ಕಾದು ನಿಂತ ಬಾಲ್ದಿಗಳು ಹಾಗೆಯೇ ಯಥಾ ಸ್ಥಾನದಲ್ಲಿ ಬಿಕೋ ಎನ್ನುತ್ತಿದ್ದವು. ಮುಚ್ಚಳ ತೆಗೆದ ಸಾಸಿವೆ, ಅರಿಶಿನದ ಡಬ್ಬಿಗಳಲ್ಲಿ ಚಳಿಗಾಲ ನುಸುಳಿ ರುಚಿ ಹೀರಿ ಓಡಿಹೋಗುತ್ತಿತ್ತು.

ಅಕ್ಕಿಯನ್ನು ತೊಳೆದು ಗ್ಯಾಸಿಗೆ ಕಿಡಿ ಕೊಟ್ಟು ಮತ್ತೆ ಅಂಗಳಕ್ಕೆ ಬರುವಷ್ಟರಲ್ಲಿ ಭುಜಕೀರ್ತಿಗೆ ಕಿಟಕಿಯ ಕೆಳಗೆ ಏನೋ ಸದ್ದಾಗುತ್ತಿದ್ದಂತೆ ಕೇಳಿಸಿ ತಕ್ಷಣ ಹೋಗಿ ಕಿಟಕಿಯ ಕೆಳಗೆ ಕಣ್ಣು ತೂಗಿಸಿ ನಿಂತುಬಿಡುತ್ತಿದ್ದ. ಎದುರಿನ ಅಪಾರ್ಟ್‌ಮೆಂಟಿನ ಹುಡುಗರು ಕುಶಾಲು ಮಾಡುತ್ತಾ, ಸೈಕಲ್ಲು ತುಳಿಯುತ್ತಾ ಬೊಬ್ಬೆ ಹೊಡೆಯುತ್ತಿರುವುದನ್ನು ಆಸ್ಥೆಯಿಂದ ನೋಡುತ್ತಾ ನಿಂತ ಭುಜಕೀರ್ತಿಗೆ ಅಡುಗೆ ಮನೆಯಲ್ಲಿ ಬೇಯುತ್ತಿದ್ದ ಅಕ್ಕಿಯ ಪರಿವೆ ಇರುತ್ತಿರಲಿಲ್ಲ. ನೀಲಿ ಮುಗಿಲು ಅವನನ್ನು ತನ್ನೆದೆಗೆ ಕರೆಯುತ್ತಿತ್ತು.

ಊಟದ ತಾಟಿನಲ್ಲಿ ತನ್ನ ಮುಖ ಕಂಡು ನಗುತ್ತಿದ್ದ ಭುಜಕೀರ್ತಿ, ಕಾಫಿ ಕುಡಿಯುವಾಗ ಕೈ ಮುಗಿಯುವಂತೆ ಕಪ್ಪನ್ನು ಹಿಡಿದು ಮೆಲ್ಲಗೆ ಉರುಬಿ ಕುಡಿಯುತ್ತಿದ್ದ. ಕೆಲವೊಮ್ಮೆ ಕಾಫಿಯ ಕಪ್ಪು ತುಟಿಯಂಚಿಗೆ ಸುಟ್ಟಾಗ ಉಗ್ರನಾಗಿ ಕಾಫಿ ಕಪ್ಪನ್ನೇ ನೆಲಕ್ಕೆ ಜಾಡಿಸುತ್ತಿದ್ದ. ಹೀಗೆ ಫಳಾರನೆ ಒಡೆದುಬಿದ್ದ ಪಿಂಗಾಣಿ ಕಪ್ಪುಗಳ ಸಂಗ್ರಹ, ಆತನ ಮೂರು ಹರಿದ ಬನಿಯನ್ನು, ಧೋತ್ರಗಳನ್ನು ತುಂಬಿಕೊಂಡ ಟ್ರಂಕಿನ ಪಕ್ಕವೇ ಇದ್ದ ಚೀಲದಲ್ಲಿ ಸೇರಿದ್ದವು.

ಭುಜಕೀರ್ತಿ ಮೊದಲು ಸಂಜಯನಗರದ ವೃದ್ಧಾಶ್ರಮದಲ್ಲಿದ್ದ. ಅವನ ಮಗ 'ಧಾವಂತ' ಎಷ್ಟೇ ಒತ್ತಾಯ ಮಾಡಿದರೂ ಜಗ್ಗದ ಅಪ್ಪನಿಗೆ, ತನ್ನ ಹೆಂಡತಿಯ ಸಂಬಂಧಿಕರನ್ನು ಕರೆಸಿ "ಅವರಿಬ್ರಿಗೂ ಪ್ರೈವೆಸಿ ಬೇಕಂತೆ. ಸ್ವಲ್ಪ ದಿನ ಆಶ್ರಮದಲ್ಲಿ ಇರಿ. ಇಲ್ಲವೆಂದರೆ ನಮ್ಮ ಮನೆಗೆ ಬನ್ನಿ. ಸುಮ್ನೆ ಹಟ ಮಾಡ್ಬೇಡಿ" ಎಂದೆಲ್ಲಾ ಹೇಳಿಸಿದ. "ನನ್ನನ್ನು ಊರಿಗೆ ಕಳಿಸ್ಬಿಡಿ ಈಗ್ಲೆ, ಹೊರಟೋಗ್ತೀನಿ. ಮಗ ಇದ್ರೂ ಅನಾಥಾಶ್ರಮಕ್ಕೆ ಹೋದ್ರೆ, ನಾಳೆ ಧಾವಂತನ ಮಗನೋ ಮಗಳೋ ಅವನನ್ನು ಹೀಗೇ ಆಶ್ರಮಕ್ಕೆ ಅಟ್ತಾರೆ. ಕರ್ಮ ವಾಪಸು ನಮ್ಮವರ ಕಾಲಿಗೆ ಸುತ್ಕೋತ್ತದೆ" ಎಂದು ಒಬ್ಬನೇ ಭಾಷಣ ಮಾಡುವಂತೆ ಮಾತಾಡಿ, ನೆರೆದವರ ಮುಂದೆ ಮುಲಾಜಿಲ್ಲದೆ "ಆಶ್ರಮಕ್ಕಂತೂ ಹೋಗೊಲ್ಲ" ಎಂದು ಗಳಗಳನೆ ಅತ್ತ ಭುಜಕೀರ್ತಿ. ಕೈಕಟ್ಟಿಕೊಂಡು ಅವರಿವರನ್ನು ಕಣ್ಣಲ್ಲೆ ಛೂ ಬಿಡುತ್ತ ನಿಂತ ಧಾವಂತ "ನೀನು ಮತ್ತೆ ಊರಿಗೆ ಹೋದ್ರೆ ಇದ್ದೊಬ್ಬ ಮಗ ಅಪ್ಪನನ್ನು ಸಾಕಲಿಲ್ಲ ಎಂದು ಹಂಗಿಸಲ್ವಾ" ಎಂದ.

ಧಾವಂತನ ಹೆಂಡತಿ ತನ್ನ ಕೈಯಲ್ಲಿದ್ದ ರಿಮೋಟನ್ನು ಫಟ್ಟನೆ ನೆಲಕ್ಕೆ ಎಸೆದು "ಕೈಲಾಗದವನೆ" ಎಂಬಂತೆ ಗಂಡನನ್ನು ದಿಟ್ಟಿಸಿ ನೋಡಿ ತನ್ನ ಕೋಣೆ ಸೇರಿಕೊಂಡಳು. ರಿಮೋಟಿನ ಉದರ ಒಡೆದುಕೊಂಡು ಹೊರಬಂದ ಎರಡು ಕೆಂಪು ಸೆಲ್ಲುಗಳು

ವಿರುದ್ಧ ದಿಕ್ಕಿನಲ್ಲಿ ಚಲಿಸಿದವು. ಸಂಬಂಧಿಕರು ಧಾವಂತನನ್ನು ಕಡೆಗಣ್ಣಿನಿಂದ ನೋಡಿ, 'ಇದಕ್ಕಿಂತ ಮುಂದುವರೆದು ಮಾತಾಡಿದರೆ ಪ್ರಯೋಜನವಿಲ್ಲ' ಎಂದು ಎದ್ದು ಹೋದರು.

ಧಾವಂತನಿಗೂ ಆತನ ಹೆಂಡತಿಗೂ ಸಾಕಷ್ಟು ಭಿನ್ನತೆಗಳಿದ್ದವು. ಆಕೆ ದಿನಾ ಮೊಸರಿಲ್ಲದೆ ಉಣ್ಣುತ್ತಿರಲಿಲ್ಲ. ಮನೆಯ ಎಲ್ಲಾ ಬಲ್ಬುಗಳನ್ನು ಹಗಲಿನಲ್ಲಿಯೂ ಉರಿಸುತ್ತಿದ್ದಳು. ಧಾವಂತ ಆಫೀಸಿನಿಂದ ಬಂದ ಕೂಡಲೇ ಅವಳ ಸೆರಗ್ಹಿಡಿದುಕೊಂಡು ಕೋಣೆ ಸೇರುತ್ತಿದ್ದ. ಕೋಣೆಯಿಂದ ಏರುದನಿಯಲ್ಲಿ ಅವರಿಬ್ಬರು ಕಿತ್ತಾಡುವುದು, ಮಾತುಮಾತಿಗೆ "ತವರಿಗೆ ಹೋಗ್ತೀನಿ, ನಿನ್ನ ಜೊತೆ ಸಾಕಾಗಿ ಹೋಗಿದೆ, ಮಾರ್ಕೆಟ್ಟಲ್ಲಿ ಸಿಗೋ ವೈಬ್ರೇಟರನ್ನೇ ಮದುವೆ ಆಗಿದ್ರೆ ಚೆನ್ನಾಗಿರ್ತಿತ್ತು, ನೀನು ಒದ್ದಾಡಿಕೊಂಡು ಮಾಡೋ ಕೆಲಸನಾ ಅದು ಆರಾಮಾಗಿ ಮಾಡುತ್ತೆ" ಎಂಬ ಚುಚ್ಚು ಮಾತುಗಳನ್ನು ಕೇಳಿಸಿಕೊಂಡು, ಅವರಿಬ್ಬರ ನಡುವೆ ಲೈಂಗಿಕತೆಯ ಕಂದರವನ್ನು ಕಂಡು ಭುಜಕೀರ್ತಿ ಮರುಗಿದ್ದ.

ಮರುದಿನ ಆಫೀಸಿನಿಂದ ಬರುತ್ತಲೇ ಮಂಚದ ಮೇಲೆ ಕಾಲು ಚಾಚಿ ಮಲಗಿದ್ದ ಅಪ್ಪನನ್ನು ಧಾವಂತ ದರದರನೆ ಎಳೆದ. ಇದು ಕನಸಲ್ಲ ಎಂಬುದನ್ನು ಅರಗಿಸಿಕೊಂಡ ಭುಜಕೀರ್ತಿ ಮಗನ ಆವೇಶದ ಕಣ್ಣುಗಳನ್ನು ನೋಡಿ ಥರಥರನೆ ನಡುಗಿದ. ಮಾಂಸದ ಚೆಂಡು ಎಸೆದಂತೆ ಭುಜಕೀರ್ತಿಯನ್ನು ಫ್ರಿಡ್ಜಿನ ಮೂಲೆಗೆ ತಳ್ಳಿದ ಧಾವಂತ, ಕೀರಲು ದನಿಯಲ್ಲಿ ಹಲುಬಲು ಶುರುಮಾಡಿದ. "ನೀನು ಆಶ್ರಮಕ್ಕೆ ಹೋಗ್ಲಿಲ್ಲಾ ಅಂದ್ರೆ ಕೋಕಿಲಾ ಮನೆ ಬಿಟ್ಟು ಹೋಗ್ತಾಳಂತೆ" ಎಂದು ಕೂಗುತ್ತಲೆ ಅವನ ಸ್ವರ ಕ್ಷೀಣಿಸುತ್ತಾ ಹೋಯ್ತು. "ನನ್ನ ಗಂಡಸ್ತನದ ಬಗ್ಗೆ ಅವಳು ಹೀನವಾಗಿ ನಕ್ಕು ನನ್ನೆದುರೆ ವೈಬ್ರೇಟರ್ ಬಳಸ್ತಾಳೆ. ನೀನು, ನಿಮ್ಮಪ್ಪ ಇಬ್ಬರೂ ನಪುಂಸಕರು, ನೀನು ನಿಮ್ಮ ಅಪ್ಪನಿಗೆ ಹುಟ್ಟಿಲ್ಲಾ ಅಂತಾಳೆ. ಹೇಳು ನಾನು ನಿನ್ನ ಮಗನಾ? ಹೇಳು, ಹೇಳು" ಎಂದೆಲ್ಲಾ ಬಡಬಡಿಸಿ ಗೋಡೆಗೆ ಹಣೆ ಚಚ್ಚಿಕೊಂಡ. ಧಾವಂತನ ಹುಸಿ ಪೌರುಷಕ್ಕೆ ಮೂಸಂಬಿ ಬಣ್ಣದ ಫ್ರಿಡ್ಜು ಇನ್ನೂ ಅಲುಗುತ್ತಲೇ ಇತ್ತು. ಭುಜಕೀರ್ತಿ ತೊಟ್ಟಿದ್ದ ಪೈಜಾಮ ಮೊಣಕಾಲಿನ ತನಕ ಇಳಿದುಹೋಗಿ ಅವನ ಎರಡು ಕಾಲು ಮರೆಯಾಗಿದ್ದವು. ಧಾವಂತನ ಮುಖ ತನ್ನ ಅಪ್ಪನ ಎದುರು ಬುಗುರಿಯೊಂದು ಕೊನೆ ಬಾರಿ ತಿರುಗಿ ಉರುಳಿದ ಹಾಗಿತ್ತು.

ಭುಜಕೀರ್ತಿಗೆ ಮಗನ ಮೇಲೆ ಅಪಾರ ಪ್ರೀತಿಯಿತ್ತು. ಮಗನನ್ನು 'ಹೋಗಿ', 'ಬನ್ನಿ' ಎಂದೇ ಮಾತಾಡುತ್ತಿದ್ದ. ತನ್ನ ಮಗ ಪ್ರೀತಿಸಿದ ಹುಡುಗಿಯನ್ನು ಗುಟ್ಟಾಗಿ ಮದುವೆಯಾಗಿ ತನ್ನ ಬಳಿ ಹೇಳಿಲ್ಲವೆಂದು ಸಹ ಅವನ ಎದೆ ಬಿಕ್ಕಳಿಸಿರಲಿಲ್ಲ. ಇಂದು ಅವನು ಅಪ್ರಯೋಜಕನಾಗಿಬಿಟ್ಟಿದ್ದ. ಮಗನ ಮೇಲೆ ಏನು ಮಾಡಿದರೂ ಮೂಡದ

ಅಸಹನೆಯಿಂದಾಗಿ ಒಮ್ಮೆಲೆ ಕಣ್ಣು ತುಂಬಿತು. ಫ್ರಿಡ್ಜಿನ ಮೇಲೆ ಬಲಗೈಯೂರಿ ಮೆಲ್ಲನೆ ಮೇಲೆದ್ದು ಉದುರಿಹೋಗಿದ್ದ ಪೈಜಾಮ ಕಟ್ಟಿಕೊಂಡ. ಒಂದೇ ಸಮನೆ ಅವನ ಒಣಗಿಹೋಗಿದ್ದ ದೇಹವನ್ನು ಎಳೆದಾಡಿದ ಕಾರಣ ಸೊಂಟಕ್ಕೆ ಬಲವಾಗಿ ಪೆಟ್ಟು ಬಿದ್ದಿತ್ತು. "ಹಿಂಸೆಯನ್ನು ತನ್ನ ಕಣ್ಣಿಂದ ನೋಡಿದವನು ಮಾತ್ರ ಅದನ್ನು ತಡೆಗಟ್ಟಬಲ್ಲ, ಗೆಲ್ಲಬಲ್ಲ" ಎಂದು ಅನ್ನಿಸಿ ಧಾವಂತನ ಕೋಣೆಗೆ ಕುಂಟುತ್ತಲೇ ಹೋದ. ಕೋಕಿಲಾ ಇರಲಿಲ್ಲ. ಧಾವಂತ ದಿಂಬಿಗೆ ಒರಗಿ ಅಳುತ್ತಿದ್ದ. ಭುಜಕೀರ್ತಿಯು ನದಿಯೊಂದು ಕವಲೊಡೆಯುವಾಗ ತೋರುವ ತನ್ಮಯತೆಯಿಂದ "ಬನ್ನಿ ಆಶ್ರಮಕ್ಕೆ ಹೋಗೋಣ" ಎಂದ. ಧಾವಂತನ ಅಳು ಇನ್ನೂ ಎತ್ತರಕ್ಕೆ ಹಾರಿತು.

ವೃದ್ಧಾಶ್ರಮ ರೇಲ್ವೆ ಸ್ಟೇಶನ್ನಿನ ಹಿಂಭಾಗದ ರಸ್ತೆಯಲ್ಲಿತ್ತು. ನೆಲಮಾಳಿಗೆ ಮತ್ತು ಒಂದನೇ ಅಂತಸ್ತಿನಲ್ಲಿ ಒಟ್ಟು ಹನ್ನೆರಡು ಕೋಣೆಗಳು. ಎರಡನೇ ಅಂತಸ್ತಿನಲ್ಲಿ ಕೇರಳದ ಹೆಂಗಸೊಬ್ಬಳು ಸ್ಪಾ ನಡೆಸುತ್ತಿದ್ದಳು. ಆಶ್ರಮದ ಒಂದು ಕೋಣೆಯಲ್ಲಿ ಎಲ್ಲಾ ಬಗೆಯ ದೇವರ ಫೋಟೋಗಳಿದ್ದವು. ಅದರ ಪಕ್ಕವೇ ಮ್ಯಾನೇಜರಿನ ಆಫೀಸು. ಎಲ್ಲಾ ಕೋಣೆಗಳಲ್ಲಿ ಒಂದೇ ಬಗೆಯ ದಿಂಬು, ಹಾಸಿಗೆ, ಮಂಚ, ಸಾಲಾಗಿ ಜೋಡಿಸಿದ ಊಟದ ತಾಟುಗಳು. ಊಟ, ತಿಂಡಿ, ಕಾಫಿಗೆಂದು ಎಲ್ಲರೂ ನೆಲಮಾಳಿಗೆಗೆ ಮಕ್ಕಳಂತೆ ಬಂದು, ಊಟ ಮುಗಿಸಿ ವರಾಂಡದಲ್ಲಿ ನಿಂತು ಹರಟುತ್ತಿದ್ದರು. ವರಾಂಡ ಆಶ್ರಮದ ಹಿಂದಿತ್ತು. ಅಲ್ಲಿ ಸಣ್ಣ ಔಷಧಿಯ ಸಸಿಗಳು, ಬೋನ್ಸಾಯ್ ಮರಗಳು, ನಿತ್ಯಮಲ್ಲಿಗೆ, ಸುಗಂಧರಾಜ, ಡೇರೆ ಹೂಗಳ ಕೈತೋಟವಿತ್ತು. ಅಲ್ಲಿದ್ದ ಪ್ರತೀ ವೃದ್ಧರು ತುಂಬು ಏಕಾಂತ ಆನಂದಿಸುತ್ತಿದ್ದರು. ಒಮ್ಮೊಮ್ಮೆ ತಮ್ಮನ್ನು ಇಲ್ಲಿಗೆ ಬಿಟ್ಟು ಹೋದ ಮಗ ಸೊಸೆ ಬರುವುದನ್ನು ಕಣ್ಣಂಚಿಗೆ ಕಾತರ ತಂದು ಕಾಯುತ್ತಿದ್ದರು. ಆಶ್ರಮದಲ್ಲಿ ಎಲ್ಲಿಯೂ ಗಡಿಯಾರ ಇರಲಿಲ್ಲ. ಮ್ಯಾನೇಜರಿನ ಆಫೀಸಿನಲ್ಲಿ ಮಾತ್ರ ಒಂದು ಗಡಿಯಾರವಿತ್ತು. ಅದು ಆತನಿಗೆ ಮಾತ್ರ ಸಮಯ ಹೇಳುತ್ತಿತ್ತು.

ಭುಜಕೀರ್ತಿಗೆ ನೆಲಮಾಳಿಗೆಯಲ್ಲಿ ಮಾಜಿ ಸೈನಿಕನಿದ್ದ ಕೋಣೆಯಲ್ಲಿ ಪ್ರವೇಶ ದೊರೆಯಿತು. ಮೊದಲ ದಿನ ಆತ ದಿಕ್ಕು ಕಾಣದೆ ಶೂನ್ಯವನ್ನು ದಿಟ್ಟಿಸುತ್ತಾ ಕಳೆದ. ಮಾಜಿ ಸೈನಿಕನ ಹೆಸರು ಮುಂಜಾವರ್. ಕೊಡಗಿನವ. ಆತ ಭುಜಕೀರ್ತಿಗೆ ಸಾಕಷ್ಟು ಭರವಸೆ ತುಂಬಿದ. ತನ್ನ ಮೊಮ್ಮಗ ಆಸ್ತಿಗಾಗಿ ಕೊಲ್ಲಲು ಮುಂದಾಗಿದ್ದನ್ನು ಯಾವುದೇ ನೋವಿಲ್ಲದೆ ಹೇಳಿದ. ಭುಜಕೀರ್ತಿಗೆ "ನಮಗೆ ಇನ್ನಷ್ಟು ಬದುಕಿದೆ, ಅದು ಇಲ್ಲಿಯೇ, ಬದುಕೋಣ ನಡಿ" ಎಂದು ಹಾರೈಸಿದ ಮುಂಜಾವರ್.

ಧಾವಂತ ಅಪ್ಪನನ್ನು ಮತ್ತೆ ಕಾಣಲು ಬರಲಿಲ್ಲ. ಭುಜಕೀರ್ತಿ ಆಶ್ರಮಕ್ಕೆ ಮೆಲ್ಲನೆ ಒಗ್ಗಿಕೊಂಡ. ತನ್ನ ಪಾರ್ಟನರ್ ಜೊತೆ ಸಲಿಗೆಯಿಂದ ಮಾತಾಡತೊಡಗಿದ.

ಮುಂಜಾವರ್ "ನಿನ್ನ ಬದುಕಿನ ವೃತ್ತಾಂತ ಹೇಳು" ಎಂದಾಗ ಭುಜಕೀರ್ತಿ ಮಾತಾಡದೆ ವರಾಂಡಕ್ಕೆ ಹೋಗುತ್ತಿದ್ದ. ಆಶ್ರಮದಲ್ಲಿ ನಶಿಸಿಹೋದ ವೃತ್ತಾಂತಗಳ ಹೊರತು ಏನೂ ಇರಲಿಲ್ಲ. ಪ್ರತಿದಿನ ಅದೇ ಕಾಫಿಯ ಸಂಜೆಗಳು, ರಾತ್ರಿಯ ಬಿಕ್ಕಳಿಕೆಗಳು, ಬಿಪಿ–ಶುಗರಿನ ಹಳದಿ ಕೆಂಪು ಗುಳಿಗೆಗಳು, ಸಂಗಾತಿಯ ನೆನಪುಗಳು, ಊಟದ ತಾಟಿನಲ್ಲಿ ಕಾಣುವ ಮಸುಕಾದ ಮೋರೆಗಳು – ಅಷ್ಟೇ! ಅಲ್ಲಿ ಪ್ರತಿಯೊಬ್ಬರ ಜೀವನ ವೃತ್ತಾಂತಗಳೂ ಹೊಸದೆನ್ನಿಸುತ್ತಿದ್ದವು.

ವರಾಂಡದಲ್ಲಿ ಬೋನ್ಸಾಯ್ ಮರಗಳಿಗೆ ನೀರು ಹಾಯಿಸುತ್ತಾ ನಿಂತ ಭುಜಕೀರ್ತಿಯ ಬಳಿ ಮುಂಜಾವರ್ ಬಂದ. ನೆನಪಿನ ತೋಟದಲ್ಲಿದ್ದ ಚಿಟ್ಟೆಗಳು ಒಮ್ಮೆಲೇ ಹಾರಿದವು. ಭುಜಕೀರ್ತಿ ನೆನಪಿಸಿಕೊಳ್ಳುತ್ತಾ ಹೋದ.

ಭುಜಕೀರ್ತಿಯ ತಾಯಿ ಲಿಪೇಶ್ವರಿ. ಲಿಪೇಶ್ವರಿಯದು ಗಂಡು ಜೀವನ. ಆಕೆಯೇ ಸಂಸಾರದ ನೊಗ ಹೊತ್ತಿದ್ದು. ಆಕೆಗೂ ಭುಜಕೀರ್ತಿಯೊಬ್ಬನೇ ಮಗ. ಮೂರು ಎಕರೆ ಎಂಟು ಗುಂಟೆ ಭೂಮಿಯಲ್ಲಿ ಅವರೆ, ಹುರುಳಿ ಬೆಳೆದು ಇರಲಿಕ್ಕೊಂದು ಮನೆ ಕಟ್ಟಿಸಿದ್ದಳು. ಗಂಡ ಸತ್ತು ಒಂದು ವರ್ಷಕ್ಕೆ ನೇಗಿಲು ಹಿಡಿದು ಬದುಕು ಕಟ್ಟಿಕೊಂಡವಳು. ಸಂಬಂಧಿಕರ ಮಾತಿಗೆ ಕಿವಿಕೊಡದೆ ಸ್ವಾವಲಂಬಿಯಾಗಿ ಮಗನನ್ನು ಸಾಕಿದ್ದಳು. ಭುಜಕೀರ್ತಿ ಸಣ್ಣವನಿದ್ದಾಗಲೇ ತೊದಲುತ್ತಿದ್ದ. ಕೈಕಾಲು ನಡುಗುತ್ತಿತ್ತು. ತಾಯಿಯನ್ನು ಲಿಪಿ ಎಂದೇ ಕರೆಯುತ್ತಿದ್ದ, ಊರಿನ ದೊಡ್ಡ ಮಂದಿ ಹರಟೆಗೆ ಕೂತಾಗ ಅವರಿಗೆ ತಾಂಬೂಲ, ಶರಾಬು, ಬೀಡಿಕಟ್ಟು, ಕಡ್ಡಿಪುಡಿಗಳನ್ನು ತಂದುಕೊಟ್ಟು ಹೆಚ್ಚಿನ ಸಮಯ ಅವರೊಟ್ಟಿಗೆ ಕಳೆಯುತ್ತಿದ್ದ. "ನಿನ್ನ ಮಗ ಇಷ್ಟು ಸಣ್ಣ ವಯಸ್ಸಿಗೇ ಕುಡಿತಾನಂತೆ", "ರಾತ್ರಿ ಮನೆಗೆ ಬರಲ್ವಂತೆ", "ನಿನ್ನ ಮಗನ ಮೇಲೆ ಚೌಡಿ ಬರ್ತಾಳಂತೆ", "ಈರಣ್ಣ ನಿನ್ನ ಮಗನ್ನ ರಂಡೆ ಮಗ ಎಂದು ಬಯ್ದರು ಸಹ ನಿನ್ನ ಮಗ ಹಲ್ಲು ಕಿಸಿತಾ ನಿಂತಿರ್ತಾನಂತೆ" – ಎಂದೆಲ್ಲಾ ನೆರೆಹೊರೆಯವರು, ಭುಜಕೀರ್ತಿಯ ಗೆಳೆಯರು ಲಿಪೇಶ್ವರಿಗೆ ದೂರು ಹೇಳುವಾಗ, ಆಕೆ ಮಾತ್ರ "ಮಗುವಿಗೆ ಹಲ್ಲು ಬಂದಿದೆ ಅಂತಾ ತಾಯಿಗೇ ಮೊದ್ಲು ಗೊತ್ತಾಗೋದು. ನೀವೆಲ್ಲಾ ಏನೂ ಹೇಳೋದು ಬೇಕಾಗಿಲ್ಲ" ಎಂದು ನಿಷ್ಠೂರದ ಮಾತಾಡಿ ಅಟ್ಟುತ್ತಿದ್ದಳು.

ಏಳನೇ ತರಗತಿಗೆ ಶಾಲೆ ಬಿಟ್ಟಿದ್ದ ಭುಜಕೀರ್ತಿ, ತನ್ನ ಓರಗೆಯ ಹುಡುಗರೊಂದಿಗೆ ಸೇರುವುದನ್ನು ಮರೆತಿದ್ದ. ನಲವತ್ತರ ಪ್ರಾಯ ದಾಟಿದವರೊಡನೆ ಅವನ ಸಾಂಗತ್ಯ ಶುರುವಾಗಿತ್ತು. ಮಾವಿನ ತೋಪಿನಲ್ಲಿ ಪಂಚೆ ಹಾಸಿ, ಇಸ್ಪೀಟಿನ ಎಲೆಗಳನ್ನು ಹಂಚಲು, ಜೋಡಿಸಲು, ಹುಕುಂ ಕೇಳಲು ಎಲ್ಲರೂ ಭುಜಕೀರ್ತಿಯನ್ನೇ ತಮ್ಮೊಟ್ಟಿಗೆ ಕರೆದೊಯ್ಯುತ್ತಿದ್ದರು. ಮನುಷ್ಯ ಮತ್ತಿನಲ್ಲಿದ್ದಾಗ ಅತಿ ಹೆಚ್ಚು ಕೊಳ್ಳುಬಾಕನಾಗುವುದನ್ನು, ಮನೆ, ಹೆಂಡತಿಯರನ್ನು ಅಡವಿಕ್ಕುವುದನ್ನು ನೋಡಿ ಭುಜಕೀರ್ತಿ ಅಚ್ಚರಿಗೊಳ್ಳುತ್ತಿದ್ದ.

ಸೋತಾಗ ಇಲ್ಲವೇ ಗೆದ್ದಾಗ ಅವರು ಬದುಕಿನ ಬಗ್ಗೆ ತೋರುತ್ತಿದ್ದ ಈರ್ಷ್ಯೆ, ಕೋಪ, ಉಡಾಫೆ, ಸೋಗಲಾಡಿತನಗಳಿಗೆ ಅವರೊಡನೆ ನಕ್ಕು ತನಗೆ ಬೇಕಾಗಿದ್ದನ್ನು ಆಯ್ದುಕೊಳ್ಳುತ್ತಿದ್ದ. ಕೆಲವು ದಿನಗಳ ನಂತರ ಅವರೊಟ್ಟಿಗೆ ಸೇರುವುದನ್ನೂ ಕಡಿಮೆ ಮಾಡಿದ. ಒಬ್ಬನೇ ಅಲೆಯುತ್ತಿದ್ದ. ಊರಿನಲ್ಲಿ ಯಾರದೇ ಸಾವಾದರೂ ಹೆಣದ ಮುಂದೆ ಕೂತು ದಿಟ್ಟಿಸುತ್ತಿದ್ದ. ಹೆಣದ ಮುಂದೆ ಅಳುತ್ತಾ ಗೋಳಾಡುತ್ತಿದ್ದ ಮಂದಿಗೆ ಇವನೊಬ್ಬ ಅಸಹಜನೆಂದು ಕಾಣಿಸಿ ಇವನಿಂದ ದೂರ ಸರಿಯುತ್ತಿದ್ದರು. ಆಪ್ತರ ಶವದ ಮೆರವಣಿಗೆಯಲ್ಲಿ ಹುಚ್ಚು ಹಿಡಿದವನಂತೆ ಕುಣಿಯುತ್ತಿದ್ದ. ಮಣ್ಣಿಗೆ ಬಂದವರ ಕಣ್ಣೀರು ಒರೆಸುತ್ತಾ "ನೀವು ನಾವು ಮುಂದೊಂದು ದಿನ ಹೋಗೋರು. ಅಳ್ಬೇಡಿ, ಖುಷಿಯಾಗಿ ಕಳಿಸಿಕೊಡಿ" ಎಂದು ಸಂತೈಸುತ್ತಿದ್ದ. ಊರ ಜನ ಭುಜಕೀರ್ತಿಯನ್ನು ಆಡಿಕೊಳ್ಳತೊಡಗಿದರು. ಮಟ್ಕಾ ಚೀಟಿ ಬರೆಯುತ್ತಿದ್ದ ಗುಂಗೇರ "ಇಪ್ಪತ್ತಿನ ವಯಸ್ಸಿಗೇ ವೈರಾಗ್ಯ ಬಂದಿದೆ ನಿನ್ನ ಮಗನಿಗೆ, ಹುಶಾರು ಕಣಕ್ಕ. ಮಠ ಸೇರ್‍ಕೋತಾನೆ. ಯಾವುದಾದ್ರು ಕೆಲಸಕ್ಕೆ ಹಚ್ಚು. ಇಲ್ಲದಿದ್ದರೆ ನನ್ನತ್ರ ಕಳ್ಸು. ಒಂದಂಕಿ, ಎರಡಂಕಿ ಬರ್‍ಕೊಂಡಿರ್ಲಿ" ಎಂದು ಛೇಡಿಸಿ ಮೀಸೆಯಡಿ ನಕ್ಕಿದ್ದ.

ಸ್ಮಶಾನಕ್ಕೆ ಹೋಗಿ ಬಂದ ಮಗನನ್ನು ಮನೆಯಿಂದ ಆಚೆ ನಿಲ್ಲಿಸಿ ತಂಬಿಗೆ ನೀರು ಹೊಯ್ದುಕೊಂಡು ಬರಲು ಹೇಳುತ್ತಿದ್ದ ತಾಯಿಯ ಮಾತನ್ನು ಕಡೆಗಣಿಸಿ ಹಿತ್ತಲಿನಲ್ಲಿ ಮರೆಯಾಗಿ ಅಪರಾತ್ರಿಯಲ್ಲಿ ಮೆಲ್ಲಗೆ ಬಂದು ಬಾಗಿಲು ಬಡಿಯುತ್ತಿದ್ದ ಭುಜಕೀರ್ತಿ, ಒಮ್ಮೊಮ್ಮೆ ಮನೆಗೇ ಬರುತ್ತಿರಲಿಲ್ಲ; ಸ್ಮಶಾನದಲ್ಲಿಯೇ ಮಲಗುತ್ತಿದ್ದ. ಒಂದು ರಾತ್ರಿ ಮಗನನ್ನು ಬಾಗಿಲಾಚೆಯೇ ನಿಲ್ಲಿಸಿ ಲಿಪೇಶ್ವರಿ ನಾಲ್ಕು ಮಾತು ಬಯ್ದಳು. ಬುದ್ಧಿ ಬರಲಿ ಎಂದು ಬಾಗಿಲಿಕ್ಕಿ ಊಟಕ್ಕೆ ಕರೆಯದೆ ಒಳಗೆ ಹೋದಳು. ಆ ದಿನ ರಾತ್ರಿ ಅವನು ಊರು ಬಿಟ್ಟು ಹೋದ.

ಟಿಕೇಟಿಲ್ಲದೆ ರೈಲುಗಳನ್ನು ಬದಲಾಯಿಸಿ ರೇಲ್ವೇ ಪ್ಲಾಟ್‌ಫಾರಂಗಳಲ್ಲಿ ನ್ಯೂಸ್ ಪೇಪರಿನ ಮೇಲೆ ಮಲಗಿಕೊಂಡು, ಮೂರು ರಾತ್ರಿಯ ನಂತರ ಭುಜಕೀರ್ತಿ ಹರಿದ್ವಾರಕ್ಕೆ ಬಂದಿದ್ದ. ಅಲ್ಲೆರಡು ದಿನ ಅಡ್ಡಾಡಿ ಹೊಟ್ಟೆ ಹಸಿವಿನಿಂದ ನರಳಾಡಿದ. ನವರಾತ್ರಿಗೆ ಮುಳುಗಿಸಿದ ದುರ್ಗೆಯ ಗೊಂಬೆಗಳನ್ನು ಹರಿಯುವ ಗಂಗಾ ನದಿಯಿಂದ ಹುಡುಕಿ ತೆಗೆದು ಸ್ವಚ್ಛ ಮಾಡುತ್ತಿದ್ದ ಗುಂಪನ್ನು ಸೇರಿಕೊಂಡ. ಅವರು ಕೈಗೊಂದು ಸುತ್ತಿಗೆ ಕೊಟ್ಟು, ಮೂರ್ತಿಗಳನ್ನು ಪುಡಿ ಮಾಡಿ, ದೇವಿಯ ಮೇಲಿದ್ದ ನಕಲಿ ಆಭರಣಗಳನ್ನು ಒಂದು ಬುಟ್ಟಿಗೆ ಹಾಕಲು ಹೇಳಿದರು. ಭುಜಕೀರ್ತಿಯ ಕೈಯಲ್ಲಿ ಸುತ್ತಿಗೆ ಒಂದು ಮಂತ್ರ ದಂಡದಂತೆ ಕಂಡಿತು. ಅವನು ಹಸಿದ ಬೆಕ್ಕನ್ನು ಮುದ್ದಿಸುವಂತೆ ಮೊಣಕೈ ಗಾತ್ರದ ದೇವಿಯರನ್ನು ಮತ್ತೆ ಬದುಕಿಸಲು ನೋಡಿದ. ಸುತ್ತಿಗೆಯ ಸಾದಾ ಒತ್ತಡಕ್ಕೆ ಅವರ ಎದೆ, ಮುರಿದ ಮೂಗು, ಕಿತ್ತುಹೋದ ಸೊಂಟಗಳು

ಬೆಳ್ಳಗೆ ಸುಣ್ಣವಾಗುತ್ತಿದ್ದವು. ಹಸಿವಿನಿಂದ ಕಂಗೆಟ್ಟು ಹೋಗಿದ್ದ ಭುಜಕೀರ್ತಿಗೆ ನದಿ ತೀರದಲ್ಲಿನ ನವದುರ್ಗೆಯರು, ಕೈಕಾಲು–ರುಂಡಗಳನ್ನು ಕಳೆದುಕೊಂಡು, ನದಿಯ ತ್ಯಾಜ್ಯದಂತೆಯೇ ಕಂಡರು.

ನಾಗಾಸಾಧುಗಳು ಹಗಲು ರಾತ್ರಿಯೆನ್ನದೆ, ರಸ್ತೆಯಲ್ಲಿ ವಾಹನಗಳು ಸಲೀಸಾಗಿ ಚಲಿಸುವಂತೆ ಬೆತ್ತಲೆ ತಿರುಗುತ್ತಿದ್ದರು. ಪ್ರತಿ ಸಂಜೆ ಜರುಗುತ್ತಿದ್ದ ಗಂಗಾರತಿಗೆ ಸೇರುತ್ತಿದ್ದ ಜನಸಾಗರ, ಬೆಳಗ್ಗೆ ಹೊತ್ತಿಗೆ ಮಾಯವಾಗುತ್ತಿತ್ತು. ಐಸ್‌ಕ್ಯಾಂಡಿ ಚೀಪುವಂತಿದ್ದ ಸಣ್ಣ ಮಕ್ಕಳು ಹನುಮಂತನ ವೇಷ ಹಾಕಿ ವಿದೇಶಿ ಜನರಿಂದ ಚಪ್ಪಾಳೆ ಗಿಟ್ಟಿಸಿಕೊಳ್ಳುತ್ತಿದ್ದರು. ಹಾವಾಡಿಗರು, ಹೂ ಕಟ್ಟುವವರು, ವಿಭೂತಿ ಕುಂಕುಮಗಳ ವ್ಯಾಪಾರಿಗಳು, ಚಡ್ಡಿ ಬನಿಯನ್ನು ಧೋತ್ರ ಮಾರುವ ಅಂಗಡಿ ಮಾಲೀಕರು – ರಾತ್ರಿ ಒಂದೇ ಕಡೆ ಮಲಗುತ್ತಿದ್ದರು. ಭುಜಕೀರ್ತಿಯ ಅಂತರಾಳ ಒಮ್ಮೆಲೇ ಬಡಿದುಕೊಂಡಿತು. "ಮನುಷ್ಯನಿಗಷ್ಟೇ ಆದರ್ಶಗಳಿವೆ, ಇಲ್ಲಿರುವ ಯಾವುದೇ ಮರ ಗಿಡ ಬಳ್ಳಿ ನದಿಗಳಿಗೆ ಭಯ, ಧೈರ್ಯ, ನಾಚಿಕೆಗಳಿಲ್ಲ; ಆದರ್ಶಗಳಿಲ್ಲ. ಇವು ಮನುಷ್ಯರಂತೆ ನಕಲು ಮಾಡಲಾರವು. ಇವು ಸ್ವತಂತ್ರ, ಇವುಗಳಿಗೆ ಮಾರ್ಗದರ್ಶಕರು ಬೇಡ."

ಹೀಗೆ ಊರೂರು ತಿರುಗುತ್ತಲೇ ವಾರಾಣಸಿಗೆ ಬಂದಾಗ ಮಣಿಕರ್ಣಿಕಾ ಘಾಟಿನಲ್ಲಿ ಹೆಣಗಳನ್ನು ಸುಡುತ್ತಿದ್ದರು. ದೋಣಿಗಳು ಸಕಲ ಭಾರವನ್ನು ಕಳೆದುಕೊಂಡು ನಿಸ್ತೇಜವಾಗಿ ದಡದಲ್ಲಿ ನಿಂತಿದ್ದವು. ಹೆಣಗಳನ್ನು ಸುಡಲು ಒಂದಷ್ಟು ಮಂದಿ ಉತ್ಸುಕರಾಗಿ ದೊಡ್ಡ ಮರದ ದಿಮ್ಮಿಯನ್ನು ಕೊಡಲಿ ಪೆಟ್ಟಿನಿಂದ ಸೀಳುತ್ತಿದ್ದರು. ಉರಿಬಿಸಿಲಿನಲ್ಲಿ ಅರ್ಧ ಬೆತ್ತಲೆಯವನೊಬ್ಬ ದೇಹಗಳ ಮೇಲಿದ್ದ ಉಡುಪನ್ನು ತೆಗೆದು ನದಿಯಲ್ಲಿ ತೇಲಿಬಿಡುತ್ತಿದ್ದ. ಹಲಸಿನ ಬೀಜ ಸುಡುವಂತೆ, ದೊಡ್ಡ ಕಟ್ಟಿಗೆಯೊಂದನ್ನು ಕೈಲಿ ಹಿಡಿದು ಬೇಯುತ್ತಿದ್ದ ಕೈಕಾಲುಗಳನ್ನು ಇನ್ನಷ್ಟು ಮೀಟುತ್ತಲೇ, ವಿಚಲಿತಗೊಂಡು ನಿಂತಿದ್ದ ಭುಜಕೀರ್ತಿಗೆ "ಸಾಲೇ, ಮರೇಗಾ ಕ್ಯಾ? ಚಲ್ ನಿಕಲ್" ಎಂದು ದುರುಗುಟ್ಟಿದರೂ ಕದಲದಿದ್ದಾಗ "ಚೂತ್ಯೆ, ಕಾಮ್ ಕರೇಗಾ ಕ್ಯಾ" ಎಂದ. ಮುಂದಿನ ನಾಲ್ಕು ವರ್ಷ ಅಲ್ಲಿಯೇ ಉರುಳಿದವು.

ಮರಳಿ ಊರಿಗೆ ಬಂದಾಗ ಲಿಪೇಶ್ವರಿ ಮಗನ ನೆನಪಿನಲ್ಲಿಯೇ ತೀರಿ ಹೋಗಿ ಮೂರು ವರ್ಷವಾಗಿತ್ತು. ಮನೆಯೊಂದನ್ನು ಬಿಟ್ಟು ಬೇರೆಯೆಲ್ಲಾ ಅನ್ಯರ ಪಾಲಾಗಿದ್ದವು. ತಾಯಿಯ ಸಾವಿಗೆ ಭುಜಕೀರ್ತಿ ಅಷ್ಟೇನೂ ಮರುಕಪಡಲಿಲ್ಲ. ಇವನು ಮತ್ತೆ ಪ್ರತ್ಯಕ್ಷವಾದದ್ದನ್ನು ಕಂಡು ಜನ ಗುಟ್ಟಾಗಿ ಮಾತಾಡತೊಡಗಿದರು. ಭುಜಕೀರ್ತಿ ಯಾವುದಕ್ಕೂ ತಲೆ ಕೆಡಿಸಿಕೊಳ್ಳದೆ ಗುಂಗೇರನ ಬಳಿ ಹೋದ. ಗುಂಗೇರನದು ದೊಡ್ಡ ಮಟ್ಕಾ ದಂಧೆ ನಡೆಯುತ್ತಿತ್ತು. ಆತನ ಹಿಂದೆ ತುಂಬಾ ಜನ ಚೇಲಾಗಳು ಸುತ್ತುತ್ತಿದ್ದರು. ಗುಂಗೇರಾ ದುಡ್ಡು ಎಣಿಸುತ್ತಾ "ನಿಮ್ಮಮ್ಮ ಸತ್ತಾಗ ನಾನೇ ಕಣೋ

ಅವಳ ಚಿತೆಗೆ ಬೆಂಕಿ ಕೊಟ್ಟದ್ದು, ಯಾವ ಬೋಳಿಮಗನೂ ಸುಳೀಲಿಲ್ಲ, ನಂಜೊತೆ ಇದ್ದಾರಲ್ಲ ಇವ್ರೆ ಎಲ್ಲಾ ಕಾರ್ಯ ಮಾಡಿದ್ದು ಕಣೋ ಬೋಸುಡಿಕೆ. ನಿಮ್ಮಮ್ಮ ಭಾಳಾ ಸೊರಗಿದ್ಲು, ನೀನೆಲ್ಲಿ ಹಜಾಮತಿ ಮಾಡೋಕೋಗಿದ್ದೆ" ಎಂದು ಗುಡುಗಿದ. ಭುಜಕೀರ್ತಿ ತೆಪ್ಪಗಿದ್ದ. "ಪೊಲೀಸ್ರಿಗೆ ಹೆದರಬಾರ್ದು, ಆಟ ಸಲೀಸಾಗಿ ನಡೀಬೇಕು. ನಿನ್ನ ಕರಕೊಂಡೋಗಿ ಚಮ್ಮಡ ಕಿತ್ರೂ ನನ್ನೆಸರು ಬರಬಾರ್ದು. ಮುಂದಿನದು ನಂಗ್ಬಿಡು" ಎಂದು ಇಂಗ್ಲೀಷಿನಲ್ಲಿ ನಿಯತ್ತಿಗೆ ಏನೋ ಹೇಳ್ತಾರಲ್ಲ ಏನದು, ಏನದು ಎಂದು ಚಡಪಡಿಸಿದ. ಜೊತೆಗಿದ್ದ ಚೇಲಾ "ಸಿನ್ಸಿಯಾರಿಟಿ" ಎಂದು ಹೇಳಿ ನಕ್ಕ. ಗುಂಗೇರಾ ಭ್ರಾಂತನಂತೆ "ಹ್ಞಾ! ಅದೇ, ಸೆಕ್ಸಿಯಾರಿಟಿ ಇರ್ಬೇಕು" ಎಂದ. ಭುಜಕೀರ್ತಿ ತಲೆಯಾಡಿಸುತ್ತಲೇ ಇದ್ದ.

ಆಶ್ರಮದಲ್ಲಿ ಆರು ತಿಂಗಳು ಕಳೆದಿದ್ದವು. ಮುಂಜಾವರ್‌ಗೆ ಅಸ್ತಮಾ ಶುರುವಾಗಿತ್ತು. ಭುಜಕೀರ್ತಿ ತನ್ನ ದಾಡಿ ಬೋಳಿಸಿಕೊಳ್ಳಲು ಅವನ ದಾಡಿ ಸೆಟ್ಟನ್ನೇ ಬಳಸುತ್ತಿದ್ದ. "ತನ್ನ ಬಳಿ ನಿನಗೆ ಕೊಡಲು ಏನಿಲ್ಲ, ಬೇಕಾದರೆ ನನ್ನ ಪೈಜಾಮ ಉಟ್ಟುಕೋ" ಎಂದಾಗ ಮುಂಜಾವರ್ ಮುಸಿಮುಸಿ ನಗುತ್ತಾ "ನಿನ್ನ ಎರಡು ಕಾಲು ನನ್ನ ತೊಡೆಗೆ ಸಮ. ನಿನ್ನ ಪೈಜಾಮ ನನ್ನ ಕಾಲಿಗೆ ಸಾಕ್ಸಿನ ಹಾಗೆ ಕಾಣುತ್ತೆ ಕಣಯ್ಯ" ಎನ್ನುತ್ತಿದ್ದ.

ವರಾಂಡದ ಸುತ್ತಮುತ್ತ ದೊಗಳೆ ಟಿ ಶರ್ಟು ಹಾಕಿಕೊಂಡು ವಾಕಿಂಗ್ ಮಾಡುತ್ತಿದ್ದ ಸಹವಾಸಿಗಳಲ್ಲಿ ಕೆಲವರು ಕಾಯಿಲೆಗಳಿಂದ ತೀರಿ ಹೋಗುತ್ತಿದ್ದರು. ಪ್ರತೀ ಸಾವಿಗೂ ಅಲ್ಲಿ ಎರಡು ನಿಮಿಷದ ಮೌನಾಚರಣೆ ಮಾತ್ರ ಸಿಗುತ್ತಿತ್ತು. ಹೂಮಾಲೆ, ತಮಟೆ, ಆಕ್ರಂದನ, ಶಾಮಿಯಾನ, ಪೆಂಡಾಲುಗಳು, ಯಾವ ಬಗೆಯ ಪ್ರಚಾರವಿಲ್ಲದೆ ಮಹತ್ಕಾರ್ಯ ನಡೆದುಹೋಗುತ್ತಿತ್ತು. ಮ್ಯಾನೇಜರು ರಿಜಿಸ್ಟರಿನ ಪುಸ್ತಕ ತೆಗೆದು ನಮೂದಾಗಿದ್ದ ಫೋನು ನಂಬರುಗಳಿಗೆ ಸಂಪರ್ಕಿಸಿದರೂ ಕೆಲವೊಂದು ಸಲ ನಿರುತ್ತರದ ಮೌನ ಕೇಳಿಸಿದರೆ, ಮತ್ತೊಮ್ಮೆ "ನೀವು ಡಯಲ್ ಮಾಡಿದ ನಂಬರ್ ಅಸ್ತಿತ್ವದಲ್ಲಿಲ್ಲ" ಎಂದು ಕೇಳಿಬರುತ್ತಿತ್ತು. ಇನ್ನೂ ಕೆಲವರು ಬರುತ್ತೇವೆಂದು ಹೇಳಿ ಬರುತ್ತಿರಲಿಲ್ಲ. ಅವರ ದೇಹ ಹೊತ್ತೊಯ್ಯಲು ಪಾಲಿಕೆಯಿಂದ ಒಂದು ಕಪ್ಪು ವ್ಯಾನು ಬಂದು, ಮಕ್ಕಳನ್ನು ಶಾಲೆಗೆ ಕರೆದೊಯ್ಯುವಂತೆ ಹೋಗಿಬಿಡುತ್ತಿತ್ತು. ವ್ಯಾನಿನ ದಿವ್ಯ ಏಕಾಂತದಲ್ಲಿ ಕೂತ ಮಗು ತಿರುಗಿ ನೋಡದೆ ದಿಗಂತ ಮುಟ್ಟುತ್ತಿತ್ತು. ಒಂದು ದೇಹ ಆಚೆಗೆ ಹೋದರೆ ಮರುದಿನ ಅಂತಹದ್ದೇ ಪರಿಚಯವಿಲ್ಲದ ದೇಹ ಬಣ್ಣದ ಉಡುಪು ತೊಟ್ಟು ಆಶ್ರಮಕ್ಕೆ ಬರುತ್ತಿತ್ತು.

ಆಶ್ರಮದಲ್ಲಿ ಉಳಿದ ಇತರರಿಗೆ ಸಾವಿನ ಬಗ್ಗೆ ಭಯಕ್ಕಿಂತ ಕುತೂಹಲವಿದ್ದಂತಿತ್ತು. ಎಲ್ಲರೂ ಸಾವನ್ನು ಸಣ್ಣ ನೆಗಡಿ ಅಥವಾ ಆಕಳಿಕೆಯಂತೆ ಸಂಭ್ರಮಿಸುತ್ತಿದ್ದರು. ಅದೇ

ಕೌತುಕದಲ್ಲಿ ಮುಂಜಾವರ್ "ನೀನು ಹೇಗೆ ಸಾಯಬೇಕು ಎಂದುಕೊಂಡಿದ್ದೀಯ? ಏನಾದ್ರೂ ಕೊನೆ ಆಸೆ ಇದ್ಯಾ?" ಎಂದು ಕೇಳಿದ. ಭುಜಕೀರ್ತಿ ತಕ್ಷಣವೇ "ನನ್ನ ಸಾವು ಹೇಗೆ ಬಂದರೂ ಸರಿಯೇ... ಆದರೆ ನಾನು ಇಲ್ಲಂತೂ ಸಾಯಲಾರೆ. ನಾನು ನನ್ನ ಮಗನ ಹತ್ತಿರ ಹೋಗ್ತೀನಿ. ಅವನೇ ನನಗೆ ಕೊಳ್ಳಿ ಇಡ್ಬೇಕು. ನನ್ನ ತಾಯಿಗಾದ ಮೋಸ ನನಗಾಗಬಾರದು. ಆ ಪಾಪ ಇನ್ನೂ ನಂಗೆ ಕಾಡ್ತಿದೆ. ಆ ಕರ್ಮದ ಬಳ್ಳಿ ನನ್ನಿಂದ ಕೊನೆಯಾಗಬೇಕು. ನನ್ನನ್ನು ಹೇಗಾದ್ರೂ ಮಾಡಿ ಇಲ್ಲಿಂದ ಆಚೆ ಕಳಿಸೋ ಉಪಾಯ ಮಾಡು" ಎಂದು ಗುನುಗುತ್ತಲೇ ಇದ್ದ. "ಮತ್ತೆ ಸೋತು ಮಗನ ಬಳಿ ಹೋಗ್ಬೇಡ್ವೋ" ಎಂದು ಹೇಳಲು ಮುಂದಾಗಿದ್ದ ಮುಂಜಾವರ್, ಮಾತನ್ನು ನುಂಗಿ "ನಿನ್ನ ಹೆಂಡತಿ ಹೇಗೆ ಸತ್ಲು? ಆಕೆಯ ಬಗ್ಗೆ ಏನೂ ಹೇಳಿಲ್ಲ ನೀನು" ಎಂದು ಮಾತು ಬದಲಾಯಿಸಿದ.

ಭುಜಕೀರ್ತಿಯ ಒಳ್ಳೆಯ ದಿನಗಳವು. ಗುಂಗೇರ ಬಹಳ ಹಚ್ಚಿಕೊಂಡಿದ್ದ. ವಹಿವಾಟನ್ನು ಇವನಿಗೆ ವಹಿಸಿ ಊರೂರು ತಿರುಗುತ್ತಿದ್ದ. ಮಟ್ಕಾ ದಂಧೆಯ ಹಾವಳಿ ಹೆಚ್ಚಾಗಿ ಭುಜಕೀರ್ತಿಯ ಕೈಯಲ್ಲಿ ನಾಲ್ಕು ಕಾಸು ಓಡಾಡತೊಡಗಿದವು. ನಿಧಾನವಾಗಿ ಊರು ಬೆಳೆಯುತ್ತಿತ್ತು. ಬಾವ್ಲಾ ಎನ್ನುವ ಹೆಂಗಸಿನದ್ದು ಆಗ ಪುಕಾರೆದ್ದಿತ್ತು. ಬಾವ್ಲಾ ಕಾರವಾರದಿಂದ ಬಂದಿದ್ದಳು. ಅವಳ ಮನೆಗೆ ಸಾಕಷ್ಟು ಜನ ಗಂಡಸರು ಕುಡಿಯಲು, ಕುಪ್ಪಳಿಸಲು ಹೋಗುತ್ತಾರೆಂಬ ವದಂತಿ ಹಬ್ಬಿತ್ತು. ಗುಂಗೇರನ ಚೇಲಾಗಳು, ಸಮಾಜ ಸೇವಕರು, ಹೆಂಡತಿ ಬಿಟ್ಟವರು, ಪಡ್ಡೆ ಹುಡುಗರು ವಾರಕ್ಕೊಮ್ಮೆಯಾದ್ರೂ ಅವಳ ಮನೆ ದೀಪ ಆರಿಸಿ ಬರುತ್ತಾರೆಂದು ಭುಜಕೀರ್ತಿ ಕೇಳಿದ್ದ. ಬಾವ್ಲಾಳ ಮನೆಯಲ್ಲಿ ಸಾಕಷ್ಟು ಜನ ಹುಡುಗಿಯರಿದ್ದರು; ಹೆಂಗಸರಿದ್ದರು. ಶಾಲೆಗೆ ಹೋಗುತ್ತಿದ್ದ ಅವರ ಮುದ್ದು ಮಕ್ಕಳಿದ್ದರು.

ಬಾವ್ಲಾಳನ್ನು ಮೊದಲ ಸಲ ಕಪ್ಪು ಸೀರೆಯಲ್ಲಿ ನೋಡಿದ್ದ ಭುಜಕೀರ್ತಿಗೆ ಅವಳ ಜೊತೆಯಿದ್ದ ಎರಡೂ ಕಾಲಿಲ್ಲದ ಮನುಷ್ಯ ಯಾರೆಂದು ಗೊತ್ತಾಗಿರಲಿಲ್ಲ. ಅಲ್ಲಿಗೆ ಬರುತ್ತಿದ್ದವರೆಲ್ಲರೂ ಅವನನ್ನು 'ಖಾದೀಮ' ಎಂದೇ ಕೂಗುತ್ತಿದ್ದರು. ಮನೆಯಲ್ಲಿ ಅಡಗಿ ಕೂತಿದ್ದ ಹುಡುಗಿಯರು ಸಂಜೆಗೆ ಬಂದವರ ಎದುರು ಮೈ ಚಳಿ ಬಿಟ್ಟು ಕುಣಿಯುವಾಗ, ಮೋಜಿನಲ್ಲಿ ಎಸೆದ ದುಡ್ಡನ್ನು ಎರಡು ಕೈಯಿಂದ ಆಯುತ್ತಾ ಬಗಲಿಗಿದ್ದ ಚೀಲಕ್ಕೆ ತುಂಬಿಸುವುದು, ಗ್ಲಾಸಿಗೆ ಹೆಂಡ ಸುರಿಯುವುದು ಮಾಡುತ್ತಿದ್ದ. ನಶೆಯಲ್ಲಿ ಯಾರಾದರೂ "ಲಂಗಡಾ ಬಾರೋ ಇಲ್ಲಿ" ಎಂದಾಗ ತೆವಳುತ್ತಲೆ ಅವರ ಬಳಿ ಹೋಗುತ್ತಿದ್ದ. ಮುಖಚಹರೆಯಲ್ಲಿ ಖಾದೀಮ ಥೇಟು ಬಾವ್ಲಾಳ ತಮ್ಮನಂತೆ ಕಾಣುತ್ತಿದ್ದ.

ಅರೆಬತ್ತಲೆಯಲ್ಲಿ ಕೆಂಪು ತುಟಿಯನ್ನು ಕಚ್ಚುತ್ತಾ ಒಜ್ಜೆಯಿಲ್ಲದೆ ನಿಂತ

ಹುಡುಗಿಯರನ್ನು ದಾಟಿ ಭುಜಕೀರ್ತಿ ಬಾವ್ಲಾಳ ಹತ್ತಿರ ಹೋದ. ಬಾವ್ಲಾ ರಂಗೇರಿದ ಪ್ರಪಂಚದ ಅಘೋಷಿತ ದೊರೆಸಾನಿಯಂತೆ ಕಂಡಳು. ಅವಳ ಕೈಯಲ್ಲಿ ಮೂರು ವರ್ಷದ ಮಗುವೊಂದು ಅಳುತ್ತಿತ್ತು. ಮತ್ತವಳು ಮಗುವಿನ ನೆತ್ತಿ ಸವರುತ್ತಾ "ನಿಮ್ಗೇನು ಅಡ್ಡಿಯಾಗೊಲ್ಲ, ಸ್ವಲ್ಪ ಹೊತ್ತಿಗೆ ಮಗು ಅಳು ನಿಲ್ಸುತ್ತೆ" ಎಂದಳು. ಭುಜಕೀರ್ತಿಯ ವಯಸ್ಸು ಮೂವತ್ತೆರಡರ ಆಸುಪಾಸಿತ್ತು. ತಲೆ ಗುಂಗುರಾಗಿತ್ತು. ಮೀಸೆ ಬಲಿತು ತಕ್ಕಮಟ್ಟಿಗೆ ಆಕರ್ಷಿಸುತ್ತಿತ್ತು. ಮೊದಲ ನೋಟದಲ್ಲಿ ಬಾವ್ಲಾ ಅವನಿಗೆ ಹಿಡಿಸಿದ್ದಳು. ಅವಳ ಕಣ್ಣಿನಲ್ಲಿನ ಯಾವುದೋ ಅಸಹಜ ಮಾಯೆ ಅವನನ್ನು ಕಟ್ಟಿಹಾಕಿತ್ತು. ಬಾವ್ಲಾಳ ಕೈಲಿದ್ದ ಮಗು ಅಳು ನಿಲ್ಲಿಸದೆ ಹಟ ಮಾಡುತ್ತಿತ್ತು.

ಭುಜಕೀರ್ತಿ ಅವಳನ್ನೇ ದಿಟ್ಟಿಸಿ ನೋಡುತ್ತಿದ್ದ. ಬಾವ್ಲಾ ತಾನು ಗಮನಿಸುವಂತೆ "ಈ ಶನಿನಾ ನನ್ನ ಕೈಲಿ ಕೊಟ್ಟು ತಲೆಮಾಸಿದ ಮುದುಕನ ಜೊತೆ ಓಡೋದ್ಲು ಚಿನಾಲಿ. ಒಳ್ಳೆ ಸೌಂಡ್ ಪಾರ್ಟಿ ಅನ್ಸುತ್ತೆ, ಸೆಟ್ಲಾಗಿಬಿಟ್ಲು. ಈ ಮಗುನ ಕರಕೊಂಡು ಹೋಗಿದ್ರೆ ಏನಾಗ್ತಿತ್ತೋ ಲೌಡಿಗೆ" ಎಂದು ಓಡಿಹೋದ ಚೆಲುವೆಗೆ ಬಯ್ಯುತ್ತಿದ್ದಳು.

ಆಗ ಒಂದು ಕ್ಷಣ ಬಾವ್ಲಾಳ ಕಣ್ಣು ಭುಜಕೀರ್ತಿಯ ಕಣ್ಣಿನ ಬಳಿ ನಿಂತಿತು. ತುರುಬು ಕಟ್ಟಿಕೊಂಡ ಹೆಂಗಸೊಬ್ಬಳು ಕೋಣೆಯಿಂದ ಬರುತ್ತಲೇ "ಅಳು ನಿಲ್ಸೋ ಧಾವಂತ, ಅಲ್ನೋಡು ಚಂದಮಾಮಾ, ಅಲೆಲೆಲೆ, ಬಾ ಇಲ್ಲಿ" ಎಂದು ಮಗುವನ್ನು ಎತ್ತಿಕೊಂಡು ಕೋಣೆಯ ಒಳಗೆ ಮರೆಯಾದಳು. ಬಿಕ್ಕಿಸಿ ಅಳುತ್ತಿದ್ದ ಪುಟ್ಟ ಹೃದಯದ ಧಾವಂತನ ದನಿ ಸಣ್ಣದಾಗಿ ಕೇಳುತ್ತಾ ಕತ್ತಲಿನಲ್ಲಿ ಲೀನವಾಯಿತು.

ಸಮಯ ಸಿಕ್ಕಾಗೆಲ್ಲಾ ಬಾವ್ಲಾಳನ್ನು ನೋಡಲು ಭುಜಕೀರ್ತಿ ಹೋಗುತ್ತಿದ್ದ. ಇಳಿಸಂಜೆಗೆ ಜಾತ್ರೆಯಾಗುತ್ತಿದ್ದ ವಿಶಾಲ ಹಜಾರ, ಬೆಳಿಗ್ಗೆ-ಮಧ್ಯಾಹ್ನ ಥಂಡಾ ಹೊಡೆಯುತ್ತಿತ್ತು. ಗಿರಾಕಿಗಳೆದುರು ಕುಣಿದು ದಣಿದ ಕನ್ನಿಕೆಯರು ತಮ್ಮ ಮೇಕಪ್ಪು ತೆಗೆಯದೆ ಹಾಸಿಗೆಯಲ್ಲಿ ಮಲಗಿರುತ್ತಿದ್ದರು. ಆಗ ಭುಜಕೀರ್ತಿಗೆ ಗಂಗಾತೀರದಲ್ಲಿ ಕಂಡಿದ್ದ ದುರ್ಗೆಯರು ನೆನಪಾಗುತ್ತಿದ್ದರು. ಕೆಲವು ಹೆಂಗಸರು ಮಕ್ಕಳಿಗೆ ತಲೆ ಬಾಚುತ್ತಾ, ಇಸ್ತ್ರಿ ಮಾಡುತ್ತಾ, ಶಾಲೆಯಿಂದ ಬಂದ ಮಕ್ಕಳ ಶೂ ಕಳಚುತ್ತಾ ಇರುತ್ತಿದ್ದರು. ಬಾವ್ಲಾ ಧಾವಂತನನ್ನು ತೊಡೆಯ ಮೇಲೆ ಮಲಗಿಸಿಕೊಂಡು ದುಡ್ಡು ಎಣಿಸುತ್ತಲೋ, ಯಾವುದೋ ಮಾತುಕತೆಯಲ್ಲಿರುತ್ತಿದ್ದಳು. ಅವಳನ್ನು ಕಂಡೊಡನೆ ಭುಜಕೀರ್ತಿಗೆ ಎದೆಯಲ್ಲಿದ್ದ ಸಾಗರವೊಂದು ಉಕ್ಕುತ್ತಿತ್ತು. ರಹಸ್ಯವಾಗಿ ಅವನು ಬಾವ್ಲಾಳನ್ನು ಪ್ರೀತಿಸುತ್ತಾ ಹೋದ.

ಹೀಗೊಂದು ಮಧ್ಯಾಹ್ನ ಅವಳೊಡನೆ ಹರಟುತ್ತಾ "ನನ್ನ ಮದುವೆಯಾಗುತ್ತೀಯಾ!" ಎಂದು ಕೇಳಿದ. ಮಡಿಲಲ್ಲಿ ಮಲಗಿದ್ದ ಅವನನ್ನು ಎಬ್ಬಿಸಿ "ಇನ್ನೊಮ್ಮೆ ಈ ಕಡೆ ತಲೆ ಹಾಕಿ ಮಲಗ್ಬೇಡಾ, ಆಚೆ ಹೋಗು" ಎಂದಳು ಬಾವ್ಲಾ. ಭುಜಕೀರ್ತಿ

ಸ್ತಂಭೀಭೂತನಾದ. ಅವರಿಬ್ಬರಲ್ಲಿ ಸಲುಗೆ ಇತ್ತು. ಅದೆಷ್ಟೋ ಗಂಡಸರನ್ನು ಕಂಡಿದ್ದ ಬಾವ್ಲಾಳಿಗೆ ಅವನ ಭಾವುಕತೆ, ಕಣ್ಣೋಟ ಹಿಡಿಸಿತ್ತು. ಆದರೆ ದೇಹವನ್ನು ಸರಕಿನಂತೆ ಬಳಸಿದ್ದ ಅವಳಿಗೆ ಯಾವುದೇ ಬಂಧನದ ಅಮಲು ಬೇಕಿರಲಿಲ್ಲ.

ಒಂದು ವಾರದ ಬಳಿಕ ಮತ್ತೆ ತಿರುಗಿ ಬಂದ ಭುಜಕೀರ್ತಿಯನ್ನು ಬಾವ್ಲಾ ಜೋರಾಗಿ ಅಪ್ಪಿದಳು. ಕೆನ್ನೆಗೆ ಬಾರಿಸಿ "ನಿನ್ನ ನೋಡದೆ ಇರೋಕ್ಕಾಗೋದಿಲ್ಲ ನಂಗೆ, ಏನೋ ಕೋಪಕ್ಕೆ ಹೇಳಿದ ಕೂಡಲೇ ಮನೆಗೆ ಬರೋದನ್ನು ನಿಲ್ಲಿಸಿಬಿಡೋದಾ?" ಎಂದು ತರಾಟೆಗೆ ನಿಂತಳು. ಊರಲ್ಲಿ ಮಟ್ಕಾ ದಂಧೆ ನಿಂತುಹೋಗಿತ್ತು. ಗುಂಗೇರಾ ರಾತ್ರೋರಾತ್ರಿ ತನ್ನ ಚೇಲಾಗಳ ಜೊತೆ ಊರು ತೊರೆದಿದ್ದ. ಕೊನೆಗೆ ಹುಬ್ಬಳ್ಳಿಯಲ್ಲಿ ಸೆರೆಸಿಕ್ಕ ಗುಂಗೇರನನ್ನು ಪೊಲೀಸರು ಜಾಮೀನುರಹಿತವಾಗಿ ಸೆರೆಮನೆಗೆ ತಳ್ಳಿದ್ದರು. ಭುಜಕೀರ್ತಿ ಬಾವ್ಲಾಳ ಮುಂಗುರುಳು ತೀಡುತ್ತಾ "ಇದನ್ನೆಲ್ಲಾ ಬಿಟ್ಟು ನನ್ನೊಡನೆ ಬಾ, ಖಾದೀಮ ನಮ್ಮೊಟ್ಟಿಗಿರಲಿ" ಎಂದ.

ಬಾವ್ಲಾ ಮೌನವಾಗಿದ್ದಳು. ನಂತರ "ಪೊಲೀಸರು ಇಲ್ಲಿಗೂ ಬಂದು ದಾಳಿ ಮಾಡಿ ನನ್ನ ಹುಡುಗಿಯರನ್ನೆಲ್ಲಾ ಗೋವಾ ಪೊಲೀಸರಿಗೆ ಒಪ್ಪಿಸಿದ್ದಾರೆ, ಖಾದೀಮ ಸೂಚನೆ ಕೊಡದಿದ್ದರೆ ನಾನು ಜೈಲಿನಲ್ಲಿ ಕೊಳೀಬೇಕಿತ್ತು" ಎಂದು ಅಳಲು ಶುರುವಿಟ್ಟಳು. ಪಕ್ಕದ ಕೋಣೆಯಿಂದ ಧಾವಿಸಿ ಬರುತ್ತಿದ್ದ ಧಾವಂತನ ಅಳುವಿಗೂ ಇವಳ ಉಮ್ಮಳಿಕೆಗೂ ಸಾಮ್ಯತೆ ಇರಲಿಲ್ಲ. "ನಾನು ಗೋವಾಕ್ಕೆ ಹೋಗಿ ನನ್ನ ಹುಡುಗಿಯರನ್ನು ಬಿಡಿಸಿ ತರ್ತೀನಿ. ನಾವೆಲ್ಲಾದ್ರೂ ದೂರ ಹೋಗೋಣ" ಎಂಬೆಲ್ಲಾ ಮಾತಿಗೆ ಕಾದಿದ್ದ ಭುಜಕೀರ್ತಿಗೆ ಅಲೆಯೊಂದು ಅಪ್ಪಳಿಸಿತ್ತು. ಧಾವಂತನನ್ನು ಹೂವಿನಂತೆ ಎತ್ತಿಕೊಂಡು "ಸ್ವಲ್ಪ ದಿನದ ಮಟ್ಟಿಗೆ ಈ ಮಗು ನಿನ್ನೊಟ್ಟಿಗಿರಲಿ. ನಾನು ಮತ್ತೆ ಬರ್ತೀನಿ" ಎಂದು ಹಣೆಗೆ ಚುಂಬಿಸಿದಳು. ಭುಜಕೀರ್ತಿ ಮೊದಲ ಮುತ್ತಿನ ಉನ್ಮಾದದಲ್ಲಿದ್ದ.

ಕೆಲವೇ ಗಂಟೆಗಳಲ್ಲಿ ಅಲ್ಲಿದ್ದ ಲೋಕವೊಂದನ್ನು ಯಾರೋ ಮುಳುಗಿಸಿಬಿಟ್ಟರೆಂದು ಅನ್ನಿಸತೊಡಗಿತು. ಹೆಂಗಸರ ಬಾಚಣಿಕೆ, ಹೇರ್‌ಕ್ಲಿಪ್ಪು, ಚೌಲಿಗಳು, ತಿರುಗಾಮುರುಗಾ ಆದ ಒಳಉಡುಪುಗಳು, ಖಾದೀಮನ ಅರ್ಧ ಪ್ಯಾಂಟು, ಎತ್ತರದ ಚಪ್ಪಲಿಗಳು ಎಲ್ಲೆಂದರಲ್ಲಿ ಬಿದ್ದಿದ್ದವು. ಬಾವ್ಲಾ ಗೋವಾಕ್ಕೆ ಹೊರಟುಹೋಗಿದ್ದಳು. ಹೋದವರು ಮತ್ತೆ ಬರಲಾರರು ಎಂಬುದು ಖಾತ್ರಿಯಾದಾಗ ಮಾತ್ರ ಪ್ರೀತಿ ಇನ್ನೂ ಹೆಚ್ಚಾಗುವುದೇ ಎಂದು ಭುಜಕೀರ್ತಿ ಯೋಚಿಸಿದ. ಧಾವಂತ ತಣ್ಣಗೆ ಒದ್ದೆಯಾದ ತುಟಿಯಲ್ಲಿ ಅವನ ಹೆಗಲಿಗೆ ಒರಗಿ ಮಲಗಿದ್ದ.

ಕೂಡಿಟ್ಟ ಕಾಸಿನಿಂದ ಆಟೋ ಖರೀದಿಸಿ, ಧಾವಂತನನ್ನು ಸಲುಹಲು ಪ್ರತೀ ರಾತ್ರಿಗಳನ್ನು ಒತ್ತೆಯಿಟ್ಟದ್ದು, ಶಾಲೆಗೆ ಸೇರಿಸುವಾಗ ಅಪ್ಪನ ಕಾಲಮ್ಮಿನಲ್ಲಿ ತನ್ನ ಹೆಸರು

ಬರೆಸಿದ್ದು, ತಾಯಿಯ ಕಾಲಮ್ಮಿನಲ್ಲಿ ಬಾವ್ಲಾ ಅಂತ ಹೇಳುವಾಗ ಕಣ್ಣೀರಾಗಿದ್ದು, ಇಂಟರ್‌ಮೀಡಿಯೇಟು ಓದಬೇಕೆಂದಾಗ ಹಾಸ್ಟೆಲ್ಲಿಗೆ ತಿಂಗಳ ಫೀಜು ತುಂಬಲು ಪರದಾಡಿದ್ದು ಎಲ್ಲಾ ಭುಜಕೀರ್ತಿಗೆ ನೆನಪಾಗತೊಡಗಿತು.

ಬೆನ್ನು ತೋರಿಸಿ ಮಲಗಿದ್ದ ಮುಂಜಾವರನನ್ನು ನಡುರಾತ್ರಿ ಗಟ್ಟಿಯಾಗಿ ತಬ್ಬಿಕೊಂಡು "ಹೇಗಾದರೂ ಮಾಡಿ ಮಗನ ಹತ್ತಿರ ಕಳಿಸಿಕೊಡು" ಎಂದು ಅಳುತ್ತಲೇ ಇದ್ದ.

ಧಾವಂತ ಸಿಡಿಮಿಡಿಗೊಳ್ಳುತ್ತಲೇ ಆಶ್ರಮಕ್ಕೆ ಬಂದು ತನ್ನ ಆರೋಗ್ಯ ವಿಚಾರಿಸುವಾಗ "ಇವನು ಅವನೇನಾ? ನನ್ನ ಹೆಗಲಿನಲ್ಲಿ ತನ್ನ ಮುಖವಿಟ್ಟು ಅಳುತ್ತಿದ್ದ ಮೂರೇ ವರ್ಷದ ಧಾವಂತ. ಅಪ್ಪ ಎಂದು ಎದೆಗೆ ಒರಗಿ ಜೊಲ್ಲುಬಿಡುತ್ತಾ ಮಲಗುತ್ತಿದ್ದ ಧಾವಂತ. ಆಟೋದಲ್ಲಿ ಕೂತು ತನ್ನ ನವಿರಾದ ಕಣ್ಣನ್ನು ಉಜ್ಜಿಕೊಳ್ಳುತ್ತಿದ್ದ ಧಾವಂತ. ಯೂನಿಫಾರಂಗಾಗಿ ರಚ್ಚೆ ಹಿಡಿದು ನಿಂತ ಧಾವಂತ. ಜ್ವರದ ಕಣ್ಣಿನಲ್ಲಿ ಬಾವ್ಲಾಳನ್ನು ಅಮ್ಮ ಎಂದು ಕರೆದ ಧಾವಂತ. ಎಲ್ಲಿಗೆ ಹೋದ ಅವನು?" ಎಂದು ಭುಜಕೀರ್ತಿ ಮಗನನ್ನು ನೋಡುತ್ತಲಿದ್ದ.

ಮುಂಜಾವರ್ ಜೊತೆ ದೀರ್ಘ ಗಹನ ಚರ್ಚೆಯಲ್ಲಿ ಧಾವಂತ ಮುಳುಗಿರುವಾಗ ಭುಜಕೀರ್ತಿಯ ಕಣ್ಣು ಮುಂಜಾವರ್‌ನ ತುಟಿಯ ಚಲನೆಯನ್ನೇ ನೋಡುತ್ತಿತ್ತು. ಅವನ ಕುಂಟು ಆತ್ಮ ಮಗನಿಗೆ ಎಲ್ಲಿ ಸತ್ಯ ತಿಳಿಯುವುದೋ, ಬಿಗುಮಾನವಿಲ್ಲದ ಮುಂಜಾವರ್ ಎಲ್ಲಿ ಎಲ್ಲವನ್ನೂ ಹೇಳಿಬಿಡುತ್ತಾನೋ ಎಂದು ಆತಂಕದಿಂದ ಕಾಯುತ್ತಿತ್ತು. ಮಾತುಕತೆ ಮುಗಿದ ನಂತರ ಧಾವಂತ "ನಂಗೆ ಪರಿಚಯವಿರೋ ಅಪಾರ್ಟ್‌ಮೆಂಟಿನಲ್ಲಿ ಸ್ವಲ್ಪ ದಿನ ಇರಲಿ, ಈಗೀಗ ಕೋಕಿಲಾ ನನ್ನ ಜೊತೆ ಹಾಯಾಗಿದ್ದಾಳೆ, ಆಮೇಲೆ ನಮ್ಮೊಟ್ಟಿಗೆ ಬೇಕಾದರೆ ಬರಲಿ" ಎಂಬ ಷರತ್ತಿನ ಮೇಲೆ ಭುಜಕೀರ್ತಿಯನ್ನು ಆಶ್ರಮದಿಂದ ಬಿಡಿಸಿಕೊಂಡು ಹೋದ. ಬೀಳ್ಕೊಡುವಾಗ ಮುಂಜಾವರ್‌ನ ಕಣ್ಣು ಒದ್ದೆಯಾಗಿತ್ತು. "ಇದೇ ಮೊದಲ ಜೀವ, ಮತ್ತೆ ಇಲ್ಲಿಂದ ಜೀವಂತವಾಗಿ ವಾಪಸ್ಸು ಹೋಗುತ್ತಿದೆ ನಮ್ಮ ಎದೆಯಿಂದ" ಎಂದು ಇಡೀ ಆಶ್ರಮದ ಎಲ್ಲಾ ಕೋಣೆಯ ಬಾಗಿಲುಗಳು ಸಾರಿ ಸಾರಿ ಹೇಳುತ್ತಿದ್ದವು.

ಬೆಳಕು ಕಿಟಕಿಯಿಂದ ಸುರಿಯುತ್ತಲಿತ್ತು. ಸಂಜೆಗೆ ಎದ್ದು ಕಿಟಕಿಯಿಂದ ತನ್ನ ಬಣ್ಣ ಮಾರಿಕೊಳ್ಳುತ್ತಾ ಕಪ್ಪಾಗುತ್ತಿದ್ದ ಮುಗಿಲನ್ನು ಹರಿತವಾಗಿ ನೋಡುತ್ತಿದ್ದ ಭುಜಕೀರ್ತಿ ಇನ್ನೂ ಎದ್ದಿಲ್ಲ. ಮೂರ್ಛೆ ಹೋದಂತೆ ಕಿಟಕಿಯ ಕೆಳಗೆ ನಿದ್ದೆಹೋಗಿದ್ದಾನೆ.

ಕಿಟಕಿಯೊಳಗೆ ನುಗ್ಗುತ್ತಿದ್ದ ರಕ್ಕಸ ಗಾಳಿಗೆ ಬಾಗಿಲುಗಳು ಸರಭರ ಸದ್ದು ಮಾಡುತ್ತಿವೆ. ಭುಜಕೀರ್ತಿಗೆ ಎಚ್ಚರವಾಗುತ್ತಿಲ್ಲ. ಮುಗಿಲು ಕಪ್ಪಾಗುತ್ತಿದೆ. ಅವನ ಹಣ್ಣಾದ ಗುಂಗುರು ಕೂದಲಿನಂತೆ ರಾತ್ರಿ ಮಾಗುತ್ತಿದೆ.

ಜಾದೂಗಾರನ ನಿದ್ದೆ

ಕಾರಣವಿಲ್ಲದೆ ಮನೆಗೆ ಬಂದು ಹೋಗುತ್ತಿದ್ದ ಪಪೀತಾ ಇಂದು ಬರಲಿಲ್ಲ. ದಿನವೂ ಬಂದು ಹೋಗುತ್ತಿದ್ದ ಪಪೀತಾ ಇವತ್ತು ಯಾಕೆ ಬರಲಿಲ್ಲ ಎಂಬುದನ್ನೂ ಯೋಚಿಸದೆ ಹಸ್ತಕ್ಷೇಪ ಸುಮ್ಮನಾದ. ಒಂದು ಕೋಣೆಯಿಂದ ಇನ್ನೊಂದು ಕೋಣೆಗೆ ಬೆಳಕಿನ ಹುಳ ಹಾರಿದಂತೆ ರಾತ್ರಿ ಬೆಳಗಾಯಿತು.

ನಾಲ್ಕಂತಸ್ತಿನ ಮನೆಯ ಮೇಲೆ ಪುಟ್ಟ ದ್ವೀಪದಂತಿದ್ದ ಸಣ್ಣ ಕೋಣೆಗೆ ನವಿರಾದ ಬೆಳಕು ಪ್ರಚಂಡವಾಗಿ ಸುರಿಯುತ್ತಿತ್ತು. ಒಂದು ಚಾಪೆ, ಎರಡು ದೊಡ್ಡ ಬಿಂದಿಗೆ, ಎರಡು ಹೆಜ್ಜೆಯಷ್ಟು ಅಗಲವಿದ್ದ ಟ್ರಂಕು ಇವಷ್ಟೇ ಇಡಬಹುದಾದ ಜಾಗದಲ್ಲಿ ಹೇಗೋ ತನ್ನ ಸ್ಥಾನ ಭದ್ರಮಾಡಿಕೊಂಡಿದ್ದ ಸೆಮಿ ಆಟೊಮೆಟಿಕ್ ವಾಷಿಂಗ್ ಮೆಷಿನೀನ ಮೇಲೆ ಕಾಲು ಉದ್ದಕ್ಕೆ ಚಾಚಿಕೊಂಡು ಹಸ್ತಕ್ಷೇಪ ಮಲಗಿದ್ದ.

ಹಾಸಿಗೆಯ ಅಕ್ಕ ಪಕ್ಕ ಬೀಡಿ ಸಿಗರೇಟಿನ ತುಂಡುಗಳು ಅನಾಮತ್ತಾಗಿ ಹರಡಿದ್ದವು. ಹೆಂಡದ ಸ್ಯಾಚೆ, ಗಾಜಿನ ಬಾಟಲಿಯ ಮೇಲಿನ ಕಪ್ಪು ಟೋಪಿಯಂತಹ ಮುಚ್ಚಳಗಳು ಚಪ್ಪಟೆಯಾಗಿ ನೆಲಕ್ಕೆ ಅಂಟಿದ್ದವು. ಇದರ ನಡುವೆ ಮೂರು ಬಿಯರಿನ ಬಾಟಲುಗಳು ನೆಟ್ಟಗೆ ನಿಂತು ಆಕಾಶವನ್ನು ದಿಟ್ಟಿಸುತ್ತಿದ್ದವು. ಮತ್ತಿವುಗಳ ಸ್ಥಾನಪಲ್ಲಟ ಆಗದಿರುವುದನ್ನು ಗಮನಿಸಿದರೆ ಹಸ್ತಕ್ಷೇಪ ರಾತ್ರಿ ಕಂಠಮಟ್ಟ ಕುಡಿದು ಮಲಗಿದ್ದಾನೆ. ಅವನಿಗೆ ಎಚ್ಚರವಿಲ್ಲ. ಬಾಯಿ ಕಳಚಿ ನಿಂತ ಬಿಯರಿನ ಬಾಟಲುಗಳಿಂದ ಇನ್ನೂ ಪರಿಮಳ ದಟ್ಟವಾಗಿ ಹೊಮ್ಮುತ್ತಿದೆ.

ಹಸ್ತಕ್ಷೇಪನ ಬಲಗಾಲು ಮೆಲ್ಲಗೆ ಹೊರಳಿಕೊಂಡಿತು. ಹಣೆಯ ಮೇಲೆ ಕಪ್ಪು ಪರದೆಯಂತೆ ನುಣುಪಾದ ಕೂದಲು ದಿಕ್ಕುತಪ್ಪಿದ ದಾರಿಯಿಂದ ಬಂದ ಗಾಳಿಗೆ

ಧುತ್ತನೆ ಅದುರಿತು. ರಾತ್ರಿ ಊಟದ ಬಳಿಕ ಕೈ ಬಾಯಿ ತೊಳೆಯದ ಕಾರಣ ತುಟಿಯ ತುಂಬಾ ಸಾಂಬಾರಿನ ಗಾಢ ಹಳದಿ ಕಲೆ ಕರೆಗಟ್ಟಿತ್ತು. ಬಲಗೈಯ ಬೆರಳಿಗೆಲ್ಲಾ ಮೆಹಂದಿ ಹಾಕಿದಂತೆ ಕಾಣುವ ಕುರುಹು ಗಟ್ಟಿಯಾಗಿತ್ತು. ಅಂಗೈನ ಅಲ್ಲಲ್ಲಿ ಅನ್ನದ ಅಗುಳು ಶಿಲೆಯಾಗಿ ಕಂಗೊಳಿಸುತ್ತಾ ನೆಲಕಚ್ಚಿದ್ದ ಚಾಪೆಯನ್ನು ಕೆಣಕುತ್ತಿದ್ದವು.

ನಗರದಲ್ಲಿ ಆಗಲೇ ಗದ್ದಲ ಶುರುವಾಗಿತ್ತು. ಕಾಯಿಪಲ್ಲೆಗಳನ್ನು ದುಂಡಗೆ ಸಣ್ಣ ಸಣ್ಣ ಗುಂಪಾಗಿ ಮಾಡಿ ವ್ಯಾಪಾರಿಗಳು ಕಾಯುತ್ತಿದ್ದರು. ಸುರಂಗಗಳಂತಿದ್ದ ಓಣಿಗಳಲ್ಲಿ ರಂಗೋಲಿಗಳು ಮೈ ತುಂಬಾ ರಂಗು ತುಂಬಿಕೊಂಡು ಹೊಸ ಅತಿಥಿಯನ್ನು ಕೈ ಬೀಸಿ ಕರೆಯುತ್ತಿದ್ದವು. ಸವಿಸಾಗರ್ ಹೋಟೆಲ್ಲಿನ ಮಾಣಿ ಆಗಷ್ಟೇ ಅಗರಬತ್ತಿ ಹೊತ್ತಿಸಿ ತನ್ನ ಟೇಬಲ್ಲನ್ನು ಸಾಫು ಮಾಡಿ ಕೂತಿದ್ದ. ಮಾಣಿಯ ಎದುರಿನ ಒಂದು ಗಾಜಿನ ಗ್ಲಾಸಿನಲ್ಲಿ ನಸುಹಳದಿ ನಿಂಬೆಹಣ್ಣು ನೀರಿನೊಳಗೆ ಮುಳುಗಿ ಗಿರಕಿ ಹೊಡೆಯುತ್ತಿತ್ತು.

ಹಸ್ತಕ್ಷೇಪ ಇನ್ನೂ ನಶೆಯಲ್ಲಿದ್ದ. ಅವನ ಕಣ್ಣುಗಳಿಗೆ ಸೂರ್ಯನ ಚುರುಕು ರಶ್ಮಿಗಳು ತಾಕಿದರೂ ಅವನ ರೆಪ್ಪೆಗಳು ಮಿಸುಕುತ್ತಿರಲಿಲ್ಲ. ತೊಟ್ಟಿದ್ದ ಗೆರೆಗೆರೆಯ ಅಂಗಿ ಮಸುಕಾಗಿ ಹಗುರಾಗಿದ್ದ ನೂಲುಗಳೆಲ್ಲಾ ತಮ್ಮ ನೇಯ್ಗೆಗಳಿಂದ ಬಿಡುಗಡೆಯಾಗಿ ಗಾಳಿಗೆ ಹಾರುತ್ತಿದ್ದವು. ದಿನಾಂಕ ಬದಲಿಸದ ಕ್ಯಾಲೆಂಡರು, ನೇಣುಬಿದ್ದ ಅವಸ್ಥೆಯಲ್ಲಿ ಜಂಗು ಹಿಡಿದ ಮೊಳೆಯನ್ನು ಶಪಿಸುತ್ತಿತ್ತು.

ರಾತ್ರಿ ಆದ ಅಪಘಾತದಲ್ಲಿ ಮಗುಚಿಬಿದ್ದ ಲಾರಿಯನ್ನು ದಾಟಿ ಪಪೀತಾ ಬರುತ್ತಿದ್ದಳು. ಅವಳ ಸಪೂರ ದೇಹ ಜಖಂಗೊಂಡ ಲಾರಿಯ ಕಿರು ಕನ್ನಡಿಯಲ್ಲಿ ಹೊಳೆದು ಮಾಯಾವಾಯಿತು. ಆಕೆಯ ಕಾಲುಗಳಿಗೆ ಪ್ರಪಂಚದ ಎಲ್ಲಾ ರಸ್ತೆಗಳು ಗೊತ್ತಿದ್ದಂತೆ ಸಲೀಸಾಗಿ ಓಣಿ, ಸಂತೆ, ಜನನಿಬಿಡ ತಿರುವುಗಳನ್ನು ಲೆಕ್ಕಿಸದೆ ಸಾಗುತ್ತಿದ್ದವು. ಅವಳ ಕಾಲಿನ ಹೆಬ್ಬೆರಳಿನ ತುದಿಗೆ ಉಳಿದ ಕೆಂಪು ಉಗುರಿನ ಬಣ್ಣ ಚಹಾದ ಕಪ್ಪಿನಲ್ಲಿ ಮಿಕ್ಕಿದ ಕೊನೆ ಗುಟುಕಿನಂತೆ ಮೆರೆಯುತ್ತಿತ್ತು.

ಪಪೀತಾ ತನ್ನ ಹತಾಶ ಲೋಕದ ಕಿನ್ನರರನ್ನು ನೆನೆಯುತ್ತಲೇ ಆಫೀಸಿನ ಒಳಗೆ ಬಂದಳು. ಆಯಾ ಮುಂಜಾವಿಗೇ ಬಂದು ಕಸಗುಡಿಸಿ, ಬಿಮ್ಮನೆ ಕೂತ ಕಂಪ್ಯೂಟರಿನ ಪರದೆ ಒರೆಸಿ, ಮೇಜಿನ ಮೇಲಿದ್ದ ಫೈಲುಗಳನ್ನು ಒಪ್ಪವಾಗಿ ಜೋಡಿಸಿ ಹೋಗಿದ್ದಳು. ಪಪೀತಾ ಶಹರದ ಒಂದು ತಕ್ಕಮಟ್ಟಿಗೆ ನಂಬಬಹುದಾಗಿದ್ದ ರಿಯಲ್ ಎಸ್ಟೇಟಿನ ಆಫೀಸಿನಲ್ಲಿ ಬ್ರೋಕರ್ ಕೆಲಸ ಮಾಡುತ್ತಿದ್ದಳು. ಭೋಗ್ಯಕ್ಕೆ ಮನೆ ಕೊಡಿಸುವುದು, ಖಾಲಿ ನಿವೇಶನಗಳನ್ನು ಬರುವ ಪಾರ್ಟಿಗಳಿಗೆ ಖುದ್ದು ಹೋಗಿ ತೋರಿಸುವುದು ಇತ್ಯಾದಿ ಕೆಲಸಗಳನ್ನು ಮಾಡುತ್ತಿದ್ದಳು, ಮನೆ ಮಾರುವವರ ಮತ್ತು ಮನೆ ಕೊಳ್ಳುವವರ ನಡುವೆ ಸಂಪರ್ಕ ಸೇತುವಿನಂತಿದ್ದ ಪಪೀತಾ ಒಂದಷ್ಟು ಒಳ್ಳೆಯ ಹೆಸರು ಮಾಡಿದ್ದಳು.

ಬಕ್ಕ ತಲೆಯ ಗಂಗೂಲಿ, ಪಪೀತಾಳ ಹಾವಭಾವ, ವ್ಯವಹಾರದ ಚಾಕಚಕ್ಯತೆ, ನಕಲಿಯನ್ನು ಅಸಲಿಯೆಂದೇ ಮಂಡಿಸುವ ಮಾತು, ಗಿರಾಕಿಯನ್ನು ತನ್ನ ಕೇಂದ್ರದಲ್ಲಿಯೇ ಸೆಳೆದಿಟ್ಟುಕೊಳ್ಳುವ ಆಕೆಯ ಕಣ್ಣು, ಒಂದು ಚಿಟಿಕೆ ನಯವಂಚಕತನ ಇತ್ಯಾದಿಗಳನ್ನೆಲ್ಲಾ ಗಮನಿಸಿಯೇ ತನ್ನ ಆಫೀಸಿಗೆ ತಂದು ಕೂರಿಸಿದ್ದ. ಇಲ್ಲದಿದ್ದರೆ ಗಂಗೂಲಿಯ ಆಫೀಸು ಎಂದಿಗೋ, ಸಿನೆಮಾ ಪೋಸ್ಟರ್ ಹಚ್ಚಿದರೆ ಕಣ್ಣಿಗೆ ರಾಚುವ ಮುಚ್ಚಿದ ಬಾಗಿಲಾಗುತ್ತಿತ್ತು.

ಎಡಭಾಗದಲ್ಲಿ ಒಂದು ಜ್ಯೂಸಿನ ಅಂಗಡಿ, ಅದರ ಎದುರು ಬೆರಗು ಹುಟ್ಟಿಸುವ ಬರೀ ಕನ್ನಡಿಗಳೇ ತುಂಬಿದ್ದ ಕಟಿಂಗು ಶಾಪು, ಯಕ್ಷಗಾನದ ವೇಷಗಳನ್ನು ಬಾಡಿಗೆಗೆ ಮಾರುವ ಜೋಯಿಸರ ಚಿಕ್ಕ ಮಳಿಗೆ, ಬಲಭಾಗದಲ್ಲಿ ಮಿನಿ ಬಾಲಭವನ, ಸವೆದ ರಿಮ್ಮು ಟಯರುಗಳ ಮಾಲೆ ತೊಟ್ಟಿದ್ದ ಸೈಕಲ್ಲು ಶಾಪು ಇದೆಲ್ಲದರ ನಡುವೆ ಗಂಗೂಲಿಯ ರಿಯಲ್ ಎಸ್ಟೇಟಿನ ಆಫೀಸು ಕಣ್ಣು ತೆರೆದಿತ್ತು. ಮೊದಮೊದಲು ಪಪೀತಾ ಯಾರೊಂದಿಗಾದರೂ ಮಾತಾಡುತ್ತಿದ್ದರೆ ಅವಳ ಕೈ ಬೆವರುತ್ತಿತ್ತು. ಕಣ್ಣು ಚಡಪಡಿಸುತ್ತಿತ್ತು. ಗಿರಾಕಿಗಳ ಮನವೊಲಿಸಲು ಬೇಕಾದ ಚಂದದ ಜಾಣ್ಮೆಯ ಪದಗಳಿಗೆ ಅವಳ ಸುಪ್ತಲೋಕ ಹವಣಿಸುತ್ತಿತ್ತು. ಗಂಗೂಲಿಗೆ ಯಥೇಚ್ಛ ನಂಬಿಕೆ. ನಾಲ್ಕು ಜನರ ಜೊತೆ ಪಳಗಿದರೆ ಸಾಕು, ಇವಳು ತನ್ನನ್ನೇ ಮೀರಿಸುವ ಕಿಲಾಡಿಯಾಗುತ್ತಾಳೆಂದು ಕೆಲವೇ ನಾಜೂಕುಗಳನ್ನು ಹೇಳಿಕೊಟ್ಟ. ಪಪೀತಾಳಿಗೆ ಒಂದೆರಡು ವಾರಗಳಲ್ಲಿ ಎಂತಹ ಜುಗ್ಗನೇ ಬಂದರೂ ಅವನನ್ನು ಕುದುರಿಸಿಕೊಳ್ಳುತ್ತೇನೆಂಬ ಠೀವಿ ಬಂತು.

ಬೆಳಗ್ಗೆ ಒಂಬತ್ತು ಗಂಟೆಗೆ ಅಕ್ಕಪಕ್ಕದವರೆಲ್ಲ ಸೇರಿ ಒಂದೆಡೆ ಕೂತು ಚಹಾ ಕುಡಿಯುವುದು ವಾಡಿಕೆಯಾಗಿದ್ದರಿಂದ ಎಂದಿನಂತೆ ರಿಂಕು ಬಂದು "ಅಕ್ಕಾ ಚಹಾ ಬಿಸಿಯಾಗಿದೆ. ಸರ್ಕಲ್ಲಿಗೆ ಬೇಗ ಬಾ" ಎಂದು ತನಗೇನೋ ಮಹತ್ವದ ಕೆಲಸ ಎಂಬಂತೆ ಓಡಿಹೋದ. ಪಪೀತಾ ತನ್ನ ನೆನಪಿನ ಗವಿಯಲ್ಲಿ ಹೂತು ಹೋಗಿದ್ದಳು. ಆ ಗವಿಯಲ್ಲಿ ಒಂದರ ಹಿಂದೆ ಒಂದು ನುಣುಪಾದ ಸೂತ್ರವಿಲ್ಲದ ನೆನಪುಗಳು ತೇಲಿಬರುತ್ತಿದ್ದವು. ಯಾವ ನೆನಪು ಸಹ ಕೈಗೆ ಸಿಗದೆ ಅದರ ಆಳಕ್ಕೆ ಜಿಗಿಯುವಂತೆ ಅವಳನ್ನು ಸೆಳೆಯುತ್ತಿದ್ದವು.

ರಿಂಕು ಹೋಗಿ ಎಷ್ಟೊತ್ತಾದ ಮೇಲೆ ಪಪೀತಾ ಮತ್ತೆ ಆ ಗವಿಯಿಂದ ಮೆಲ್ಲನೆ ನೆನಪಿನ ಬಳ್ಳಿಯನ್ನು ಬಿಡಿಸಿಕೊಳ್ಳುತ್ತಾ ಯಾರೋ ತನ್ನನ್ನು ಕೂಗಿ ಹೋದಂತೆ ಅನ್ನಿಸಿ ಹೊರಗೆ ಬಂದಳು. ಎದುರಿದ್ದ ಕಟಿಂಗು ಶಾಪಿನ ಒಂದು ಕನ್ನಡಿಯಿಂದ ನೇರವಾಗಿ ತನ್ನ ಕಣ್ಣಿಗೆ ನಿಲುಕುತ್ತಿದ್ದ ಬೆಳಕು ಇನ್ನಷ್ಟು ತಾಜಾ ಎನ್ನಿಸಿತು. ತನ್ನಿಂದ ಸ್ವಲ್ಪವೇ ದೂರವಿದ್ದ ಸರ್ಕಲ್ಲಿನ ಕಡೆ ಕತ್ತು ತಿರುಗಿಸಿದಳು. ಸುತ್ತಮುತ್ತಲಿನ ಗೆಳೆಯರೆಲ್ಲಾ ಜೊತೆಯಾಗಿ ನಡೆಯುತ್ತಾ ಸರ್ಕಲ್ಲಿನ ತುದಿಯಿಂದ ಚಹಾ ಕುಡಿದು ಮರಳುತ್ತಿದ್ದರು.

ಪಪೀತಾಳ ಕಣ್ಣು ಮತ್ತೆ ತನಗೆ ನೂತನ ಬೆಳಕೊಂದು ಕಾಣಿಸಿದ ಕನ್ನಡಿಯ ಬಳಿ ಹೋಯಿತು. ಆದರೆ ಕನ್ನಡಿ ತನ್ನೆದುರು ಮಗುವಿನಂತೆ ಕೂತ ದೈತ್ಯ ಆಕೃತಿಯನ್ನು ಆವರಿಸಿತ್ತು. ಅದರಲ್ಲೀಗ ಬೆಳಕಿಲ್ಲ. ಅದರ ಎದುರು ಒಬ್ಬ ಅಪರಿಚಿತ ವ್ಯಕ್ತಿ ಕತ್ತು ಬಗ್ಗಿಸಿ ನಿದ್ದೆ ಹೋಗಿದ್ದಾನೆ. ಕನ್ನಡಿ ಅಪರಿಚಿತನ ದೇಹವನ್ನು ಇಷ್ಟಿಷ್ಟೇ ನುಂಗುತ್ತಿದೆ. ಉಳಿದ ಕನ್ನಡಿಗಳೆಲ್ಲಾ ಅಪಾತ್ರರಂತೆ ಸುಮ್ಮನಿದ್ದು ಅಪರಿಚಿತನ ನಿದ್ದೆಯಲ್ಲಿ ನುಸುಳಲು ಯತ್ನಿಸುವಂತೆ ಅವನ ದೇಹವನ್ನೇ ಪ್ರತಿಬಿಂಬಿಸುತ್ತಿವೆ. ಆ ಅಪರಿಚಿತನ ಸರಹದ್ದಿನಲ್ಲಿ ಆ ಮೋಹಕ ಕನ್ನಡಿ ಮುಳುಗಿದೆ. ಕನ್ನಡಿ ತನ್ನೆದುರು ಯಾರು ಇಲ್ಲದಾಗ ಮಾತ್ರ ಬೆಳಕು ತೋರಿಸುವುದು ಎಂದೆನಿಸಿ ಪಪೀತಾ ಕೊಂಚ ಹೊತ್ತು ನಿಂತಳು. ಅವಳು ತೊಟ್ಟಿದ್ದ ಹಳದಿ ಸೀರೆಯ ಅಂಚು ಬೀಸುತ್ತಿದ್ದ ಗಾಳಿಗೆ ಬಳುಕುತ್ತಿತ್ತು.

ಕಟಿಂಗು ಶಾಪಿನಲ್ಲಿ ಕೆಲಸಕ್ಕಿದ್ದ ರಿಂಕು ತನಗಿಂತ ಎಳೆಯದಾಗಿದ್ದ ಸಣ್ಣ ಟೇಬಲ್ಲಿನ ಮೇಲೆ ಓರೆ ನಿಂತು ಅಪರಿಚಿತನ ತಲೆಗೆ ಕಪ್ಪು ಬಳಿಯುತ್ತಿದ್ದ. ಪುಟ್ಟ ಬಟ್ಟಲಿನಲ್ಲಿ ಕಪ್ಪು ಬಣ್ಣ ತುಂಬಿಕೊಂಡು ಒಮ್ಮೆ ಬಾಚಣಿಕೆಯಿಂದ ಸಲೀಸಾಗಿ ಬಾಚುವುದು, ಮತ್ತೊಮ್ಮೆ ಬಣ್ಣವನ್ನು ಬ್ರಶ್ಶಿನಿಂದ ಕದಡುವುದು, ತಿರುಗಿ ಬಣ್ಣ ಸರಿಯಾಗಿ ತಾಗಿದೆಯೇ ಎಂದು ಮುಟ್ಟಿ ಮುಟ್ಟಿ ನೋಡುತ್ತಿದ್ದ. ರಿಂಕುವಿನ ಕೈ ಎಲ್ಲಾ ಕಪ್ಪು ಮಸಿ. ಆ ಪುಟ್ಟ ಕೈ ನುಂಗಿದ್ದ ಮಸಿಯಲ್ಲಿಯೇ ಹೋಗಿ ಪಪೀತಾಳ ಜೊತೆ ದೋಸೆ ತಿನ್ನುವುದು ಅವನಿಗೆ ಖುಷಿ.

ಹಸ್ತಕ್ಷೇಪನ ಕುರುಚಲು ಗಡ್ಡ, ಅತೀವ ದಣಿದ ಕಣ್ಣು, ವಿಲಕ್ಷಣ ವ್ಯಕ್ತಿತ್ವ, ಆತನ ಉಡಾಫೆ ಖಯಾಲಿಗಳೆಲ್ಲಾ ಪಪೀತಾಳಿಗೆ ನೆನಪಾಗತೊಡಗಿತು. ಒಮ್ಮೆ ಹೋಗಿ ನೋಡಿಕೊಂಡು ಬರಲಾ ಎಂದು ಕೂತಿದ್ದ ಚೇರಿನಿಂದ ಎದ್ದಳು. ಮತ್ತೇಕೋ ಬೇಡವೆನಿಸಿ ಹಣೆ ಚಚ್ಚಿಕೊಂಡಳು. ಅವಳ ಕಣ್ಣು ಶೂನ್ಯದ ತೀರಕ್ಕೆ ಎಳೆದೊಯ್ದುವು. ನೆನಪುಗಳು ಬಣ್ಣದ ಉಡುಪು ಧರಿಸಿ ತನ್ನೆದುರು ನಿಂತಂತೆ ಪಪೀತಾ ಸ್ತಬ್ದಳಾದಳು. ಆ ಸ್ತಬ್ದತೆಯಲ್ಲಿ ಮೌನದ ಶಬ್ದವಿತ್ತು.

ಮಳೆ ಬಂದು ನಿಂತಿತ್ತು. ರಸ್ತೆ ಬದಿಯಿಂದ ಜನರೆಲ್ಲ ತಮ್ಮ ಗಮ್ಯದ ಕಡೆ ಚದುರುತ್ತಿದ್ದರು. ಸಣ್ಣ ಕೈಗಾಡಿಯಲ್ಲಿ ಮುಸುಕಿನ ಜೋಳದ ಚೀಲವನ್ನು ಸುರಿದು, ಹೆಂಗಸೊಬ್ಬಳು ಆರಿ ಹೋಗಿದ್ದ ಇದ್ದಿಲಿನ ಗೂಡಿಗೆ ಉಸಿರೂದುತ್ತಿದ್ದಳು. ನಿಗಿ ನಿಗಿ ಕೆಂಡದ ಹಗುರ ಜ್ವಾಲೆಗಳು ಆ ಸಂಜೆಗೆ ಹಬ್ಬಿದ್ದ ಒದ್ದೆ ಗಾಳಿಗೆ ಮತ್ತೆ ಆರಿಹೋಗುತ್ತಿದ್ದವು. ಮರಗಳೆಲ್ಲಾ ತಾವು ಬಚ್ಚಿಟ್ಟುಕೊಂಡಿದ್ದ ಮಳೆಯನ್ನು ನಿಧಾನವಾಗಿ ಇಳೆಗೆ ಬಿಟ್ಟುಕೊಡುತ್ತಿದ್ದವು. ಹಸ್ತಕ್ಷೇಪ ಮರದ ಬಳಿ ನಿಲ್ಲಿಸಿದ ಕಾರುಗಳ ಕೆಳಗೆ ಬಗ್ಗಿ ನೋಡಿದ. ಕಾರಿನ ಕೆಳಗೆ ಅವಿತಿದ್ದ ವಂಚಿತ ಒಣ ನೆಲದ ಕೂಗು ಆರ್ತವಾಗಿತ್ತು. ಮುಟ್ಟಿ ನೋಡಿದ. ನೆಲ ಸಾಕಷ್ಟು ಬಿಸಿಯಾಗಿತ್ತು. ಆಗ ಹಿಂದಿನಿಂದ ಬಂದು ಅವನ

ತಲೆಗೆ ಮೊಟಕಿ "ಏನ್ ಹುಡುಕ್ತಾ ಇದೀರಾ ಸಾಹೆಬ್ರೆ? ಯಾರನ್ನು ಕಳಕೊಂಡ್ರಿ?" ಎಂದು ಪಪೀತಾ ಛೇಡಿಸಿದಳು. ಹಸ್ತಕ್ಷೇಪ ಅವಳನ್ನು ಕಡೆಗಣಿಸಿ ಲಾರಿಯೊಂದರ ಬಳಿ ಹೋಗಿ ಬಗ್ಗಿ ನೋಡಲು ಮುಂದಾದ. "ನಾ ಇಲ್ಲೆ ಇದೀನಿ ಕಣೋ, ಲಾರಿ ಕೆಳಗಿಲ್ಲ" ಮತ್ತೆ ಅಣಕಿಸಿದಳು. ಹಸ್ತಕ್ಷೇಪ ಅವಳ ಕೈ ಹಿಡಿದು "ನೋಡಿಲ್ಲಿ, ಮುಟ್ಟು. ಎಷ್ಟು ಬಿಸಿಯಿದೆ. ಮಳೆ ಮಾತ್ರ ನೋಡೊದಲ್ಲ, ಇದನ್ನೂ ಗಮನಿಸು. ಏನೋ ಒಂದು ಮೂಕ ಭಾವ ಕಾಡುತ್ತೆ ನಿಂಗೆ" ಎಂದದ್ದಕ್ಕೆ ಪಪೀತಾ ಪಕಪಕನೆ ನಕ್ಕಳು.

ಹಸ್ತಕ್ಷೇಪ ಇರುವುದು ಹಾಗೆಯೇ. ಯಾರೂ ನೋಡದ, ಯಾವೊಬ್ಬನೂ ಅನುಭವಿಸದ ಜಟಿಲತೆಯನ್ನು ಹುಡುಕುತ್ತಿದ್ದ. ಚಹಾದ ಅಂಗಡಿಯಲ್ಲಿ ಕೂತು ಎಂಜಲಾದ ಗಾಜಿನ ಗ್ಲಾಸುಗಳನ್ನು ಕಣ್ಣು ಕದಲಿಸದೆ ನೋಡುತ್ತಿದ್ದ, ಅದೇ ಅಂಗಡಿಯಲ್ಲಿದ್ದ ಎಪ್ಪತ್ತರ ಹಣ್ಣು ಮುದುಕಿ ತನ್ನ ಕಂಪಿಸುವ ಕೈಗಳಲ್ಲಿ ರಾಶಿ ಗ್ಲಾಸುಗಳನ್ನು ತೆಂಗಿನ ನಾರಿಗೆ ತೊಟ್ಟು ಆಮ್ಲ ಬಳಸಿ ತಿಕ್ಕಿ ತಿಕ್ಕಿ ತೊಳೆಯುವುದನ್ನು ಕಂಡಾಗ ಹಸ್ತಕ್ಷೇಪನ ಕಣ್ಣಲ್ಲಿ ನೀರು ಜಿನುಗುತ್ತಿತ್ತು. ಒಮ್ಮೆ ಪಪೀತಾಳ ಜೊತೆ ಹೋಟೆಲ್ಲಿಗೆ ಹೋದಾಗ ಟೇಬಲ್ಲು ಸಾಫು ಮಾಡುವ, ಮೂಗು ಸೊಂಡಾಗಿದ್ದ ಪೋರನನ್ನು ಕಂಡೊಡನೆ ಮಾತಿಲ್ಲದೆ ಹೊರಗೆ ಬಂದು ಅನ್ಯಮನಸ್ಕನಾಗಿ ಕೂತುಬಿಟ್ಟಿದ್ದ.

ಪಪೀತಾ ಸಾಕಷ್ಟು ಬಾರಿ ಹಂಗಿಸಿದ್ದಳು. "ನೀನು ಈ ಜಗತ್ತಿನಲ್ಲಿದ್ದೀಯಾ, ಇಷ್ಟೊಂದು ಭಾವುಕತೆ ಒಳ್ಳೆಯದಲ್ಲಾ. ನಿನಗೂ ಮನೆಯಲ್ಲಿ ಮೆಗಾ ಸೀರಿಯಲ್ಲುಗಳನ್ನು ನೋಡಿ ಹಲುಬುತ್ತಾ ಕೂರುವ ಹೆಂಗಸರಿಗೂ ವ್ಯತ್ಯಾಸಾನೇ ಕಾಣ್ತಿಲ್ಲ. ನೋಡು ನಾನು ದಿನಾ ಎಷ್ಟು ಜನರ ಜತೆ ವ್ಯವಹಾರ ಮಾಡ್ತೀನಿ. ನಿನ್ನ ಹಾಗೆ ದಿನಾ ಅಯ್ಯೋ! ಅಲ್ಲಿ ಯಾರೋ ಸತ್ರು, ಇನ್ನೆಲ್ಲೋ ಮಾತ್ರೆಗೆ ಕಾಸಿಲ್ಲದೆ ಬಾಣಂತಿ ಎದೆ ಹಾಲು ಮಾರಿಕೊಂಡ್ಲು ಅಂತಾ ಕೂತರೆ, ಜೀವನ ನಡೆಯೋಲ್ಲಪ್ಪಾ. ನಾನು ನಿನ್ನ ಹಾಗೆ ಆದ್ರೆ, ನೀನು ದಿನಾ ಕುಡಿಯೋಕೆ, ಸಿಗರೇಟು ಸೇದೋಕೆ ದುಡ್ಡು ಯಾರು ಕೊಡ್ತಾರೆ" ಎಂದು ಮಾತಿನಲ್ಲಿ ಜಬರಿಸಿದ್ದಳು.

ಹಸ್ತಕ್ಷೇಪ ಎಲ್ಲೂ ನೆಲೆ ನಿಂತಿರಲಿಲ್ಲ. ಯಾವ ಜಾಗದಲ್ಲೂ ಮೂರರಿಂದ ನಾಲ್ಕು ತಿಂಗಳು ಕೆಲಸ ಮಾಡಿದರೆ ಹೆಚ್ಚು. ಸಣ್ಣ ಮಾತಿಗೆ ಕೆಲಸ ಬಿಟ್ಟು ಬರುತ್ತಿದ್ದ. ವಿಜ್ಞಾನ ವಿಭಾಗದಲ್ಲಿ ಪದವಿ ಪಡೆದುಕೊಂಡಿದ್ದರಿಂದ ಒಂದಿಷ್ಟು ಮೆಡಿಕಲ್ಲು ಶಾಪುಗಳಲ್ಲಿ ಕೆಲಸ ಸಿಗುತ್ತಿತ್ತು. ಅಲ್ಲಿಯೂ ಕೂಡ ಅನುಭವ ಕೇಳುತ್ತಿದ್ದರು. ಪಪೀತಾ ಹೇಗೋ ಅವರ ಮನವೊಲಿಸಿ "ಚೆನ್ನಾಗಿ ಕೆಲ್ಸ ಮಾಡ್ತಾನೆ ಸರ್. ಸ್ವಲ್ಪ ದಿನದಲ್ಲಿ ಅವನೇ ಒಂದು ಮೆಡಿಕಲ್ ಶಾಪು ತೆಗಿಬೇಕು ಅಂತಿದಾನೆ. ಲೈಸೆನ್ಸ್ ಸಹ ಸಿಕ್ಕಿದೆ" ಎಂದು ಸುಳ್ಳೇ ಹೇಳಿ ಕೆಲಸ ಕೊಡಿಸಿದರೆ ಒಂದು ವಾರ ಶಿಸ್ತಿನಿಂದ ಕೆಲಸಕ್ಕೆ ಹೋಗುತ್ತಿದ್ದ.

ನಂತರ ಏನಾದರೂ ಬೋರ್ ಎನಿಸಿದರೆ ಸಂತೆ ಮೈದಾನದ ಪಕ್ಕವಿದ್ದ ಥಿಯೇಟರಿಗೆ ಹೋಗಿ ದಿನಗಟ್ಟಲೇ ಒಂದೇ ಸಿನಿಮಾವನ್ನು ನಾಲ್ಕು ಬಾರಿ ನೋಡಿ ಬರುತ್ತಿದ್ದ.

ಗಾಂಧಿಕ್ಲಾಸಿನಲ್ಲಿ ಕೇವಲ ಎಂಬತ್ತು, ಬಾಲ್ಕನಿಯಲ್ಲಿ ಇಪ್ಪತ್ತೈದು ಸೀಟುಗಳಿದ್ದ ಥಿಯೇಟರು ಕಳೆಗುಂದಿತ್ತು. ಥೇಟು ಶಹರದ ಪ್ರಾಚೀನ ವಸ್ತು ಸಂಗ್ರಹಾಲಯದಂತಿತ್ತು. ಬಣ್ಣ ಬಳಿಯದ ಗೋಡೆಗಳು, ಛೇದಗೊಂಡ ಬೆಳ್ಳಿಪರದೆ, ಒಡೆದ ಬಲ್ಬಿನ ಹೋಲ್ಡರುಗಳು, ಮಳೆಗೆ ಸೋರುತ್ತಿದ್ದ ಮಾಳಿಗೆ, ಕಿತ್ತು ಹೋದ ಕುಶನ್ ಸೀಟುಗಳಲ್ಲಿ ಕನಕಾಂಬರ, ಗಟ್ಟಿಯಾದ ಚ್ಯೂಯಿಂಗ್ ಗಮ್ಮು, ಚಾಕಲೇಟಿನ ರ್‍ಯಾಪರುಗಳು ತುಂಬಿದ್ದವು. ತಮಿಳು ಸಿನಿಮಾದ ಶತದಿನೋತ್ಸವಕ್ಕೆ ಕಟ್ಟಿದ ಬಣ್ಣದ ಪೇಪರಿನ ಮಾಲೆ, ಹೂವಿನ ಹಾರಗಳು, ಅಭಿಮಾನಿಗಳ ಶಿಳ್ಳೆ, ಹರ್ಷೋದ್ಗಾರ, ಚೀತ್ಕಾರಗಳು ಇನ್ನೂ ಹಾಗೇ ಥಿಯೇಟರಿನ ಗಾಢಾಂಧಕಾರದಲ್ಲಿ ತೋಯುತ್ತಿದ್ದವು. ಸಿನಿಮಾ ಶುರುವಾಗುವ ಮುನ್ನ ಬ್ಯಾಟರಿ ಬಿಡುತ್ತಿದ್ದ ನಾಗೇಶ ಇವೆಲ್ಲವನ್ನು ತನ್ನ ಪುಟ್ಟ ಬ್ಯಾಟರಿಯೊಳಗೆ ಸೆರೆ ಹಿಡಿದು ಎಮರ್ಜೆನ್ಸಿ ಎಕ್ಸಿಟ್‌ನಲ್ಲಿ ಬಿಡುತ್ತಿದ್ದ. ಮತ್ತವು ಮುಖ್ಯದ್ವಾರದಿಂದ ಆಗಮಿಸಿ ತಮ್ಮ ಯಥಾ ಸ್ಥಾನದಲ್ಲಿ ಕೂತು ಹರಟೆ ಹೊಡೆಯುತ್ತಿದ್ದವು.

ಗೂನು ಬೆನ್ನಿನ ನಾಗೇಶ ವಿವಾಹಿತನಾಗಿದ್ದರೂ ಹೆಂಡತಿಯಿಂದ ದೂರವಿದ್ದ. ಮೊದಲಿಗೆ ಹಸ್ತಕ್ಷೇಪ ಥಿಯೇಟರಿನಲ್ಲಿ ಸಿನಿಮಾ ನೋಡುತ್ತಾ ಕುಳಿತ ಸೀಟಿನಲ್ಲೇ ನಿದ್ದೆ ಹೋದದ್ದನ್ನು ಕಂಡ ನಾಗೇಶನಿಗೆ "ಇದ್ಯಾವುದೋ ಕಂಗಾಲ್ ಪಾರ್ಟಿ, ಯಾವಾಗ್ಲೂ ನಿದ್ದೆ ಮಾಡೋಕೆ ಬರುತ್ತೆ ಅನ್ಸುತ್ತೆ" ಎಂದು ಗೊಣಗಿ ಪುಟ್ಟ ಟಾರ್ಚಿನಲ್ಲಿದ್ದ ಬೆಳಕನ್ನು ಚಿಮ್ಮಿ ಹಸ್ತಕ್ಷೇಪನ ಕಣ್ಣಿಗೆ ಹಾಯಿಸುತ್ತಾ, ಆತನ ಬಾಯಿಂದ ಹೊಮ್ಮಿದ ವಿಸ್ಕಿಯ ದುರ್ಗಂಧ ಸಹಿಸಿಕೊಂಡು, "ಆಚೆ ಹೋಗು ಮಾರಾಯ, ರಾತ್ರಿ ಹಣ್ಣಾಗುತ್ತಿದೆ" ಎಂದು ಎಬ್ಬಿಸಿ ಕಳಿಸುತ್ತಿದ್ದನು. ಎಬ್ಬಿಸಿ ಕಳಿಸಿದ ವ್ಯಕ್ತಿ ಹೋದನೋ ಇಲ್ಲವೋ ಎಂದು ತಾನು ನಿಂತಲ್ಲಿಯೇ ನೋಡುತ್ತಿದ್ದ. ಮೇನ್ ಗೇಟಿನಲ್ಲಿ ನೀರವ ಸೀಳಿಕೊಂಡು ಹೋಗಿದ್ದನ್ನು ಆಲಿಸಿ, ಹೋಗಿದ್ದು ಖಾತ್ರಿಯಾದ ಮೇಲೆ ಥಿಯೇಟರಿನ ಇತಿಹಾಸದ ಕಸಗುಡಿಸಿ, ಎಚ್ಚರವಿದ್ದ ಬಲ್ಬುಗಳನ್ನು ಆರಿಸಿ, ಚಳಿ ನುಸುಳುತ್ತಿದ್ದ ಎಲ್ಲಾ ಬಾಗಿಲನ್ನು ಮುಚ್ಚಿ, ಟಿಕೇಟಿನ ಕೌಂಟರಿನ ಮೂಲೆಗೆ ಕಾಲನ್ನು ಉದರಕ್ಕೆ ಒತ್ತಿಕೊಂಡು ನಾಗೇಶ ನಿದ್ರಿಸುತ್ತಿದ್ದ.

ದಿನಾ ಥಿಯೇಟರಿಗೆ ಬರುತ್ತಿದ್ದ ಹಸ್ತಕ್ಷೇಪ ನಾಗೇಶನಿಗೆ ಹತ್ತಿರವಾದ. ನಾಗೇಶ ಟಿಕೇಟಿಲ್ಲದೇ ಅವನನ್ನು ಒಳಗೆ ಕರೆದುಕೊಂಡು ಹೋಗಿ ಸದಾ ಅರೆಗತ್ತಲಿನ ಕ್ಯಾಬಿನ್ನಿನೊಳಗೆ ನೆರಳು ಬೆಳಕಿನಾಟ ತೋರಿಸಿದ. ಖಾಲಿಯ ಥಿಯೇಟರಿನ ನಡುವೆ ಅವರಿಬ್ಬರು ಸಾಕಷ್ಟು ರಾತ್ರಿಗಳನ್ನು ಕಳೆಯುತ್ತಿದ್ದರು. ಪಪೀತಾ ಖರ್ಚಿಗೆ ಹಣ ಕೊಡದಿದ್ದಾಗ ಹಸ್ತಕ್ಷೇಪ ನಾಗೇಶನನ್ನೆ ಅವಲಂಬಿಸುತ್ತಿದ್ದ. ಇದನ್ನೆಲ್ಲಾ ಗಮನಿಸುತ್ತಿದ್ದ

ಪಪೀತಾ ಒಮ್ಮೆ ನಾಗೇಶನಿಗೇ ಕಂಡಾಪಟ್ಟೆ ಬಯ್ದಳು. ಮಾರನೇ ದಿನದಿಂದ ನಾಗೇಶ ಹಸ್ತಕ್ಷೇಪನಿಗೆ ಕುಡಿಯಲು ದುಡ್ಡು ಕೊಡದೆ ಸತಾಯಿಸಿದ. "ಮಾಲೀಕನ ಬಳಿ ಮಾತಾಡ್ತೇನೆ, ಬಾ ನನ್ನೊಟ್ಟಿಗೆ ಥಿಯೇಟರಿನಲ್ಲಿ ಕೆಲಸ ಮಾಡು. ಆ ಹೆಣ್ಣು ಹುಡುಗಿಯ ಬಳಿ ಹಣಕ್ಕಾಗಿ ಪೀಡಿಸಬೇಡ, ಅವಳ ತಾಯಿ ನಿನ್ನನ್ನು "ಮಾದರ್‌ಚೋದ್ ನನ್ನ ಮಗಳು ದುಡಿದ ದುಡ್ಡನ್ನೆಲ್ಲಾ ಶೋಕಿ ಮಾಡಿ ಉಡಾಯಿಸ್ತಿದ್ದಾನೆ, ಹರಾಮಿ. ನಿಮ್ಮ ಬಳಿ ಸೇರಿಸ್ಕೊಬೇಡಿ" ಅಂತಾ ಹೇಳಿದಳು ಎಂದು ನಾಗೇಶ ವಿವರಿಸುತ್ತಿದ್ದರೆ ಹಸ್ತಕ್ಷೇಪ ನಕ್ಕು "ನಾ ಏನೂ ಅವಳ ಹತ್ರ ದುಡ್ಡು ಕೇಳೋಲ್ಲ. ಅವಳೇ ನನ್ನ ಹಿಂದೆ ಸುತ್ತೋದು. ನಾ ಏನಾದ್ರೂ ಅವಳ ಕಣ್ಣಿಗೆ ಕಾಣದಿದ್ದರೆ ಮನೆಗೆ ಬರೋದು. ಬಟ್ಟೆ ತೊಳೆಯೋದು, ವಾಷಿಂಗ್ ಮಷೀನ್ ಕೊಡ್ಸೋದು. ನನ್ನಂತಹ ಪಿಪೋಟ್ಟಿನ ಸಹವಾಸ ಮಾಡಿದ್ರೆ ಜನ ನಗ್ತಾರೆ ಎಂದ್ರೂ ಕೇಳಲ್ಲ. ನಾ ಏನ್ಮಾಡ್ಲಿ" ಎಂದ.

ನಾಗೇಶ ಸಂತನಂತೆ ನಕ್ಕು "ಪ್ರೀತಿ ಅಂದ್ರೆ ಹೀಗೆ" ಅಂದ. ಹಸ್ತಕ್ಷೇಪ ಮರುಮಾತಾಡದೆ ಅಲ್ಲಿಂದ ಎದ್ದು ಹೋದ.

ಥಿಯೇಟರಿನಲ್ಲಿ ತನ್ನನ್ನು "ಎಷ್ಟು ಅನುಭವವಿದೆ ನಿನಗೆ?" ಎಂದೂ ಕೇಳದೆ ಮಾಲೀಕ ಕೆಲಸ ಕೊಟ್ಟಿದ್ದಕ್ಕೆ ಧನ್ಯನಾದಂತೆ ಹಸ್ತಕ್ಷೇಪ ವರ್ತಿಸತೊಡಗಿದ. ನಾಗೇಶನ ಜೊತೆ ಕೆಲಸ ಹಂಚಿಕೊಂಡ. ಬಾಲ್ಕನಿಯ ಧೂಳು ಹೊಡೆಯುವುದು ನಾಗೇಶನದಾದರೆ, ಗಾಂಧಿಕ್ಲಾಸಿನ ಕಸ, ನೆಲ ಒರೆಸುವುದು, ಟಿಕೇಟು ಹರಿಯುವುದು, ಪೋಸ್ಟರ್ ಅಂಟಿಸುವದರ ಜೊತೆ ಮಾಲೀಕನ ಕಾರು ತೊಳೆದು, ಮಾಲೀಕ ಕೊಡುವ ಟಿಪ್ಸ್‌ಗಾಗಿ ಕಾಯುವುದು – ಇತರೆ ವಗೈರೆಗಳನ್ನು ಚಾಚೂ ತಪ್ಪದೆ ಮಾಡಿದ.

ಪಪೀತಾ ತನ್ನ ಕೆಲಸ ಬೇಗ ಮುಗಿಸಿಕೊಂಡು ಥಿಯೇಟರಿನ ಅಂಗಳಕ್ಕೆ ದಿನಾ ಬರುತ್ತಿದ್ದಳು. ಹಸ್ತಕ್ಷೇಪ ಆಕೆಯನ್ನು ನೋಡದೆ ಮುಖ ತಿರುವಿಕೊಂಡು ಹೋಗುತ್ತಿದ್ದ. ಪಪೀತಾಳ ಎದೆ ಮರುಗಿ ಮತ್ತೆ ಅವನ ಹಿಂದೆ ಹೋಗಿ "ಯಾಕೆ ಹೀಗೆ ನನ್ನ ನೋಡಿಯೂ ನೋಡದಂತೆ ಹೋಗ್ತಿಯಾ? ಅಮ್ಮ ಬಂದು ಬೈದಳು ಅಂತನಾ? ಅದಕ್ಕೆಲ್ಲಾ ತಲೆ ಕೆಡಿಸ್ಕೋಬೇಡ. ಶರ್ಟು ನೋಡು ಎಷ್ಟು ಮಾಸಿದೆ, ಬಟ್ಟೆ ತೊಳೆದಿಲ್ವಾ? ಇದೇನು ಇಲ್ಲಿ ಕೆಲ್ಸ ಮಾಡ್ಕೊಂಡು? ನಿಂಗೆ ಕುಡಿಯೋಕೆ ದುಡ್ಡು ಕೊಟ್ರೆ ಎಲ್ಲಿ ಬೇಕಾದರೂ ಕೆಲಸ ಮಾಡ್ತಿಯಾ? ಬಾ ನಿಂಗೆ ಪ್ರೈವೇಟ್ ಹಾಸ್ಪಿಟಲಿನಲ್ಲಿ ವಾರ್ಡನ್ ಕೆಲಸ ನೋಡಿದ್ದೀನಿ" ಎಂದಳು. ಹಸ್ತಕ್ಷೇಪ ಥಿಯೇಟರಿನ ಗೇಟು ದಾಟಿ ಸಂಜೆಗತ್ತಲಿನಲ್ಲಿ ಬೆಳಕು ಸೂಸುತ್ತಾ ವೇಗವಾಗಿ ಚಲಿಸುತ್ತಿದ್ದ ಆಟೋರಿಕ್ಷಾಗಳನ್ನು ನೋಡುತ್ತಾ ನಡೆಯುತ್ತಿದ್ದ. ಪಪೀತಾ ಅವನ ಬೆನ್ನ ಹಿಂದಿನ ಕಣ್ಣಿನಂತೆ ಹಿಂಬಾಲಿಸುತ್ತಿದ್ದಳು.

ಪಪೀತಾ ಹಸ್ತಕ್ಷೇಪನನ್ನು ಮೊದಲು ನೋಡಿದ್ದು ಯಾವುದೋ ಸೈಟಿನ

ವಿಚಾರವಾಗಿ ಗಂಗೂಲಿಯ ಜೊತೆ ಹೋದಾಗ. ಸಾವಿರದ ಎಂಟುನೂರು ಚದರ ಅಡಿಯಿದ್ದ ಖಾಲಿ ಸೈಟು ಶಹರದ ಕೇಂದ್ರಭಾಗದಲ್ಲಿತ್ತು. ಅದು ಬರೀ ಅರೆಬರೆ ಕಟ್ಟಿದ್ದ ಕಟ್ಟಡಗಳ ಹೆಣವಿದ್ದ ಚಾಮುಂಡೇಶ್ವರಿ ಬಡಾವಣೆಯಲ್ಲಿ. ಆ ದಿನ ಅಲ್ಲೊಂದು ಸಾವಿಗೆ ಬಹಳಷ್ಟು ಮಂದಿ ಸೇರಿದ್ದರು. ಮುದುಕಿಯದು ಸಹಜ ಸಾವೋ ಅಥವಾ ಕೊಲೆಯೋ ಎಂದು ಗುಸುಗುಸು ಚರ್ಚೆ ನಡೆಯುತ್ತಿತ್ತು. ಮುದುಕಿಯಿದ್ದ ಮನೆಯ ಪಕ್ಕವಿದ್ದ ಖಾಲಿ ಸೈಟಿನ ಮಹಜರಿಗೆ ಪಪೀತಾ ಮತ್ತು ಗಂಗೂಲಿ ಬಂದಿದ್ದರು. ಪೊಲೀಸರು ಬಂದು ಪ್ರಾಥಮಿಕ ತನಿಖೆ ನಡೆಸಿ "ಪೋಸ್ಟ್ ಮಾರ್ಟಮ್ ಮಾಡಿದರೆ ಸುಡಕ್ಕೂ ಏನೂ ಸಿಗೊದಿಲ್ಲ, ಬೇಗ ತಗೊಂಡು ಹೋಗಿ. ಸುಮ್ನೆ ಹಂಗಾಮ ಮಾಡ್ಬೇಡಿ" ಎಂದು ಎಚ್ಚರಿಸಿ ಹೋಗಿದ್ದರು. ಹೀಗೆ ಹೇಳಿದ್ದೇ ತಡ, ಬಂದಿದ್ದ ನೆಂಟರಿಷ್ಟರು ಹಗುರಾದರು. ತಮಟೆ ಜಾಗಟೆಯವರು ಮನೆಯ ಮುಂದೆ ಹಾಕಿದ್ದ ಬೆಂಕಿಗೆ ಆಕಳಿಸುತ್ತಾ ತಮ್ಮ ಜೋಳಿಗೆ ಬಿಚ್ಚಿ ತಯಾರಾಗಿದ್ದರು. ಚಟ್ಟದವರು ತಮ್ಮ ಕೂಲಿಗಾಗಿ ನಿಂತಿದ್ದವರ ಕೈಬಾಯಿ ನೋಡುತ್ತಿದ್ದರು.

ಆಗೊಂದು ಪೇಲವ ಆಕೃತಿ ಬಂದು ಕಾದಿದ್ದವರಿಗೆ ತನ್ನ ಜೇಬಿನಿಂದ ಕೈಗೆ ಸಿಕ್ಕಷ್ಟು ಹಣ ಕೊಡುತ್ತಾ, "ಯಾರಾದ್ರೂ ಬನ್ನಿ, ನನ್ನ ಅಜ್ಜಿಗೆ ಹೆಗಲು ಕೊಡಿ, ಅದಕ್ಕೂ ಸಂಬಳವಿದೆ" ಎಂದು ಬಿಕ್ಕಳಿಸಿ ಕಿರುಚಿಕೊಂಡಿತು. ದೂರದಿಂದಲೇ ನಿಗರಾನಿ ಮಾಡುತ್ತಿದ್ದ ಪಪೀತಾಳ ಮೈ ಒಮ್ಮೆಲೆ ಜುಮ್ಮೆಂದಿತು. ಹೆಣವನ್ನು ಯಾರೂ ಮುಟ್ಟಲಿಲ್ಲ. ಮತ್ತೆ ಆ ಪೇಲವ ಆಕೃತಿ "ನಿಮ್ಮ ಸಾವಿಗೆ ಗಂಧರ್ವರು ಬರಲಿ" ಎಂದು ರೋದಿಸುತ್ತಾ ಅಲ್ಲೇ ವಿಲವಿಲ ಒದ್ದಾಡಿತು. ಸ್ವಲ್ಪ ಹೊತ್ತಿನ ಬಳಿಕ ಜನರ ಗುಂಪಿನಿಂದ "ಏಯ್ ಹಸ್ತಕ್ಷೇಪ, ಹೀಗೆ ಅಳ್ತಾ ಕೂತ್ರೆ ಹೇಗೆ? ಫೋನ್ ಮಾಡು. ಪಾಲಿಕೆಯವ್ರು ಬೇಗ ಬರ್ತಾರೆ. ತುಂಬಾ ಹೊತ್ತು ಹೆಣ ಇಟ್ಕೊಂಡ್ರೆ ವಾಸ್ನೆ ಜಾಸ್ತಿ. ರಾತ್ರಿ ಏನ್ ತಿಂದಿದ್ಲೋ ಮುದುಕಿ ಯಪ್ಪಾ" ಎಂದು ಒಂದು ದನಿ ಕಿಸಕ್ಕನೆ ನಕ್ಕಿತು.

ಅದಾದ ಮೇಲೆ ಒಮ್ಮೆ ಸಿಗ್ನಲಿನಲ್ಲಿ ಯಾವುದೋ ಬಡ ಹುಡುಗಿಯ ಚಪ್ಪಲಿಗೆ, ಹಸ್ತಕ್ಷೇಪ ಕಿತ್ತುಹೋದ ಉಂಗುಷ್ಟ ಮತ್ತೆ ಹಾಕಿಕೊಡುವಾಗ ಪಪೀತಾ ತನ್ನ ಕಣ್ಣಳತೆಯ ದೂರದಲ್ಲಿ ಅವನನ್ನು ದಿಟ್ಟಿಸುತ್ತಿದ್ದಳು. ತನ್ನ ಆಫೀಸಿನ ಮುಂದಿದ್ದ ಕಟಿಂಗು ಶಾಪಿನ ಮುಂದೆ ನಿಂತು ಹಸ್ತಕ್ಷೇಪ ಸಿಗರೇಟು ಸೇದುತ್ತಲೇ ಪೇಪರು ಓದುವಾಗ ಪಪೀತಾ ಅವನ ಬಳಿ ಹೋಗಿ ತಾಜಾ ಸ್ವರದಿಂದ "ಹೇಗಿದ್ದೀರಾ ಈಗ" ಎಂದಳು. ಹಸ್ತಕ್ಷೇಪ ಕಣ್ಣು ಬಾಯಿ ಮಿಟುಕಿಸದೆ ನೋಡಿದ. ಹಸ್ತಕ್ಷೇಪ ತನ್ನ ಹಳೆಯ ವೃತ್ತಾಂತವನ್ನು ಅವಳ ಬಳಿ ಹೇಳಿಕೊಳ್ಳಲಿಲ್ಲ. ಪಪೀತಾ ಸಹ ಏನೂ ಕೇಳಲಿಲ್ಲ. ದ್ವಿಪದಿಯಂತಿದ್ದ ದೇಹಗಳು ಅನಾಮಿಕರ ಹಾಗೆ ಕಂಡರೂ ಆತ್ಮ ಒಂದೇ ಎಂದು ಇಬ್ಬರೂ ಎಳೆ ಬಿಸಿಲಿನಲ್ಲಿ ತಮ್ಮ ಕೈಕುಲುಕಿದ್ದರು.

ಸರ್ವಸ್ವವಾಗಿದ್ದ ಅಜ್ಜಿಯ ದೇಹಾಂತ್ಯದ ಬಳಿಕ ಹಸ್ತಕ್ಷೇಪ ಮನೆ ತೊರೆದು ಏಕಾಂಗಿ ವಾಸಿಸತೊಡಗಿದ. ಹಳೆಯ ಮನೆಯನ್ನು ಅಜ್ಜಿಯ ಅಣ್ಣತಮ್ಮಂದಿರು, ಹರಿದ ನಕಾಶೆಯನ್ನು ಇರುವೆ ನೆಕ್ಕುವಂತೆ ಸವರಿಕೊಂಡರು. ಪಪೀತಾ ತನಗೆ ಗುರ್ತಿದ್ದವರಲ್ಲಿ ವಿಚಾರಿಸಿ ಒಂದು ಮನೆ ನೋಡಿ ಮುಂಗಡ ಕಟ್ಟಿ ಮನೆಗೆ ಬೇಕಾಗಿದ್ದ ಸರಕು ಸರಂಜಾಮುಗಳನ್ನು ತಂದಿಟ್ಟಳು. ಅವರಿಬ್ಬರ ನಡುವೆ ಅದಮ್ಯ ಸ್ನೇಹದ ಚಿಲುಮೆ ಜಲಪಾತದತ್ತ ಹೊರಟಿತ್ತು.

ಪಪೀತಾಳ ತಾಯಿ ನಿಮಿಷಾಂಬಳಿಗೆ ಹಸ್ತಕ್ಷೇಪನ ಚಾಳಿಗಳು ಸೇರುತ್ತಿರಲಿಲ್ಲ. "ಒಂದು ಹೆಣ್ಣಿನ ಆಸರೆಯಲ್ಲಿ ಬದುಕ್ತಾನೆ ನಾಲಾಯಕ್. ವೇದಾಂತಿ ಥರ ಮಾತಾಡ್ತಾನೆ, ನನ್ ಮಗಳೇ ಬೇಕಿತ್ತಾ? ಜೂಜುಕೋರ" ಎಂದು ಪಪೀತಾ ಮನೆಯಲ್ಲಿ ಎದುರಿಗೆ ಸಿಕ್ಕಾಗೆಲ್ಲಾ ಅವರಿವರ ಹೆಸರಿನ ನೆಪಮಾಡಿ ಕಂಠದ ಚಟ ತೀರಿಸಿಕೊಳ್ಳುತ್ತಿದ್ದಳು. ನಿಮಿಷಾಂಬಳಿಗೆ ಗೊತ್ತಿಲ್ಲದೆ ಅವಳೊಳಗೆ ಒಂದು ಅವ್ಯಕ್ತ ಭಯವಿತ್ತು. ನಾನೇನಾದರೂ ಮಗಳಿಗೆ ಆ ಹಲ್ಕಾ ಸಹವಾಸ ಮಾಡ್ಬೇಡ ಎಂದರೆ ಅವನನ್ನೇ ಮದುವೆಯಾಗಿ ನನ್ನ ಬಿಟ್ಟು ಹೋಗ್ತಾಳೋ! ವಯಸ್ಸು ಅಂಥದ್ದು. ಏನು ಬೇಡ ಅಂತಿವೋ, ಮಕ್ಳು ಅದನ್ನೆ ಮನೆಗೆ ಕಟ್ಕೊಂಡು ಬರೋದೇ ಹೆಚ್ಚು ಎಂಬ ಬೇಗುದಿ ಕಾಡುತ್ತಿತ್ತು.

ಪಪೀತಾ ಏನೇ ಹೇಳಿದರೂ ಹಸ್ತಕ್ಷೇಪ ಥಿಯೇಟರಿನಲ್ಲಿಯೇ ಉಳಿದುಬಿಟ್ಟ. ಕಾಲಕ್ರಮೇಣ ಅವಳ ಹತ್ತಿರ ಹಣ ಕೇಳುವುದನ್ನು ನಿಲ್ಲಿಸಿದ. ಅವಳ ಮಾತಿಗೆ ಸಿಗದೆ ತಲೆತಪ್ಪಿಸಿಕೊಂಡು ತಿರುಗಲು ಶುರುಮಾಡಿದ. ಪಪೀತಾ ಬಿಡುವಿದ್ದಾಗ ಸುಮ್ಮನೆ ಆದರೂ ಅವನ ಮನೆಗೆ ಹೋಗಿ ಕಸಗುಡಿಸಿ, ಹೆಂಡದ ಬಾಟಲಿಗಳನ್ನು ಚೀಲದಲ್ಲಿ ತುಂಬಿ, ಎಂದೋ ಹೋಟೆಲ್ಲಿನಿಂದ ಕಟ್ಟಿಸಿ ತಂದ ಇಡ್ಲಿ ಚಟ್ನಿಯ ಕವರುಗಳನ್ನು ಆಚೆ ಎಸೆದು, ಊಟ ಮಾಡಿ ಕೈ ತೊಳೆಯದೆ ಮಲಗಿರುತ್ತಿದ್ದ ಹಸ್ತಕ್ಷೇಪನ ಕೈಯನ್ನು ಒದ್ದೆ ಬಟ್ಟೆಯಿಂದ ಒರೆಸುತ್ತಾ ಅವನ ಮುಂಗುರುಳನ್ನು ತೀಡುತ್ತಾ ಕೂರುತ್ತಿದ್ದಳು.

ನಿಮಿಷಾಂಬಳಿಗೆ ಮಗಳ ಈ ಸಂಬಂಧ ರೇಜಿಗೆ ಹುಟ್ಟಿಸುತ್ತಿತ್ತು. ಇದ್ದಕ್ಕಿದ್ದಂತೆ ನಿಮಿಷಾಂಬ ಹೊಟ್ಟೆನೋವಿನ ನಾಟಕವಾಡಿದಳು. ನಿಮಿಷದಲ್ಲಿ ಅವಳು ಸರ್ಕಾರಿ ಆಸ್ಪತ್ರೆಯ ಜನರಲ್ ವಾರ್ಡಿನಲ್ಲಿ ಮಲಗಿದಳು. ಪಪೀತಾ ತನ್ನ ತಾಯಿಯ ಹದಗೆಟ್ಟ ಆರೋಗ್ಯದ ಬಗ್ಗೆ ಚಿಂತಿತಳಾದಳು. ಸಮಯಕ್ಕೆ ಕಾದಂತೆ ನಿಮಿಷಾಂಬ ಕ್ಷೀಣ ದನಿಯಲ್ಲಿ" ಪಪೀ, ಹಸ್ತಕ್ಷೇಪನನ್ನು ನೋಡೊ ಆಸೆ ಆಗಿದೆ ನಂಗೆ, ನನ್ನ ಜೀವ ಹೋಗುವುದರೊಳಗೆ ಅವನನ್ನು ನೋಡಬೇಕು, ಅವನಿಗೆ ಹೀನಾಮಾನವಾಗಿ ಶಪಿಸಿದ್ದೇನೆ. ಕ್ಷಮೆ ಕೇಳಬೇಕು. ಕರೆಸು ಮಗಳೇ, ಈಗಲೇ" ಎಂದು ಸುಳ್ಳೇ ಕಣ್ಣೀರಿಟ್ಟಳು.

ಹಸ್ತಕ್ಷೇಪ ಮರುದಿನ ಮಧ್ಯಾಹ್ನ ಗುಮಾನಿಯಿಂದಲೇ ಬಂದ. ನಾಗೇಶ ಸ್ವಲ್ಪ ದೂರದಲ್ಲಿ ನಿಂತು ಕೆಮ್ಮುತ್ತಾ ಮಲಗಿರುವ ಮುದುಕನನ್ನು ನೋಡಿ "ಮೆಲ್ಗೆ ಕೆಮ್ರೀ ಸಾಹೇಬ್ರೆ. ಬೇಗ ಹೋಗಿಬಿಡ್ತೀರಾ" ಎಂದ. ಮುದುಕ ತನಗೇನೋ ಅರ್ಥವಾದಂತೆ ನಕ್ಕ.

ಪಪೀತಾ ತುರ್ತಿಗೆಂದು ಪಕ್ಕದ ಊರಿಗೆ ಹೋಗಿದ್ದಳು. ನಿಮಿಷಾಂಬ ಅವಸರವಾಗಿ ರಬ್ಬರು ಬ್ಯಾಂಡು ಕಟ್ಟಿದ್ದ ದೊಡ್ಡ ನೋಟಿನ ಕಂತೆಯೊಂದನ್ನು ಕೊಡುತ್ತಾ "ಇದನ್ನು ತಗೊಂಡು ಹಾಳಾಗಿ ಹೋಗು ರಂಡೆ ಮಗನೆ. ತಂದೆ ಇಲ್ಲದ ಮಗಳು ಅವಳು. ಮದುವೆ ಮಾಡ್ಬೇಕು ಅಂತಿದೀನಿ, ಅವಳ ಬದುಕು ಹಾಳು ಮಾಡ್ಬೇಡ. ಈ ಊರನ್ನೇ ಬಿಟ್ಟು ಹೋಗು" ಎಂದಳು ಕೆಂಗಣ್ಣು ಬೀರುತ್ತಾ.

ಯಾವುದಕ್ಕೂ ಪ್ರತಿಕ್ರಿಯಿಸದ ಹಸ್ತಕ್ಷೇಪನ ಅಂಗಿಯನ್ನು ಹರಿದು ಹಾಕಿದಳು. ಆಸ್ಪತ್ರೆಯಲ್ಲಿ ಜನ ಇವರ ಸುತ್ತ ಗುಂಪಾದರು. ನಾಗೇಶ ಆ ಗುಂಪಿನಿಂದ ಜಾಗ ಮಾಡಿಕೊಂಡು ಹಸ್ತಕ್ಷೇಪನನ್ನು ಆಚೆ ಎಳೆದು ತಂದಿದ್ದ. ಹಸ್ತಕ್ಷೇಪನ ಎದೆಯಲ್ಲಿ ಬಳೆಯಿಂದ ಕೊರೆದ ಗಾಯಗಳು ಮೂಡಿದ್ದವು.

ಅವನ ಅಂಗಿಯ ತೋಳೊಂದು ಆಸ್ಪತ್ರೆಯಲ್ಲಿಯೇ ಕಳಚಿಕೊಂಡಿತ್ತು.

ಪಪೀತಾ ವಾಪಸ್ಸು ಬಂದಾಗ ಕಥೆ ತಿರುಚಿಕೊಂಡಿತ್ತು. ನಿಮಿಷಾಂಬ "ತುಂಬಾ ಕುಡಿದು ಬಂದಿದ್ದ. ನಿಂತರೆ ಒಂದು ಕಡೆ ವಾಲುತ್ತಿತ್ತು ದೇಹ. ದುಡ್ಡು ಕೊಡು ಎಂದ, ಇಲ್ಲ ಎಂದಿದ್ದಕ್ಕೆ ಹಲ್ಲೆ ಮಾಡಿ ಹಣ ದೋಚಿಕೊಂಡು ಹೋಗಿದ್ದಾನೆ ಠಕ್ಕ" ಎಂದು ಗಳಗಳನೆ ಅತ್ತಳು. ಪಕ್ಕವೇ ಮಲಗಿದ್ದ ರೋಗಿಗಳು ಹೌದೌದೆಂದು ದನಿಗೂಡಿಸಿದರು.

ಪಪೀತಾಳಿಗೆ ನಡೆದ ಘಟನೆ ನೆನೆದು ಪಿಚ್ಚೆನಿಸಿತು. ನಿಮಿಷಾಂಬಳ ಎದೆಯಲ್ಲಿ ಉರಿದ ಜ್ವಾಲೆಯ ಕಿಡಿ ತಣ್ಣಗೆ ಮಲಗಿತ್ತು. ಎಂದಿನಂತೆ ಹಸ್ತಕ್ಷೇಪನ ಮನೆಗೆ ಹೋಗುತ್ತಿದ್ದ ಪಪೀತಾ ಭಾರದ ಹೆಜ್ಜೆಯಲ್ಲಿ ಕಡೆಗಣಿಸಿ ಆಫೀಸಿನ ಎದುರಿದ್ದ ಕಟಿಂಗು ಶಾಪಿನ ಕನ್ನಡಿಯಲ್ಲಿ ಮತ್ತದೇ ತಾಜಾ ಬೆಳಕಿಗಾಗಿ ಹುಡುಕುತ್ತಿದ್ದಳು.

ನಶೆಯಲ್ಲಿ ಮಲಗಿದ್ದ ಹಸ್ತಕ್ಷೇಪನಿಗೆ ಈಗ ಸ್ವಲ್ಪ ಎಚ್ಚರವಾಯಿತು. ಬರೀ ಒಂದೇ ತೋಳಿನ ಅಂಗಿಯಲ್ಲಿ ಮಲಗಿದ್ದ ಅವನ ಕೈ ಇನ್ನೊಂದು ತೋಳಿನ ನಗ್ನತೆ ಕಂಡು ಒಳಗೊಳಗೆ ನಕ್ಕಿತು.

ಜಾಗರಣೆ

ಊಟಕ್ಕೆ ಕುಳಿತಂತೆ ಶಾಂತವಾಗಿ ಹಗುರ ಮೈಯಲ್ಲಿ ಕೂತಿದ್ದ ವ್ಯಕ್ತಿಯ ಭಾವಚಿತ್ರದ ಒಂದು ಘೂಟು ಕೆಳಗೆ ಮೊಳದಷ್ಟು ಉದ್ದದ ಸಂಪಿಗೆ ಹಾರ ತೂಗುತ್ತಿತ್ತು. ಅದರ ನಡುನಡುವೆ ಬಿಲ್ವಪತ್ರೆಯ ದಳಗಳು ಕೊರಳೊಡ್ಡಿದ್ದವು ಮತ್ತು ಸನಿಹದಲ್ಲಿ ಹಿತ್ತಾಳೆ ಬಣ್ಣದ ದೀಪವೊಂದು ಸಣ್ಣಗೆ ಉರಿಯತ್ತಿತ್ತು. ಆ ದೀಪದ ಕುಡಿ ಬೆಳಗುವಾಗಲೇ ಜೋರಾಗಿ ಮೂಗು ಕಳಚುವಂತೆ ಸೀನಿದವನು ಖಲೀಲ. ಖಲೀಲನಿಗೆ ಮಾತು ಬರುತ್ತಿರಲಿಲ್ಲ. ಎಲ್ಲೇ ಕೆಲಸ ಕೇಳಿಕೊಂಡು ಅಲೆದರೂ "ಮಾತು ಬರೋರಿಗೇ ಇಲ್ಲಿ ಮಾಡಲು ಕೆಲಸವಿಲ್ಲ. ಮೂಕರಿಗೆ ಇನ್ನೆಲ್ಲಿಯ ಕೆಲಸ?" ಎಂದು ಹಂಗಿಸಿ ವಾಪಸ್ಸು ಕಳಿಸಿದವರ ಚಹರೆ ನೆನಪಿಟ್ಟುಕೊಂಡು ದಿನವೂ ಅಂತರಂಗದಲ್ಲಿ ಕೆಟ್ಟಾಕೊಳಕ ರಿಂಗಣಿಸುತ್ತಿದ್ದ ಪಾಪಭೀರು ಖಲೀಲ.

ಬಹಳ ಕಷ್ಟಪಟ್ಟು ಬೆಂಗಳೂರಿನ ಕೆ.ಜಿ. ರಸ್ತೆಯ ಸಿಗ್ನಲ್ ದಾಟಿದೊಡನೆ ಕಣ್ಣಿಗೆ ರಾಚುವ "ಮಫ್ತಿಲಾಲ್ ರೆಡಿಮೇಡ್ ಗಾರ್ಮೆಂಟ್ಸ್"ನಲ್ಲಿ ಕೆಲಸ ಗಿಟ್ಟಿಸಿಕೊಂಡು ಆರು ತಿಂಗಳು ಕಳೆದಿರಬೇಕಷ್ಟೆ. ಅಂಗಡಿಯ ಮಾಲೀಕ 'ಹರಿಲಾಲ್' ಖಲೀಲನಿಗೆ ತುಸು ಹೆಚ್ಚಿಗೆ ಕನಿಕರ ತೋರಿಸಿದ್ದ.

ಮೊದಮೊದಲು ದೊಡ್ಡ ಕುಂಡೆಯ, ಬಾತುಕೊಂಡ ಹೊಟ್ಟೆಯ ಗಿರಾಕಿಗಳಿಗೆ ಚಹಾ, ಕೂಲ್‌ಡ್ರಿಂಕ್ಸು, ಹೋಮ್ ಡೆಲಿವರಿಯಂತಹ ಇನ್ನಿತರೆ ಚಾಕರಿಗಳಿಗೆ ಹಚ್ಚಿದ.

ನಂತರ ಶಿಫಾನು ಸೀರೆಗಳನ್ನು ಮಡಚುವುದು, ಡ್ರೆಸ್ ಮೆಟೀರಿಯಲ್ಲುಗಳನ್ನು ಅದರ ರಂಗಿನ ಮೂಲಕವೇ ಪತ್ತೆ ಹಚ್ಚುವುದು, ದ್ವಾರ ಬಾಗಿಲಿನಲ್ಲಿ ಸೌಗಂಧಿಕ ಪುಷ್ಪದ ಚೆಲುವೆಯರಂತೆ ಬಗೆಬಗೆಯ ಉಡುಪು ತೊಟ್ಟು ವಿಶೇಷ ಭಂಗಿಯಲ್ಲಿ ನಿಂತ ಹೆಣ್ಣು ಗೊಂಬೆಗಳಿಗೆ ಸೀರೆ ಉಡಿಸುವುದನ್ನು ಕಲಿಸಿಕೊಟ್ಟ.

ನಾಲ್ಕೈದು ಹೆಣ್ಣು ಗೊಂಬೆಗಳು ಏಳೆಂಟು ಕೆ.ಜಿ. ತೂಗುತ್ತಿದ್ದವು. ಮತ್ತೊಂದೆರಡು ಪುಟಾಣಿ ಗೊಂಬೆಗಳು ಬೆಂಗಳೂರಿನ ಜನಜಂಗುಳಿಯ ಗಲಾಟೆ ಸದ್ದಿಗೂ ಬೆಚ್ಚದೆ, ಗಣರಾಜ್ಯೋತ್ಸವದಲ್ಲಿ ತಳ್ಳುಗಾಡಿಯ ಮೇಲೆ ಬಿಕರಿಯಾಗುವ ಬಿಳಿ, ಕೆಂಪು, ಹಸಿರು ಐಸುಕ್ಯಾಂಡಿಗಾಗಿ ಕಾದವರಂತೆ ಕಾಣುತ್ತಿದ್ದವು. ಖಲೀಲ ಬೆಳಿಗ್ಗೆ ಬಂದೊಡನೆ ಮೊದಲು ಪುಟಾಣಿ ಗೊಂಬೆಗಳನ್ನು ಎತ್ತಿ ತಮ್ಮ ಯಥಾಸ್ಥಾನದಲ್ಲಿ ಇರಿಸಿ, ತನಗಿಂತ ಅಂದಾಜು ಎತ್ತರವಿದ್ದ ಹೆಣ್ಣು ಗೊಂಬೆಗಳನ್ನು ಒಂದೊಂದಾಗಿಯೇ ತಂದು ನಿಲ್ಲಿಸುತ್ತಿದ್ದ. ಆಮೇಲೆ ಹೊಸದಾಗಿ ಮಾರ್ಕೆಟ್ಟಿನಲ್ಲಿ ಓಡುತ್ತಿದ್ದ ಮನಸೂರೆಗೊಳ್ಳುವ ನೂತನ ಮಾದರಿಯ ಉಡುಪನ್ನು ತೊಡಿಸುತ್ತಿದ್ದ. ಒಮ್ಮೊಮ್ಮೆ ಆ ಹೆಣ್ಣು ಗೊಂಬೆಯ ಮೈಯನ್ನು ಮುಟ್ಟುವಾಗಲೂ ತುಂಬಾ ನಾಚಿಕೆಗೊಂಡು ಮುಖವನ್ನು ಅರಳಿಸುತ್ತಿದ್ದ. ಕುಪ್ಪಸ ತೊಡಿಸುವಾಗ ಏನೋ ಒಂದು ಬಗೆಯ ತಲ್ಲಣ ಖಲೀಲನ ತುಟಿಯಂಚಿಗೆ ಬಂದು ಚಂದದ ನಗುವಾಗುತ್ತಿತ್ತು.

ಹರಿಲಾಲ ಇಂತಹ ಯಾವ ಬಗೆಯ ತಲ್ಲಣಗಳಿಗೆ ಒಳಗಾಗದೆ ಇದೊಂದು ಸಾಮಾನ್ಯ ಗೊಂಬೆಗಳೆಂದು ತಿಳಿದು ಎಲ್ಲಾ ಗೊಂಬೆಗಳನ್ನು ನಗ್ನಗೊಳಿಸಿ, ಚಕಾಚಕ್ಕನೆ ಒಂದಕ್ಕೆ ಜೀನ್ಸು ಪ್ಯಾಂಟು, ಇನ್ನೊಂದಕ್ಕೆ ಗಾಗ್ರಾ ಚೋಲಿ, ಸ್ವಲ್ಪ ನೀಳಕಾಯದ ಸುಂದರಿಗೆ ಮಾವಿನಕಾಯಿ ಬಾರ್ಡರಿನ ಧರ್ಮಾವರಂ ಸೀರೆ, ಕುಳ್ಳಗೆ ದಪ್ಪಗಿದ್ದ ಬೊಂಬೆಗೆ ಬರೀ ಒಳ ಉಡುಪನ್ನು ಹಾಕಿಸಿ, ಎಲ್ಲರಿಗೂ ಕಾಣಿಸುವಂತೆ ನಿಲ್ಲಿಸಿ, ಭ್ರಾಂತನಾದಂತೆ ದುಡ್ಡು ಎಣಿಸಲು ಒಳಹೋದ. ಗಿರಾಕಿಗಳು ಟ್ರಯಲ್ಲಿಗೆಂದು ಉಟ್ಟು ಬಿಸಾಡಿದ ಸೀರೆ, ನೈಟಿ, ಶರ್ಟುಗಳನ್ನು ನೀಟಾಗಿ ಮಡಚಿ ಮತ್ತೆ ಅವುಗಳನ್ನು ಕಪಾಟಿನಲ್ಲಿ ಇಡುವಾಗಲೇ ಇವೆಲ್ಲವನ್ನೂ ದೂರದಿಂದ ಗಮನಿಸುತ್ತಿದ್ದ ಖಲೀಲನಿಗೆ ಹರಿಲಾಲನ ವರ್ತನೆ ಅಸಮಾಧಾನ ತಂದಿತು. ಹೆಣ್ಣು ಗೊಂಬೆಗಳ ಬಳಿ ಈ ಬಗೆಯ ಒರಟುತನ ಸಲ್ಲದು ಎಂದು ಅವನು ಆಳವಾಗಿ ನಂಬಿದ್ದ. ದುಡ್ಡು ಎಣಿಸುತ್ತಾ ಇಹವನ್ನೇ ಮರೆತ ಹರಿಲಾಲನನ್ನು ಕಡೆಗಣಿಸಿ ಖಲೀಲ ಎಲ್ಲಾ ಗೊಂಬೆಗಳ ಬಳಿ ದೀರ್ಘವಾದ ಕ್ಷಮೆಯನ್ನು ತನ್ನ ಕಣ್ಣ ಭಾವದಿಂದ ಕೇಳುತ್ತಾ, ಒಂದೊಂದು ಗೊಂಬೆಯ ಕೈಯನ್ನೂ ಹಿಡಿದು ಮನ್ನಿಸಿರೆಂದು ಅಂಗಲಾಚಿದ. ಕೆಲವು ಗೊಂಬೆಗಳು ಕೊಳ್ಳೆ ಹೊಡೆಯುವಂತೆ ಬೀಸುತ್ತಿದ್ದ ಗಾಳಿಗೆ ತಮ್ಮ ನೋವನ್ನು ಚೆಲ್ಲಿಕೊಳ್ಳುತ್ತಿದ್ದವು. ಒಳ ಉಡುಪು ತೊಟ್ಟು ನಮ್ರವಾಗಿ ತನ್ನ ದೇಹ ಪ್ರದರ್ಶಿಸುತ್ತಿದ್ದ

ಕುಳ್ಳ ಗೊಂಬೆ, ಒಂದು ಜಡಿ ಮಳೆಯಾದರೆ ಸಾಕು ನಾನು ನನ್ನ ತವರಿಗೆ ಈಜುತ್ತಲೇ ಹೋಗಿಬಿಡುತ್ತೇನೆಂದು ಶೂನ್ಯದತ್ತ ನೋಡುತ್ತಿತ್ತು. ಖಲೀಲನಿಗೆ ಈ ಮಾತು ಕೇಳಿಸಿತೇನೋ ಎಂಬಂತೆ ಥಟ್ಟನೆ ಒಳಹೋಗಿ ಬೇರೊಂದು ಉಡುಪನ್ನು ತಂದ.

ಸಾರ್ವಜನಿಕರು ಇನ್ನೂ ಅಲೆದಾಡುತ್ತಿದ್ದಾರೆ; ಅಕಸ್ಮಾತ್ತಾಗಿ ಅವರಿಗೆ ಹೆಣ್ಣು ಗೊಂಬೆಯ ದೇಹ ಕಂಡುಬಿಟ್ಟರೆ ಇದಕ್ಕೆ ಇನ್ನಷ್ಟು ನೋವುಂಟಾಗಬಹುದೆಂದು ಕೊಂಚ ಮರೆಮಾಡಿ ನಿಂತುಕೊಂಡು ಕೆಂಪು ರಂಗಿನ ಒಳ ಉಡುಪನ್ನು ಕಿತ್ತೆಸೆದ. ಖಲೀಲನ ಕೈಯಲ್ಲಿದ್ದ ಹಳದಿ ಬಣ್ಣದ ರೇಷಿಮೆ ಸೀರೆ ತನ್ನ ಸಂಭ್ರಮವನ್ನು ಹಿಡಿದಿಟ್ಟುಕೊಂಡಿತ್ತು. ತನ್ನ ಕಣ್ಣುಮುಚ್ಚುತ್ತಲೇ ಅನುಭವಕ್ಕೆ ಬಂದಂತೆ ಈಗ ಮೆಲ್ಲ ಆ ಹೆಣ್ಣು ಗೊಂಬೆಯ ಹೆರಳನ್ನು ಹಿಂದೆ ಸರಿಸಿ ನೇರಳೆಯ ಕುಪ್ಪಸದ ಹುಕ್ಕುಗಳನ್ನು ಬಿಚ್ಚಿ ಬೆನ್ನಿನಿಂದ ಹಾಕಿದ. ಖಲೀಲನಿಗೆ ಯಾವುದೋ ಒಂದು ಮಿಂಚು ಹೆಣ್ಣು ಗೊಂಬೆಯ ಬೆನ್ನಿನಲ್ಲಿದೆಯೆಂದು ಅನ್ನಿಸಿ ಮತ್ತೆ ಬೆನ್ನನ್ನು ಸವರಿದ.

ಅರೆ ಇದೇನಿದು? ಯಾವತ್ತಿಗೂ ಆಗದ ಸಂಚಲನ ನನ್ನ ಬೆರಳಿಗೆ ತಾಕಿತು ಎಂದು ಪುನಃ ಬೆನ್ನಿನ ಮೇಲೆ ಶ್ರುತಿಯನ್ನು ಮೀಟುವಂತೆ ಬಲಗೈಯನ್ನು ಆಡಿಸಿದ. ಮತ್ತದೇ ಮಿಂಚು ಹೊಯ್ದಾಡಿದಂತೆ ಕಂಡಿತು. ಮುಂದುವರೆದು ಕುಪ್ಪಸದ ಹುಕ್ಕುಗಳನ್ನು ಹಾಕುವಾಗಲೂ ತಾನೇನೋ ನಿಜದ ಹೆಣ್ಣನ್ನು ಮುಟ್ಟುವಂತೆ ಆತನಿಗೆ ಭಾಸವಾಗತೊಡಗಿತು. ಆ ಹೆಣ್ಣು ಗೊಂಬೆ, ನಿಶ್ಚಲ ನಗು ಉಟ್ಟು ತದೇಕ ದೃಷ್ಟಿಯಿಂದ ಖಲೀಲನನ್ನು ನೋಡುತ್ತಿತ್ತು. ಅವನು ಸಹ ಗೊಂಬೆಯ ಕಣ್ಣೊಳಗೆ ತನ್ನ ಜೊಂಪು ನಿದ್ರೆಯ ಕಣ್ಣನ್ನು ಕೂಡಿಸಿದ. ಸಿಹಿ ನೀರಿನ ಬಾವಿಯೊಳಗೆ ಕೊಡವೊಂದು ಬಿದ್ದು ಎದ್ದ ಅಲೆಯಂತೆ ಖಲೀಲನ ಮುಖ ಪ್ರಕಾಶಿಸಿತು.

ಆ ಹೆಣ್ಣು ಗೊಂಬೆಯ ಕಣ್ಣೊಳಗೆ ವಿಧೇಯ ಜಗತ್ತು ಬೀಗುತ್ತಿತ್ತು. ಗಾಬರಿಗೊಳ್ಳುತ್ತಲೇ ಖಲೀಲ ಅಲ್ಲಿಗೆ ಸಪ್ಪಳ ಮಾಡದೆ ನಡೆದ. ಹೆಜ್ಜೆ ಇಟ್ಟಷ್ಟು ಅಲ್ಲಿನ ದಾರಿ ಮೆದುವಾಗುತ್ತಿತ್ತು. ಹಿಂದೆ ತಿರುಗಿ ತನ್ನ ಹೆಜ್ಜೆಯನ್ನು ನೋಡಿದ. ಹೆಜ್ಜೆಯ ಮೂಲವೇ ಕಾಣಲಿಲ್ಲ. ಆ ಲೋಕದೊಳಗೆ ಬರೀ ಹೆಣ್ಣು ಗೊಂಬೆಗಳೇ ತುಂಬಿದ್ದವು. ತಮ್ಮಿಷ್ಟಕ್ಕೆ ಬಂದಂತೆ ಕುಣಿಯುತ್ತಿದ್ದವು, ಕೇಕೆ ಹಾಕಿ ನಗುತ್ತಿದ್ದವು, ಬಿಕ್ಕಿಸಿ ಅಳುತ್ತಿದ್ದವು. ವಯಸ್ಸಾದ ಹಲವು ಗೊಂಬೆಗಳ ಹೆರಳು ಐಸ್‌ಕ್ರೀಮಿನಂತೆ ಕೋಮಲ ಮತ್ತು ತಾಜಾ ಆಗಿದ್ದವು. ಕಲ್ಲಂಗಡಿ ಹಣ್ಣಿನ ಒಳಭಾಗದಂತೆ ಹೆಣ್ಣು ಗೊಂಬೆಗಳ ತುಟಿ ತೇವಗೊಂಡಿತ್ತು. ಖಲೀಲ ಸುಮ್ಮನೆ ನಡೆಯುತ್ತಿದ್ದ. ಆತ ತೊಟ್ಟ ಬಿಳಿಯ ಜುಬ್ಬ ಯಾರೋ ಎಳೆದಂತಾಗಿ ನಿಂತುಕೊಂಡ. ಅದೇ ಕುಳ್ಳ ಗೊಂಬೆ ತನ್ನೆದುರು ಮೈತಳೆದು ನಿಂತಿದ್ದನ್ನು ಕಂಡು ಬೆರಗಾದ. ಆ ಗೊಂಬೆಗೆ ಜೀವ ಬಂದಿತ್ತು. ಖಲೀಲನ ಕೈಹಿಡಿದು ಮಂಜು ಸುರಿಯುತ್ತಿದ್ದ ಮರದತ್ತ ಕರೆದೊಯ್ಯಿತು. “ಹೇಗಿದೆ ನನ್ನ ಪ್ರಪಂಚ” ಎಂದು

ಗೊಂಬೆ ಕೇಳಿದೊಡನೆ ಖಲೀಲನಿಗೆ ಭಯವಾಯಿತು. ಗೊಂಬೆ ಮಾತಾಡುವುದೇ ಎಂದು ಕುತೂಹಲದಿಂದ ಗೊಂಬೆಯ ತುಟಿಯ ಚಲನೆಯನ್ನು ನೋಡತೊಡಗಿದ. ಗೊಂಬೆಯ ತುಟಿಗಳಿಂದ ತುಂಬು ಬೆಳಕು ಸುರಿಯುತ್ತಿತ್ತು. "ಹೇಗಿದೆ ಹೇಳು ನನ್ನ ಪ್ರಪಂಚ?" ಎಂದು ಗೊಂಬೆ ಮತ್ತೆ ಮಾತಾಡಿತು.

ಖಲೀಲ ಅತ್ಯಂತ ಜಾಗರೂಕನಾಗಿ ಸೌಮ್ಯ ಪದಗಳಿಗಾಗಿ ತನ್ನೊಳಗೆ ಅಲೆದ. "ನೀನಿಲ್ಲಿ ಮಾತಾಡಬಹುದು. ಎಲ್ಲಿ ನಿನ್ನ ದನಿಯನ್ನು ನನಗೆ ಪರಿಚಯಿಸು" ಎಂದು ಗೊಂಬೆ ಹೇಳಿದಾಗ, ಖಲೀಲನ ಸುಪ್ತ ಕೊರಳು "ನಾನಿಲ್ಲಿಯೇ ಇದ್ದುಬಿಡಲೇ" ಎಂದು ಅನಾಮತ್ತಾಗಿ ನುಡಿಯಿತು. ಅವನದಕ್ಕೆ ರೋಮಾಂಚಿತನಾದ. ಗೊಂಬೆ "ನೀನು ನನ್ನ ಹಾಗೆಯೇ ಒಂದು ಗಂಡು ಗೊಂಬೆಯೇ. ಮತ್ತೇನೂ ವ್ಯತ್ಯಾಸವಿಲ್ಲ, ನಿನಗೆ ಚಲನೆಯಿದೆ, ನನಗಿಲ್ಲ. ಅಷ್ಟೇ!" ಎಂದು ನಕ್ಕು ಮುಂದೆ ಸಾಗಿತು.

ಖಲೀಲ ಗೊಂಬೆಯನ್ನೇ ಹಿಂಬಾಲಿಸಿದ. ಗೊಂಬೆ ನಡೆಯುವಾಗ ಅದರ ಹೆಜ್ಜೆಗಳು ಮೂಡುತ್ತಿರಲಿಲ್ಲ. ಸ್ವಲ್ಪ ದೂರದಲ್ಲಿ ಹಿಮದ ಮರವೊಂದು ಮಂಜು ಸುರಿಸುತ್ತಲಿತ್ತು. ಗೊಂಬೆ "ಬಾ ಇಲ್ಲಿ, ನಿನ್ನ ಹೆಸರನ್ನು ಹೇಳು" ಎಂದು ಖಲೀಲನನ್ನು ಬರಸೆಳೆಯಿತು. ಕೊಂಚ ಅಂತರ ಕಾಯ್ದುಕೊಂಡು ಕೂತ ಖಲೀಲ "ಇಲ್ಲಿ ಯಾಕೆ ಹೆಜ್ಜೆ ಮೂಡುವುದಿಲ್ಲ" ಎಂದು ಕೇಳಿದ. ಗೊಂಬೆ "ಹೆಜ್ಜೆಗಳನ್ನೇ ಅರಸಿ ಇನ್ಯಾರೂ ಬರಬಾರದೆಂದು ನಮಗೆ ನಾವೇ ಮಾಡಿಕೊಂಡ ಲೋಕವಿದು" ಎಂದು ಹೇಳಿ ತುಂಡು ಹಿಮವನ್ನು ಅವನ ಕೈಗೆ ಕೊಟ್ಟಿತು. ಖಲೀಲ ಹಿಮದ ತುಂಡನ್ನು ಸ್ಪರ್ಶಿಸಿದ. ಹಿಮ ಎಂದಿಗಿಂತ ನಯವಾಗಿತ್ತು. ಗೊಂಬೆಯ ಕೈಯನ್ನು ಸ್ಪರ್ಶಿಸಿದ. ಇವೆರಡರ ಸಾಮ್ಯತೆ ಹುಡುಕಲು ಪ್ರಯತ್ನಿಸಿದ. ಗೊಂಬೆ ನಗುತ್ತಾ "ಇಲ್ಲಿ ಯೋಚನೆಗೆ ಮಾರ್ಗವಿಲ್ಲ, ಬಿಟ್ಟುಬಿಡು ಅದನ್ನು" ಎಂದು ಹೇಳಿ ಖಲೀಲನ ಮುಂಗುರುಳನ್ನು ನೇವರಿಸಿತು. ಖಲೀಲನ ಅಂತರಾಳ ಒಮ್ಮೆಲೆ ಜಿಗಿದು ಕುಣಿದಾಡಿತು. ಆತನ ಕೈಯಲ್ಲಿದ್ದ ಹಿಮದ ತುಂಡು ಬಿಸಿಯಾಗತೊಡಗಿತು. ಮೆಲ್ಲಗೆ ಕೈ ತೇವವಾಗಿ ಗೊಂಬೆಯ ಬೆನ್ನನ್ನು ಮುಟ್ಟಿದ.

ಖಲೀಲನ ಕಣ್ಣು ಸಣ್ಣದಾಗುತ್ತಾ ಒಮ್ಮೆಲೇ ಎಚ್ಚರಗೊಂಡು ಮತ್ತೆ ಗೊಂಬೆಯ ಬೆನ್ನನ್ನು ಸ್ಪರ್ಶಿಸಿದ. ಗೊಂಬೆಯಲ್ಲಿ ಯಾವ ಮಿಂಚೂ ಕೈಗೆ ಸಿಗಲಿಲ್ಲ. ಸಂಜೆಯಾಗುತ್ತಿತ್ತು, ಸಿಗ್ನಲ್ಲಿನ ಕಿರಿಕಿರಿ ತಪ್ಪಿಸಿಕೊಳ್ಳಲು ಜನರು ಜೋರಾಗಿ ಹಾರ್ನ್ ಬಾರಿಸಿ ಮುಂದೆ ಸಾಗುತ್ತಿದ್ದರು. ನಿಧಾನವಾಗಿ ಕಪ್ಪಾಗುತ್ತಿದ್ದ ಮೋಡ ಗುಡುಗನ್ನು ಕರೆಯಿತು. ಒಳಗೆ ಗಲ್ಲಾಪೆಟ್ಟಿಗೆಯ ಮೇಲೆ ಕೂತು ದುಡ್ಡು ಎಣಿಸಿ ಮುಗಿಸಿದ್ದ ಹರಿಲಾಲ ತನ್ನ ಊರಿನಿಂದ ತಂದಿದ್ದ ಸ್ವಾಮೀಜಿಯೊಬ್ಬನ ಭಾವಚಿತ್ರಕ್ಕೆ ಸಂಪಿಗೆಯ ಮಾಲೆ ಹಾಕುತ್ತಲೇ "ಏಯ್, ಖಲೀಲ ಬಾರೋ" ಎಂದು ಕೂಗಿದ. ತುಂಬ ದಣಿದವನಂತೆ

“ಆಯಾ ಸೇಠ್” ಎಂದು ಮಾತಾಡಲು ಪ್ರಯತ್ನಿಸಿದ. ಆದರೆ ಕೊರಳು ಬಿಗಿದಿತ್ತು. ತಾನು ಹುಟ್ಟು ಮೂಕನೆಂದು ಖಲೀಲನಿಗೆ ಮತ್ತೆ ಅರ್ಥವಾಯಿತು. ತಾನು ಕಂಡಿದ್ದು ಕನಸೋ ಎಂದು ಮತ್ತೆ ಮತ್ತೆ ಯೋಚಿಸಿದ. ಉತ್ತರ ಪ್ರಶ್ನೆಯ ಒಡಲಿನಲ್ಲಿಯೇ ಸತ್ತುಹೋಗಿತ್ತು.

ಅಂಗಡಿಯ ಮಾಲೀಕ “ಸಂಜೆಯಾಗುತ್ತಿದೆ. ಮಳೆ ಬರುವ ಸೂಚನೆ ಬೇರೆ ಸಿಕ್ಕಿದೆ. ಬೇಗ ಕಸಗುಡಿಸು ಬಾ” ಎಂದು ನನ್ನನ್ನು ಕರೆಯುತ್ತಿದ್ದಾನೆ ಎಂದು ತಿಳಿದ ಖಲೀಲ ಬೇಗ ಬೇಗ ಕೈಯಲ್ಲಿದ್ದ ಹಳದಿ ಸೀರೆಯನ್ನು ಗೊಂಬೆಗೆ ಉಡಿಸಲು ಶುರುಮಾಡಿದ.

ತನ್ನೆಲ್ಲ ಕೌತುಕವನ್ನು ಸುತ್ತಿಕೊಂಡಿದ್ದ ಸೀರೆ ಗೊಂಬೆಯ ಮೈಯನ್ನು ಆವರಿಸಿಕೊಳ್ಳತೊಡಗಿತು. ಖಲೀಲನ ಕೈಗಳು ಬಹಳ ಪಳಗಿದ್ದವು. ನೆರಿಗೆ ಮೂಡಿಸುವುದರಲ್ಲಿ ಆತನ ಬೆರಳುಗಳು ಕ್ರಿಯಾಶೀಲವಾಗಿದ್ದವು. ಹೆಣ್ಣು ಗೊಂಬೆ ಮೌನವಾಗಿದ್ದುಕೊಂಡು ಸಹಕರಿಸುತ್ತಿತ್ತು. ಖಲೀಲ ಗೊಂಬೆಯ ಹೊಕ್ಕಳನ್ನು ಸ್ಪರ್ಶಿಸಿದ. ಮತ್ತದೇ ಮಿಂಚು ಕೈಗೆ ತಾಗಿ ಹೋಯಿತು; ವಿಚಲಿತನಾದ. ತುಂತುರು ಮಳೆಯನ್ನು ಆಕಾಶ ದಯಪಾಲಿಸಿತು. ಮಹಾಮಳೆಯೇ ಬರಬಹುದೆಂದು ಜನರು ಎಚ್ಚರಗೊಂಡು ಓಡಿದರು. ಜಡಿ ಮಳೆ ಶುರುವಾಯಿತು.

ಹಳದಿ ಸೀರೆ ಉಟ್ಟು ಕಂಗೊಳಿಸುತ್ತಿದ್ದ ಕುಳ್ಳ ಹೆಣ್ಣು ಗೊಂಬೆ ನಿತ್ಯಕ್ಕಿಂತ ಹೆಚ್ಚು ಮೋಹಕವಾಗಿ ಕಾಣತೊಡಗಿತು. ಕಣ್ಣಂಚಿಗೆ ಬಂದ ಹುರುಪು ಹೊಸದೇನೋ ಹುಡುಕಿತು. ಖಲೀಲ ಕಸಗುಡಿಸಲು ಒಳಗೆ ಹೋದ. ಆ ಹೆಣ್ಣು ಗೊಂಬೆ ಖಲೀಲನಿಗಾಗಿ ಕಾತರಿಸಿತು.

ಹೊರಗೆ ಮಳೆ ಬರುತ್ತಿದ್ದರಿಂದಲೇನೋ ಮೂಗು ಕಳಚುವಂತೆ ಸೀನಿದ ಖಲೀಲನನ್ನು ಹರಿಲಾಲ ತಿನ್ನುವಂತೆ ನೋಡಿದ. “ದೀಪ ಹೊತ್ತಿಸಿ ಕ್ಷಣವಾಗಿಲ್ಲ ಆಗಲೇ ಸೀನುತ್ತೀಯಲ್ಲೋ ಹರಾಮಿ” ಎಂದು ಹರಿಲಾಲ ಗೊಣಗಿದ. ಹೊರಗೆ ಮಳೆ ಸುರಿಯತ್ತಲೇ ಇತ್ತು. ಖಲೀಲ ಆ ಹೆಣ್ಣು ಗೊಂಬೆಯ ಬಗ್ಗೆ ಯೋಚಿಸಿದ. ಅವನಿಗೆ ಎಲ್ಲ ಅಸ್ಪಷ್ಟವಾಗಿ ಕಂಡಿತು. ಗೊಂಬೆಗಳನ್ನು ಒಳಗೆ ತಂದಿರಿಸುವಂತೆ ಹೇಳಿ ಹರಿಲಾಲ ಅಂಗಡಿಯನ್ನು ಮುಚ್ಚುವ ಯೋಚನೆಯಲ್ಲಿದ್ದ. ಒಂದರ್ಧ ತಾಸು ಕಳೆದ ಮೇಲೆ ಇಬ್ಬರೂ ಸೇರಿ ಅಂಗಡಿ ಮುಚ್ಚಿದರು. ಮಳೆ ನಿಲ್ಲುವ ಹಾಗೆ ಕಾಣದಿದ್ದರಿಂದ “ಮಳೆ ನಿಂತ ಮೇಲೆ ಮನೆಗೆ ಹೋಗು” ಎಂದು ಹರಿಲಾಲ ಖಲೀಲನನ್ನು ಕಳಿಸಿದ.

ಕುಳ್ಳ ಹೆಣ್ಣು ಗೊಂಬೆಯೊಳಗೆ ಮತ್ತೆ ಮಿಂಚು ಹೊಯ್ದಾಡಿತು. ಮೆಲ್ಲಗೆ ಸದ್ದಾಗದಂತೆ ಅಂಗಡಿಯ ಆಚೆ ಬಂದು ಮುಸಲಧಾರೆಯನ್ನು ಕಣ್ತುಂಬಿಕೊಂಡಿತು. ಸಿಗ್ನಲ್ಲಿನ ಬಳಿ ವಾಹನಗಳು ಮೊರೆಯಿಟ್ಟು ಅರಚುತ್ತಿದ್ದವು. ಹೆಣ್ಣು ಗೊಂಬೆ

ಯಾರಿಗೂ ಕಾಣದಂತೆ ಕೆ.ಜಿ. ರಸ್ತೆಯನ್ನು ದಾಟಿ ಖಲೀಲನಿಗಾಗಿ ಅರಸುತ್ತಾ ಇಡೀ ಬೆಂಗಳೂರನ್ನೇ ಹುಡುಕಿತು. ಅವನ ಹೆಜ್ಜೆ ಗುರುತು ಗೊಂಬೆಗೆ ಕಾಣಲಿಲ್ಲ.

ಎಂದಿನಂತೆ ಬೆಳಗ್ಗೆ ಬಂದು ಗೊಂಬೆ ಆಚೆ ಇಡುವಾಗ ಖಲೀಲನಿಗೆ ಕುಳ್ಳಗಿದ್ದ ಹೆಣ್ಣು ಗೊಂಬೆ ಕಾಣಿಸಲಿಲ್ಲ. ತಾನು ಉಡಿಸಿದ್ದ ಸೀರೆ, ಕುಪ್ಪಸ ಕೆಳಗೆ ಅಸ್ತವ್ಯಸ್ತವಾಗಿ ಬಿದ್ದಿದ್ದವು. ಅತೀತದಲ್ಲಿ ಗೊಂಬೆ ಖಲೀಲನಿಗಾಗಿ ಕಾಯುತ್ತಿತ್ತು.

'ಪ್ರಣಯರಾಜ' ಲೇಡೀಸ್ ಟೈಲರ್

ಎಲ್ಲಾ ಕಡೆಯೂ ಫೋರ್ ಜಿ ಮೊಬೈಲುಗಳ ಜೊತೆ ಸಿಮ್ಕಾರ್ಡುಗಳು ಸೇರಿ ಚಂದಾದಾರರನ್ನು ಅಕ್ಕರೆಯಿಂದ ಕರೆಯುವ ಭಿನ್ನ ಭಿನ್ನ ಜಾಹೀರಾತುಗಳು. ಅದನ್ನು ಕೊಂಡೇ ತೀರಿದ ಮಂದಿ ಕೂತಲ್ಲೇ ಮೈ ಓಲಾಡಿಸುವ ಆಟಗಳನ್ನಾಡುತ್ತಾ ಎಲ್ಲೆಂದರಲ್ಲಿ ಕೂತು, ನಿಂತು, ಮಲಗಿ ಆಡುತ್ತಿದ್ದಾರೆ. ಇನ್ನೂ ಕೆಲವರು ಮಾತಾಡುತ್ತಿದ್ದಾರೆ. ಯಾರೊಬ್ಬರ ಕೈ, ಕಿವಿಗಳೂ ಇಲ್ಲಿ ಖಾಲಿಯಿಲ್ಲ. ರೈಲು, ಬಸ್ಸು, ರಿಕ್ಷಾಗಳು – ಜಾಣ, ದಡ್ಡ, ಕಠೋರ, ನಿಷ್ಠುರ ಎಂದೆಲ್ಲಾ ಭೇದ ತೋರದೆ ಜನರನ್ನು ನಿಂತಲ್ಲಿಯೇ ದಸ್ತಗಿರಿ ಮಾಡುವಂತೆ ಜಬರ್ದಸ್ತಾಗಿ ತುಂಬಿಕೊಂಡು ಹೋಗುತ್ತಿವೆ. ಅದರೊಳಗಿಂದ ಕೆಲವು ಚಕಿತ ಕಣ್ಣುಗಳು ನನ್ನ ನೋಡಿ "ಇವನು ಸಹ ಮಾಮೂಲಿ ಮನುಷ್ಯ" ಎನ್ನುವಂತೆ ನೋಡಿ ನೋಟ ಬದಲಿಸಿದರೆ, ಒಂದು ಅಪೌಷ್ಠಿಕ ಮಗು ನನ್ನತ್ತ ನೋಡಲು ತನ್ನ ಕಣ್ಣುಗಳನ್ನು ತಾನೇ ಉಜ್ಜಿಕೊಳ್ಳುತ್ತಿತ್ತು.

ಫಾಸ್ಟ್ ಫುಡ್ಡಿನ ಕೈಗಾಡಿಗಳ ಮುಂದೆ ಜನಪಾತ. ಎಲ್ಲರ ಕಣ್ಣುಗಳು ದೊಡ್ಡ ಹೆಂಚಿನ ಮೇಲೆ ಬೇಯುತ್ತಿರುವ ಹಲವು ದೋಸೆಗಳ ಮೇಲೆಯೇ ಅಂಟಿಕೊಂಡಿವೆ. ಅದರ ದೃಷ್ಟಿ ನಿವಾಳಿಸುವಂತೆ ಚುಯ್ಯನೆ ನೀರು ಚಿಮ್ಮಿಸಿ, ನೀರಲ್ಲಿದ್ದ ಚುಂಚಕದಿಂದ ಹೆಂಚಿಗೆ ಟುಕ್ ಟುಕ್ ಎಂದು ಕುಟ್ಟಿ ಬಾಣಸಿಗ ಮೊದಲು ಯಾರಿಗೆ ಕೊಡುತ್ತಾನೆಂದು ಹಸಿದ ಗಿರಾಕಿಗಳ ಜೊತೆ ಮೂರು ಕಾಲಿನ ನಾಯೊಂದು ಕೌತುಕದಿಂದ ನೋಡುತ್ತಿದೆ.

ಆದರೆ ಈ ಹಸಿವಿನ ಮಧ್ಯಾಹ್ನದಿಂದ ನಾನು ಕೊಂಚ ದೂರ ನಿಂತು, ಗಿರಾಕಿಗಳನ್ನು ಕೂಗಿ ಕರೆಯುವ, ನಡುನಡುವೆ ಇಷ್ಟಗಲ ಬಾಯಿ ಕಳೆದು ಆಕಳಿಸುವ ಆಲಸಿತನ ನನಗಾಗಲೇ ಬಂದುಬಿಟ್ಟಿದೆ. ಆಲಸಿತನ ಯಾರಿಗೆ ಬಂದರೆ ಪರವಾಗಿಲ್ಲ? ಯಾರಿಗದು ಚಂದ ಕಾಣುತ್ತದೆ? ನನಗೆ ಶುದ್ಧ ಆಲಸಿತನ ಅನುಭವಿಸುವ ವಯಸ್ಸಾಗಿಲ್ಲವೆ?

ಹೌದು, ನನಗೀಗ ಎಷ್ಟು ವರ್ಷ? ಅಲ್ಲಿ ದೈತ್ಯವಾಗಿ ಹೂ ಬಿಟ್ಟು ಹೆದರಿಸಿ ಆಕಾಶ ಕೆಣಕುತ್ತಿರುವ ಹೆಸರಿಡದ ಮರದಷ್ಟಿರಬಹುದೆ? ಅಥವಾ ಮೆಲ್ಲಗೆ ದೋಸೆ ತಿಂದು ಅಗೋ ತಿರುವಿನಲ್ಲಿ ಕೆಮ್ಮುತ್ತಾ ಹೋದ ಅಜ್ಜನ ಕರಿಕೋಟಿಗಾಗಿರುವ ಅನುಭವ ನನ್ನ ವಯಸ್ಸಾಗಿರಬಹುದೆ? ಇಲ್ಲ, ಅಷ್ಟು ಚಿಕ್ಕ ಪ್ರಾಯದವನಲ್ಲ ನಾನು. ನನ್ನ ಬಲ ದವಡೆಯ ಮೂರು ಹಲ್ಲು, ಎಡಭಾಗದ ಮೇಲಿನ ಹಲ್ಲುಗಳು ಆರಾಮಾಗಿ ಉದುರಿಹೋಗಿವೆ. ಉಳಿದ ಹಲ್ಲಿನ ನಡುನಡುವೆ ಹುಳುಕು ತುಂಬಿ ರಾತ್ರಿ ಪೂರಾ ತ್ರಾಸು ಕೊಡುತ್ತಿರುತ್ತವೆ. ನೆತ್ತಿಯ ಕೂದಲೆಲ್ಲ ಹಾರಿ ಗುಬ್ಬಚ್ಚಿಯ ಗರಿಗಳಾಗಿವೆ. ಮೆದುಳಿಗೆ ಮರೆವಿನ ಸೋಂಕು ಅಟಕಾಯಿಸಿಕೊಂಡಾಗಿಂದ ನನ್ನನ್ನು 'ಮಂಡಗುಲಿ' 'ಮಂಡಗುಲಿ' ಎಂದೇ ಕರೆಯುತ್ತಾ 'ಥಾಮಗುಲಿ' ಎಂಬ ನೈಜ ಹೆಸರೇ ನನಗೆ ಮರೆತು ಹೋಯಿತು.

~

ಅಲೆಲೆ ನನ್ನ ಬಗ್ಗೆ ನನಗೆ ಎಷ್ಟೊಂದು ಗೊತ್ತಿದೆ. ಈ ಮೊದಲು ಹೀಗಿದ್ದೆನಾ? ಛೇ ಛೇ ಇಲ್ಲ. ನನ್ನದೇ ಸಣ್ಣ ಸೂಟ್‌ಕೇಸ್ ಕೆರೆದುಕೊಳ್ಳಲು ಸಹ ಪುರುಸೊತ್ತು ಇರುತ್ತಿರಲಿಲ್ಲ. ಕಾಕಾ ಅಂಗಡಿಯ ಸುಡುಸುಡು ಚಹಾ ಕೂಡ ಪಾಪ ನನ್ನ ಮುಂದೆ ಬಂದಾಗ ಕಾದು ಕಾದು ತಣ್ಣಗಾಗುತ್ತಿತ್ತು. ಆಮೇಲೆ ಮಜ್ಜಿಗೆಯಂತೆ ಅದನ್ನು ಒಂದೇ ಸಲ ಗಂಟಲಿಗೇರಿಸುವುದನ್ನು ಕಂಡು ರಹಮತ್ ಕಾಕಾ ತಲೆ ಚಚ್ಚಿಕೊಳ್ಳುತ್ತಿದ್ದ. ಎಂಥಾ ವೈಭವದ ಯುಗಾದಿಗೂ ಮೈಗೆ ಎಣ್ಣೆ ಹಚ್ಚಿ ಸ್ನಾನ ಮಾಡಿಕೊಳ್ಳಲಾಗುತ್ತಿರಲಿಲ್ಲ.

ಮಗಳು ಶಾವಿಗೆ, ಮಗ್ಗಿ ತಪ್ಪಾಗಿ ಹೇಳುವಾಗ ಕೂರಿಸಿ ತಿದ್ದಲು ಸಮಯವೇ ಇರುತ್ತಿರಲಿಲ್ಲ. ಎಂದೋ ಹಾಕಿಕೊಂಡ ಬನಿಯನ್ನು, ಧೋತ್ರ ಬದಲು ಮಾಡಲು, ಅಥವಾ ಸಾದಾ ಸ್ನಾನ ಮಾಡಬೇಕೆಂದರೂ ಶುಕ್ರವಾರವಷ್ಟೇ ಸಮಯ ಉಳಿಯುತ್ತಿತ್ತು. ನನ್ನ ತಮ್ಮನೆಂದು ಆಗಾಗ ವರ್ತಿಸುವ 'ಪಿಣ್ಣೆಗುಲಿ' ತನ್ನ ಮಟ್ಕಾ ದಂಧೆಯ ಗದ್ದಲದಲ್ಲೂ ನನ್ನ ಅವಳಿ ಮಕ್ಕಳಿಗೆ ಶಾವಿಗೆ, ಜೀರಿಗೆ ಎಂದು ವಿಚಿತ್ರವಾಗಿ ಹೆಸರಿಡುವಾಗಲೂ, ಬೇಕೆಂದಾಗ ಅಂಗಡಿಗೆ ಬಂದು ಹೆಮ್ಮಿಂಗು, ಖಾಜಾ ಗುಂಡಿ ಹಾಕುವಾಗಲೂ ನಾನು ಮಾತನಾಡದೆ ಸುಮ್ಮನಿದ್ದೆ. ಆತನಿಗೆ ನನ್ನ ಬಗ್ಗೆ ಎಂಥ

ವೈರವಿತ್ತೆಂದರೆ ತನ್ನ 'ಪಿಣ್ಣಿಗುಲಿ' ಎಂಬ ಹೆಸರು ನಾನೇ ಇಟ್ಟಿದ್ದೆಂದು ನನ್ನ ಮಕ್ಕಳ ಮೇಲೆ ಸೇಡು ತೀರಿಸಿಕೊಂಡಿದ್ದ ಬಡ್ಡೀಮಗ.

~

'ಪಿಣ್ಣಿಗುಲಿ' ಎನ್ನುವ ಹೆಸರು ನಾನಲ್ಲ, ಅಪ್ಪನೂ ಇಟ್ಟಿದ್ದಾಗಿರಲಿಲ್ಲ. ಆತನನ್ನು ಹೆರಿಗೆ ಮಾಡಿದ ಧರ್ಮಸ್ಥಳದ ಡಾಕ್ಟರು ಆರೇಳು ತಿಂಗಳಾದ ನಂತರ ಮನೆಗೆ ಬಂದು ಈತನ ಆಕಾರ, ಉದ್ದ ನೋಡುತ್ತಾ ಎರಡು ಕಾಲುಗಳನ್ನು ಮೇಲೆತ್ತಿ ಹಿಂಭಾಗವನ್ನು ಜೋರಾಗಿ ತಟ್ಟಿದರು. ಮಗು ಮಿಸುಕಲಿಲ್ಲ. ತೆಪ್ಪಗೆ ನಿಂತಿದ್ದ ಅಪ್ಪ ಡಾಕ್ಟರಿನ ಮಮ್ಮಲ ಪ್ರತಿಕ್ರಿಯೆಗಾಗಿ ಅವರನ್ನೊಮ್ಮೆ ಮೇಲಿಂದ ಕೆಳಗೆ ಮಿಕಿಮಿಕಿ ನೋಡಿದ.

ಡಾಕ್ಟರು ತಮ್ಮ ಕೋಟಿನ ಒಳಜೇಬಲ್ಲಿದ್ದ ಹುಡಿಯಾದ ಗಂಧವನ್ನು ಮಗುವಿನ ಕುಂಡಿ, ಬೆನ್ನಿಗೆ ಕೆಳಮುಖವಾಗಿ ಹಚ್ಚುತ್ತಾ "ಇವನು ಷೋಕೇಸಿನ ಗೊಂಬೆ ಕಣಯ್ಯ, ಹೆಚ್ಚು ಉದ್ದ ಬೆಳೀಲಿಕ್ಕಿಲ್ಲ. ಅಬ್ಬಬ್ಬಾ ಎಂದರೆ ಎರಡು ಫೂಟು" ಎಂದು ತನ್ನ ಜ್ಯೋತಿಷ್ಯ ಕಂ ವೈದ್ಯ ಭಾಷೆಯಲ್ಲಿ ಅಪ್ಪನಿಗೆ ಸಾಂತ್ವನ ಹೇಳುವಾಗ ಪಕ್ಕದಲ್ಲೇ ಇದ್ದ ನಾನು 'ಟ್ರಿಣ್ ಟ್ರಿಣ್' ಎಂದು ಅಲಾರಾಮಿನಂತೆ ನಕ್ಕುಬಿಟ್ಟೆ. ಈ ವಿಲಕ್ಷಣ ಹಾಸ್ಯಪ್ರಜ್ಞೆಯನ್ನು ಕಂಡು ಡಾಕ್ಟರೂ ನನ್ನ ಹೆಸರು ಕೇಳಿದರು. ಆತಂಕದಿಂದಲೇ 'ಢಾಮಗುಲಿ' ಎಂದೆ. ತಾನೇ ಇಟ್ಟ ಹೆಸರಿರಬಹುದೆಂದು ಯೋಚಿಸಿ ಸುಮ್ಮನಾದರು. ನೆಲಕ್ಕೆ ಬಿದ್ದ ಹಲಸಿನಂತಾಗಿದ್ದ ಅಪ್ಪ, ಬೋರಲು ಮಲಗಿದ್ದ ಮಗುವಿನ ಬೆನ್ನಿನಿಂದ ಬೆವರಿನ ಜೊತೆಗೂಡಿ ಮುದ್ದೆಯಾಗಿ ಇಳಿಯುತ್ತಿದ್ದ ಒದ್ದೆ ಗಂಧವನ್ನೇ ಕಣ್ಣು ಕೀಲಿಸಿ ನೋಡುತ್ತಿದ್ದ. ಡಾಕ್ಟರು ತಣ್ಣಗೆ ಎರಡು ಕಣ್ಮುಚ್ಚಿ ಪ್ರಕಾಂಡ ಸಂಖ್ಯಾಶಾಸ್ತ್ರಜ್ಞನಂತೆ ಉಂಗುರಗಳಿದ್ದ ಎಲ್ಲಾ ಬೆರಳುಗಳ ನಡುವೆ ಯಾವುದೋ ಬಗೆಹರಿಯದ ಮಗ್ಗಿ ಮಾಡುತ್ತಾ ಫಳ್ಳನೆ ಕಣ್ತೆರೆದು 'ಪಿಣ್ಣಿಗುಲಿ' ಎಂದು ಮಗುವಿನ ಕಿವಿಯಲ್ಲಿ ಮೂರು ಬಾರಿ ಪಿಸುಗುಡುವಂತೆ ನಾಮಕರಣ ಮಾಡಿ "ಈ ಹೆಸರಿನ ಬಲದಿಂದಲೇ ಇವನು ಮನೆ ಬೆಳಗ್ತಾನೆ ಕಣಯ್ಯ" ಎಂದರು. ನನಗೆ ಪಿಣ್ಣಿಗುಲಿಯೆನ್ನುವ ಹೆಸರು ಕೇಳಿಯೇ ನಗುವೋ ನಗು. ಪ್ರಚಂಡ ಅಲೆಗಳಂತೆ ಬರುತ್ತಿದ್ದ ನಗುವನ್ನು ತಡೆದುಕೊಳ್ಳಲು ನಾನು ಬೆರಳುಗಳನ್ನು ಬಲವಾಗಿ ಕಚ್ಚತೊಡಗಿದೆ. ಅಪ್ಪ 'ಏಯ್, ಬಿಡೋ' ಎಂದು ಜೋರಾಗಿ ಕೂಗಿಕೊಂಡ. ಡಾಕ್ಟರು ಥಟ್ಟನೆ ಬೆಚ್ಚಿದರು. ನನ್ನ ಬಾಯಿಂದ ತನ್ನ ಕೈಬೆರಳನ್ನು ಸರಕ್ಕನೆ ಬಿಡಿಸಿಕೊಂಡಾಗಲೇ ತಿಳಿಯಿತು, ನಾನು ಅಪ್ಪನ ಬೆರಳನ್ನು ಬಲವಾಗಿ ಕಚ್ಚುತ್ತಿದ್ದೆ ಎಂದು.

ಅಪ್ಪ ನನ್ನನ್ನು ಕಣ್ಣಗಲಿಸಿ ಗದರಿಸಿ ಮಾಯಾವಿ ಡಾಕ್ಟರನ್ನು ಒಂದು ಬಗೆಯ ಗುಮಾನಿ ಬೆರೆತ ಭಕ್ತಿಯಿಂದ ನೋಡಿದ. ಡಾಕ್ಟರು ಹೊರಡುವ ಹೊತ್ತಿಗೆ ಅಪ್ಪ ಅವರ ಕಾಲಿಗೆ ದೀರ್ಘದಂಡ ನಮಸ್ಕಾರ ಹಾಕಿದ. ಡಾಕ್ಟರು ತಮ್ಮ ಕಾರು ಚಾಲು ಮಾಡಿ ನಿಧಾನವಾಗಿ ಎಡಬಲವನ್ನು ನೋಡಲು ಕತ್ತನ್ನು ಹೊರಹಾಕಿ ಖಾತರಿ ಮಾಡಿಕೊಳ್ಳುವಾಗ, ಪರದೆ ಸರಿಸಿ ಕಿಟಕಿಯಿಂದ ನಾನು ಇಣುಕಿ ನೋಡಿದೆ. ಆತ ತನ್ನ ಬಿಳಿ ಅಂಬಾಸಿಡರ್ ಕಾರಿನ ಹಿಂದೆ 'ಸುಖಪುರುಷ' ಎಂದು ಕೆಂಪು ಬಣ್ಣದಲ್ಲಿ ಬರೆಸಿಕೊಂಡಿದ್ದ.

~

ಪ್ರಾಯಶಃ ಚಿಕ್ಕಮ್ಮ ತನ್ನ ಮುದ್ದು ಮಗನ ಹೆಸರು ಕೇಳಿ ಏನನ್ನುವಳೋ ಎಂದು ಹೆದರಿಕೆಯಿಂದಲೇ ಅಪ್ಪ ಎಷ್ಟೋ ದಿನ ಬಾಣಂತಿ ಕೋಣೆಗೆ ಹೋಗಲೇ ಇಲ್ಲ. ಚಿಕ್ಕಮ್ಮನ ದೇಖರೇಖಿಗೆ ವನಜ ಎಂಬ ಹೆಂಗಸಿದ್ದಳು. ಆಕೆಯ ಎಡಗಾಲು ಬಲಗಾಲಿಗಿಂತ ತುಂಬಾ ಸಣ್ಣದಿತ್ತು. ಆಕೆ ಸರಸರ ಓಡಾಡುವಾಗ ಎಡಗಾಲಿನಿಂದ ಗೆಜ್ಜೆ ಸಲೀಸಾಗಿ ಕಳಚಿ ಬೀಳುತ್ತಿತ್ತು. ಆಕೆ ರೇಜಿಗೆ ಬಿದ್ದು ಗೆಜ್ಜೆಯನ್ನು ಒಮ್ಮೊಮ್ಮೆ ತಾನೇ ಕಳಚಿ ನನ್ನ ಬಳಿ ಕೊಡುತ್ತಿದ್ದಳು. ಆಕೆ ಬಟ್ಟೆ ಜಾಲಾಡುವಾಗ ನಾನು ಅಂಗಿಯ ಪಿನ್ನು ತೆಗೆದು ಗೆಜ್ಜೆಯ ಸಂದುಗಳಲ್ಲಿ ಭರ್ತಿಯಾಗಿದ್ದ ಯಾರದೋ ಮನೆಯ ತಿಳಿನೀಲಿ ಸೋಪಿನ ಒಗರು, ಜಿಡ್ಡು ಪಾತ್ರೆಗಳ ಪೀತಾಂಬರದ ಜಿಗುಟು, ಒಣಗಿಹೋದ ಕೆಸರನ್ನು ಹೆಕ್ಕಿ ಮತ್ತೆ ತೊಳೆದು ಆಕೆಗೆ ಕೊಡುತ್ತಿದ್ದೆ.

ಚಿಕ್ಕಮ್ಮ ಮಗುವಿಗೆ ಹಾಲೂಡಿಸುತ್ತಾ ಕೂತಲ್ಲಿಯೇ ನಿದ್ದೆ ಹೋದಾಗ ಅಪ್ಪ ವನಜಳನ್ನು ಬಚ್ಚಲಿನಲ್ಲಿ ಮಗುವಿನಂತೆ ಎದೆಗಪ್ಪಿಕೊಂಡು ಲೊಚಲೊಚ ಮುತ್ತು ಕೊಡುತ್ತಿದ್ದ. ಆಕೆಯೂ ಹಿಮ್ಮೇಳದಂತೆ ಏನೇನೋ ವಿಚಿತ್ರ ಧ್ವನಿ ಹೊರಡಿಸುತ್ತಿದ್ದಳು. ಆವೇಶದಲ್ಲಿ "ಖಂಡಿತಾ ನಿನ್ನ ಮದುವೆಯಾಗುತ್ತೇನೆಂದು" ಆಕೆಯ ಬಿಗಿಯಾದ ಕುಪ್ಪಸವನ್ನು ಹಾಳೆಯಂತೆ ಹರಿಯುತ್ತಿದ್ದ. ಅಲ್ಲೇ ಕತ್ತಲಿನಲ್ಲಿ ಸದ್ದಿಲ್ಲದೆ ಬಹಿರ್ದೆಸೆಗೆ ಕೂತಿರುತ್ತಿದ್ದ ನನಗೆ ಈ ವಿಪ್ರಲಂಬಗಳನ್ನು ನೋಡಿಯೇ ಭಯವಾಗುತ್ತಿತ್ತು.

ಗಾಬರಿ ಬಿದ್ದು ಮಾಡಿನ ಬೆಕ್ಕಿನಂತೆ ಹೊರಗೆ ಓಡಿ ಹೋದ ನನ್ನನ್ನು ನೋಡಿ ಅವರಿಬ್ಬರ ಮುಖಗಳಲ್ಲಿ ಆಗಷ್ಟೇ ತೊಳೆದ ಪಾತ್ರೆಗಳಂತೆ ಸೊರಸೊರ ನೀರು ಜಿನುಗುತ್ತಿದ್ದವು. ಮತ್ತೆ ಕೆಲಹೊತ್ತಿನ ನಂತರ ಅವರ ಮುಖಗಳು ನನ್ನ ಮುಖ ನೋಡಲು ವಿಶೇಷ ಹಿಂಸೆಪಡುತ್ತಿದ್ದವು.

ಅಪ್ಪ ತಡವಾದರೂ ವನಜಳ ದೆಸೆಯಿಂದ ಚಿಕ್ಕಮ್ಮನಿಗೆ ಹೇಗೋ 'ಪಿಣ್ಣಿಗುಲಿ'ಯ

ಹೆಸರು ಹೇಳಿ ಒಲಿಸಿಕೊಂಡಿದ್ದ. ಚಿಕ್ಕಮ್ಮ ಒಂದೆರಡು ಸಲ ಹೆಸರಿನ ಕ್ಯಾತೆ ತೆಗೆದು ಅಪ್ಪನನ್ನು ಹೊಡೆದು ಬೀದಿರಂಪ ಮಾಡಿದಳು. ಮಗನಿಗೆ 'ಅಶೋಕ' ಎಂದು ಕರೆಯಲು ಮುಂದಾದಳು. ಅಪ್ಪ ಪಿಣ್ಣಿಗುಲಿಯೆಂಬ ಹೆಸರಿನಲ್ಲಿ ಕುಂಡಲಿ ಬರೆಸಿ 'ನಿನ್ನ ಇಷ್ಟ ಬಂದಂಗೆ ಮಾಡಿಕೋ' ಎಂದು ಸುಮ್ಮನಾದ. ಇಷ್ಟೆಲ್ಲ ಆದ ಮೇಲೂ ಅಪ್ಪ ತಮ್ಮನ ಹೆಸರನ್ನು ಬದಲಿಸಬಹುದಿತ್ತು. ಆದರೆ ಡಾಕ್ಟರು ಭವಿಷ್ಯ ಹೇಳುವುದರಲ್ಲಿ ನಿಸ್ಸೀಮನಾಗಿದ್ದರಿಂದಲೋ ಏನೋ, ಅಪ್ಪ ಸಣ್ಣದಾಗಿಯೂ ಹೆಸರಿನ ಸಲುವಾಗಿ ಕೆಮ್ಮಲಿಲ್ಲ. ಈ ತಿಕ್ಕಾಟಗಳೆಲ್ಲಾ ಮುಗಿದ ನಂತರ ವನಜ ನಮ್ಮ ಮನೆಯ ಕೆಲಸಕ್ಕೆ ಬರಲಿಲ್ಲ. ಆ ದಿನ ಅಪ್ಪ ಆವೇಶದಲ್ಲಿ ವನಜಳಿಗೆ ನುಡಿದ 'ಮದುವೆಯ ಮಾತುಕತೆ' ಗಾಳಿಗೆ ತೂರಿ ಹೋಗಿದ್ದವು.

ನಾನು ಹುಟ್ಟುವ ಮುಂಚೆಯೇ 'ಸುಖಪುರುಷ' ಕಾರಿನ ಡಾಕ್ಟರು ಕೊಟ್ಟಿದ್ದ ಹಲವು ಮುನ್ಸೂಚನೆಗಳಲ್ಲಿ ಕೆಲವು ನಿಜವಾದವು. ಹೆತ್ತ ತಾಯಿಗೆ ದೀಪಾವಳಿ ಅಮಾವಾಸ್ಯೆಯೆಂದೇ ಹೆರಿಗೆ ಬೇನೆ ಕಾಣಿಸಿಕೊಂಡರೆ, ಅದೇ ದಿನ ಅಪ್ಪನಿಗೆ ಯಾರೋ ಹಿಂದಿನಿಂದ ದೊಣ್ಣೆಯಿಂದ ತಲೆಗೆ ಹೊಡೆದು ಲೂಟಿ ಮಾಡಿದರಂತೆ. ಇನ್ನೂ ಕೆಲವು ಸೂಚನೆಗಳು ನನ್ನ ಗಮನಕ್ಕೆ ಬರಲಿಲ್ಲ.

"ನೀನು ಹುಟ್ಟಿದ ಸೆಕೆಂಡಿನ್ಯಾಗೆ ನಿನ್ನ ಹೆತ್ತೋಳು ಜ್ಯಾಸ್ತಿ ರಕ್ತಸ್ರಾವವಾಗಿ ತೀರಿಕೊಂಡ್ಳು. ವಾರದೊಳಗೆ ನಿಮ್ಮಪ್ಪ ಇನ್ನೊಂದು ಮದುವೆ ಮಾಡಿಕೊಂಡರೂ ನಾನೇ ಎದೆಹಾಲು ಕುಡಿಸಿ ಬೆಳೆಸಿದೆ ಕಣೋ ಢಾಮಗುಲಿ. ನನ್ನ ಮನೆಯಲ್ಲಿ ಐದು ವರ್ಷವಿದ್ದೆ ನೀನು. ನಿಮ್ಮಪ್ಪ ಅದಕ್ಕೆ ಸೈತ ದುಡ್ಡು ಕೊಡುತ್ತಿದ್ದ" ಎಂದೆಲ್ಲಾ ವನಜ ಹೇಳಿದ್ದಳು.

ನಿಜ, ಚಿಕ್ಕಮ್ಮನಿಗೆ ನನ್ನ ಕಂಡರೆ ಅಷ್ಟಕ್ಕಷ್ಟೇ ಆಗಿತ್ತು. ತನಗೆ ಮಕ್ಕಳಾಗಲಿಲ್ಲವೆಂಬ ಹತಾಶೆಗೆ ಚಿಕ್ಕಮ್ಮ ನಾನೇ ಕಾರಣವೆಂದು ಅಪ್ಪನ ಜೊತೆ ವಾದಕ್ಕಿಳಿಯುತ್ತಿದ್ದಳು, ಕೊನೆಗೊಂದು ಸಂಜೆ ಮನೆಯಿಂದ ಹೊರ ಹಾಕಿದಳು. ಅಪ್ಪ ಡ್ಯೂಟಿ ಮುಗಿಸಿ ಬರುತ್ತಿದ್ದ ದಾರಿಯಲ್ಲಿ ಅಳುತ್ತಾ ನಿಂತಿದ್ದ ನನ್ನನ್ನು ಕಂಡ ಅಪ್ಪ ಮೊದಲ ಬಾರಿ ಕೈ ಹಿಡಿದು ನಡೆಸಿಕೊಂಡು ಬಿದಿರುಕಡ್ಡಿಯ ಐಸುಕ್ಯಾಂಡಿ ಕೊಡಿಸಿ ಸಂತೈಸಿದ್ದ. ಚಿಕ್ಕಮ್ಮ ತುಂಬಾ ಹೊಡಿತಾಳೆಂದು ಬೆರಳಚ್ಚು ಮೂಡಿದ್ದ ಕೆನ್ನೆ ತೋರಿಸಿದೆ. ಅಪ್ಪ ನೋಡಿಯೂ ಏನೂ ಮಾತಾಡದೇ ಶೂನ್ಯವಾದ. ತಣ್ಣಗಿನ ಕ್ಯಾಂಡಿ ಖಾಲಿಯಾಗಿ ಬರೀ ಕಡ್ಡಿ ಚೀಪುತ್ತಿದ್ದ ನನಗೆ 'ಛೀ.. ಬಿಸಾಕು' ಅಂತಲೂ ಹೇಳಲಿಲ್ಲ.

ನನ್ನ ಹೆತ್ತು ತೀರಿಹೋದ ತಾಯಿಯ ಹೆಸರಿರಲಿ, ಯಾಮಾರಿಯೂ ಅಪ್ಪನ ಬಾಯಿಂದ ಚಿಕ್ಕಮ್ಮನ ಹೆಸರು ಕೂಡಾ ಬರುತ್ತಿರಲಿಲ್ಲ. ನೀರು ಕುಡಿದಷ್ಟೇ ಸರಾಗವಾಗಿ ಬಂಗಾರ, ಚಿನ್ನ ಎಂಬಂತಹ ಯಾಚನೆಯ ಮಾತುಗಳು ಪ್ರತಿ ಅಪರಾತ್ರಿ ನನಗೆ

ಕೇಳುತ್ತಿದ್ದವು. ನನ್ನನ್ನು ಆರನೇ ತರಗತಿಯವರೆಗೆ ಶಾಲೆಗೆ ಕಳಿಸಲು ಅಪ್ಪ ಆಕೆಯ ಜೊತೆ ನಿತ್ಯವೂ, ತಂತಿಯ ಒದ್ದೆ ಬಟ್ಟೆಗಳು ಸೂತಕದ ಗಾಳಿಯೊಂದಿಗೆ ಹೋರಾಡುವಂತೆ ಗುದ್ದಾಡಬೇಕಿತ್ತು.

ಚಿಕ್ಕಮ್ಮನ ಸತತ ಒತ್ತಾಯದ ಮೇರೆಗೆ 'ಸುಖಪುರುಷ' ಡಾಕ್ಟರು ಒಮ್ಮೆ ಧುತ್ತೆಂದು ಮನೆಗೆ ಬಂದು ಅಪ್ಪನನ್ನು ಬೆತ್ತಲು ಮಾಡಿ ಬೆನ್ನಿಗೆ ಹುಡಿ ಗಂಧ ನೇವರಿಸಿ, ಮನೆಯಲ್ಲಿ ಗಂಧದ ಕಡ್ಡಿ ಇಲ್ಲದ ಕಾರಣ ಅಗರಬತ್ತಿಯನ್ನೇ ಸೊನ್ನೆಯಾಕಾರದಲ್ಲಿ ಬೆಳಗಿ ಹೋದ ಮೇಲೆ ವಿಸ್ಮಯದಂತೆ ಪಿಣ್ಣಿಗುಲಿ ಹುಟ್ಟಿದ್ದ. ಸ್ವಲ್ಪ ದಿನಕ್ಕೆ ಚಿಕ್ಕಮ್ಮ ನನಗೆ ಹೊಡೆಯುವುದನ್ನು ನಿಲ್ಲಿಸಿದಳು. ಮತ್ತೆಂದೂ ಶಾಲೆಗೆ ಕಳಿಸಲಿಲ್ಲ.

ಮನೆಯಲ್ಲಿ ನಿಮಿಷವೂ ಕೂರಲು ಬಿಡದೇ ಅಪ್ಪನ ದೊಡ್ಡ ಬುತ್ತಿಯ ಜೊತೆ ನನಗೊಂದು ಸಣ್ಣ ಉಪ್ಪಿಟ್ಟಿನ ಬುತ್ತಿಕೊಟ್ಟು ಬಟ್ಟೆಯಂಗಡಿಗೆ ಕಳಿಸುತ್ತಿದ್ದಳು. ದೊಡ್ಡ ಜವಳಿ ಅಂಗಡಿಯಲ್ಲಿ ಅಪ್ಪ ಪೇಟೆಯ ಹೆಂಗಸರಿಗೆ ಸೀರೆ ಉಡಿಸುವುದು, ಉಟ್ಟು ಬಿಸಾಡಿದ ಸ್ಯಾಂಪಲ್ಲು ಸೀರೆಗಳನ್ನು ಮಡಚುವುದು, ಗಿರಾಕಿಗಳಿಗೆ ಕೂಲ್ ಡ್ರಿಂಕ್ಸ್ ವ್ಯವಸ್ಥೆ, ಸುಕ್ಕು ಮೂಡಿದ್ದ ಸೀರೆ, ನೈಟಿಗಳಿಗೆ ಇಸ್ತ್ರಿ ಇನ್ನಿತರೆ ಕೆಲಸಗಳನ್ನು ಮಾಡುತ್ತಿದ್ದ.

ನಾನು ಅದರ ಎದುರಲ್ಲಿದ್ದ 'ನರ್ಗಿಸ್ ಟೈಲರ್'ನ ಲಾಲ ಎಂಬ ದರ್ಜಿಯವನ ಬಳಿ ಕೂತು ದೂರದಿಂದಲೇ ಅಪ್ಪನ ಮಂಗನಾಟಗಳನ್ನು ನೋಡುತ್ತಿದ್ದೆ.

ಶ್ರೀಮಂತ ಮನೆತನದ ಹೆಣ್ಣುಗಳನ್ನು ಸಲಿಗೆಯಿಂದ ಮಾತಾಡಿಸುತ್ತಲೇ ತನ್ನ ಕಾಲಿನಿಂದ ಅವರ ಅಂಗಾಲಿಗೆ ಕಚಗುಳಿ ಕೊಡುತ್ತಿದ್ದ. ಸೀರೆ ಉಡಿಸುವ ನೆಪದಲ್ಲಿ ಬೆನ್ನು, ಕುಂಡಿಗಳನ್ನು ಸವರಿ ಮಳ್ಳನಂತೆ ನಗುತ್ತಿದ್ದ. ಕುದುರೆಯ ಮೈಕಟ್ಟು, ಗೋದಿ ಬಣ್ಣವಿದ್ದ ಹೆಂಗಸೊಬ್ಬಳ ಸೊಂಟವನ್ನು ಅಪ್ಪ ಗಿಲ್ಲುತ್ತಿದ್ದದ್ದನ್ನು ಕಂಡು ಅಚ್ಚರಿಯಿಂದ ಪಿಳಿಪಿಳಿ ನೋಡುತ್ತಿದ್ದ ನನ್ನನ್ನು "ನಿಮ್ಮಪ್ಪನಿಗೆ ಬೆರಳ್ಯಾಗೂ ನಾಲ್ಗೆ ಐತೆ ಕಣೋ, ರಸಿಕ ಸುವ್ವರ್ ನನ್ಮಗ" ಎಂದು ಲಾಲ ಹಲುಬುತ್ತಿದ್ದ.

ಲಾಲ ಗಂಟೆಗೆ ನಾಲ್ಕೈದು ಸಲ ನಸ್ಯ ಹಾಕುತ್ತಿದ್ದ. ಜೋಡಿಸಿಟ್ಟ ನೈಲಾನ್ ದಾರದ ಬಾಕ್ಸುಗಳಲ್ಲಿ ಖಾಲಿಯಾದ ನಸ್ಯದ ಡಬ್ಬಿಗಳೇ ರಾಶಿರಾಶಿ ತುಂಬಿರುತ್ತಿದ್ದವು. ಲಾಲನಿಗೆ ವಯಸ್ಸು ಐವತ್ತಾದರೂ ಮದುವೆಯಾಗಿರಲಿಲ್ಲ. ಎದುರಿನ ಮಳಿಗೆಯಲ್ಲಿ ಜವಳಿ ತೆಗೆದವರು ತನ್ನ ಬಳಿ ಹೊಲಿಯಲು ಹಾಕೇ ಹಾಕುತ್ತಾರೆಂದು ಯೋಚಿಸಿಯೇ ಲಾಲ ಅಂಗಡಿ ತೆರೆದಿದ್ದ. ಯಾರು ಎಷ್ಟೇ ರತ್ತಾ ಹೊಡೆದರೂ, ತಾನು ಬೇಕೆಂದಾಗಲೇ ಬಟ್ಟೆಗಳನ್ನು ಹೊಲಿದು ಕೊಡುತ್ತಿದ್ದ. ಯಾರಾದರೂ ಜಗಳಕ್ಕೆ ಬಿದ್ದರೆ ಕವರಿನ ಸಮೇತ ಮುಖಕ್ಕೆ ಎಸೆದು 'ಹಚಾ' ಎಂದು ಮರೆತು ಎಲ್ಲೋ ಇಟ್ಟ ನಸ್ಯದ ಡಬ್ಬಿ ಹುಡುಕುತ್ತಿದ್ದ. ಊರಿನಲ್ಲಿ ಇನ್ನೊಬ್ಬ ದರ್ಜಿಯಿಲ್ಲದ ಕಾರಣ ಆತನಿಗೆ ಸಲಾಮು

ಹೊಡೆದು ತಮ್ಮ ಕೆಲಸ ಮಾಡಿಸಿಕೊಳ್ಳುತ್ತಿದ್ದ ಮಂದಿಗಳೇ ಸುಮಾರಿದ್ದರು.

ಲಾಲನಿಗೆ ನಸ್ಯದ ಚಟವಿದ್ದುದನ್ನು ಅರಿತ ನಾನು ಆತನಿಗೆ ನಸ್ಯದ ಡಬ್ಬಿ ಹುಡುಕಿಕೊಡಲು, ಅಸ್ತವ್ಯಸ್ತವಾಗಿ ಮಿಷಿನ್ನಿಗೆ ಗಂಟು ಬೀಳುತ್ತಿದ್ದ ಬಣ್ಣದ ನೂಲುಗಳನ್ನು ಬಿಡಿಸಲು, ಬಾಬಿನ್ನಿನೊಳಗೆ ನೂಲನ್ನು ತೂರಿಸಲು, ಕಾಕಾನ ದುಖಾನಿನಿಂದ ಚಹಾ ತಂದುಕೊಡಲು ಶುರುಮಾಡಿದೆ. ಉತ್ಕಟವಾದ ನನ್ನ ಈ ಆಸಕ್ತಿ ಕಂಡು ಮೊದಮೊದಲು ದಡೂತಿ ಹೆಂಗಸರ ಚೂಡಿದಾರದ ಪೈಜಾಮಕ್ಕೆ ಸೊಂಟ ಅಳೆಯಲು ಬಿಡುತ್ತಿದ್ದ.

ಹೆಬ್ಬಾವಿನಂತೆ ಹಬ್ಬಿದ ಅವರ ಸೊಂಟಕ್ಕೆ ಟೇಪು ಹಿಡಿಯಲು ದಿಗಿಲುಗೊಂಡು ಪೆಕರನಂತೆ ನಿಂತ ನನ್ನನ್ನು ನೋಡಿ ಲಾಲ ಸಿಕ್ಕಾಪಟ್ಟೆ ಮಜಾ ತಗೊಳ್ಳುತ್ತಿದ್ದ. "ಸೊಂಟ ಅಂದರೆ ಅದಲ್ಲ ಕಣೋ, ಅವರ ಹೊಟ್ಟೆ ಕಣೋ ಅದು ಹೈವಾನ್" ಎಂದು ಬಯ್ಯುತ್ತಲೆ ಜೋರಾಗಿ 'ಅಕ್ಷೀ..' ಎಂದು ಸೀನು ಹಾಕಿ 'ಉಸಿರು ಬಿಡಮ್ಮ' ಎಂದು ಅವರ ಹಿಂಭಾಗದ ಸ್ವಲ್ಪ ಮೇಲಿನ ಮಜಲಿಗೆ ಟೇಪ್ ಹಿಡಿದು ನಲವತ್ತೆರಡು, ಹದಿನಾರು, ಒಂದು ಪಾಯಿಂಟು ನಾಕು ಎಂಬ ಅಳತೆಗಳನ್ನು, ತುದಿಗಳೆಲ್ಲಾ ಒಂದೇ ಕಡೆ ಬಾಗಿದ ಪುಸ್ತಕದಲ್ಲಿ ಬರೆದುಕೊಳ್ಳುತ್ತಿದ್ದ.

ನಂತರ "ನಿಜವಾಗ್ಲೂ ಆ ಚಪಲ ಚೆನ್ನಿಗರಾಯನಿಗೆ ಹುಟ್ಟಿದ ಮಗನೇ ಏನೋ ನೀನು" ಎಂದು ವ್ಯಂಗ್ಯವಾಗಿ ನಕ್ಕು ಮತ್ತೊಮ್ಮೆ ನನ್ನ ಕೈಯಲ್ಲಿಯೇ ಟೇಪು ಕೊಟ್ಟು ಅಳೆಯಲು ಬಿಡುತ್ತಿದ್ದ. ಆ ಮಲಯಾಳಿ ಹೆಂಗಸರು ನನ್ನ ಫಜೀತಿ ಕಂಡು ನಗುತ್ತಿದ್ದರು. ಹೀಗೆ ವ್ಯಂಗ್ಯವಾಗಿ ನಕ್ಕು ನಕ್ಕು ಕೆಲವೇ ದಿನದಲ್ಲಿ ಲಾಲ, ಟೇಪು ಹಿಡಿಯುವುದರಲ್ಲಿ ನನ್ನನ್ನು ಅಪ್ರತಿಮನಾಗಿ ರೂಪಿಸಿದ. ನಿಧಾನವಾಗಿ ಫಾಲ್ಸ್ ಹಾಕುವುದನ್ನು ಕಲಿಸಿದ. ಸಲ್ವಾರ್ ಕಮೀಜುಗಳಿಗೆ ಕೊರಳಪಟ್ಟಿ ಹೊಲಿಯಲು ಧೈರ್ಯ ತುಂಬಿದ. ಲಾಲನ ಬಳಿ ಬರೀ ಹೈದರಾಬಾದಿನಿಂದ ಹೆಣ್ಣುಮಕ್ಕಳ ಬಟ್ಟೆಗಳೇ ಬರುತ್ತಿದ್ದವು. ರಾತ್ರಿಯೆಲ್ಲಾ ಕೂತು ಅದಕ್ಕೆ ಸಣ್ಣದಾದ, ತೂಗುವ ದೊಡ್ಡ ಕುಚ್ಚುಗಳನ್ನು ಲಾಲ ಪೋಣಿಸುತ್ತಿದ್ದ. ಈ ನಡುವೆ ನನಗೆ ಗೊತ್ತಿಲ್ಲದಂತೆಯೇ ಎಂಟು ಧರ್ಮಾವರಂ ಸೀರೆಗಳ ಕುಪ್ಪಸಗಳನ್ನು ಹೊಲಿದಿದ್ದೆ. ಆ ದಿನ ಲಾಲ ನನ್ನನ್ನು ತಬ್ಬಿಕೊಂಡು ಇಪ್ಪತ್ತು ರೂಪಾಯಿಯ ಮುದುಡಿದ ನೋಟೊಂದನ್ನು ಕೊಟ್ಟಿದ್ದ.

~

ಸಂಭ್ರಮ ಶುರುವಾಗುವುದರಲ್ಲಿಯೇ ಚಿಕ್ಕಮ್ಮ ನೇಣುಬಿಗಿದುಕೊಂಡಳು. ಆಕೆ ಉಟ್ಟಿದ್ದ ಹಸಿರು ಸೀರೆಯ ಕಾಲಿನಂಚನ್ನು ಹಿಡಿದು, ಅಂಬೆಗಾಲಿನ ಪಿಣ್ಣೆಗುಲಿ

ರಚ್ಚೆಯಿಂದ ಅಳುತ್ತಿದ್ದ. ಮನೆಯ ಹೊರಗೆ ಅಪ್ಪ ಚಪ್ಪಲಿ ಬಿಟ್ಟು ಹೊರಟುಹೋಗಿದ್ದ. ಅಪ್ಪನನ್ನು ಎಲ್ಲಾ ಸೇರಿ ಹುಡುಕಿದೆವು. ಸಿಗಲಿಲ್ಲ. ಅಕ್ಕಪಕ್ಕದ ಜನರೆಲ್ಲಾ ಸೇರಿ ಮುಂದಿನ ಕಾರ್ಯ ಮುಗಿಸುತ್ತಿದ್ದರು. ಅಗರಬತ್ತಿಯ ಘಾಟಿನಲ್ಲಿ ಹಿಂಡು ನೊಣಗಳು ಮುತ್ತಿಕೊಂಡಿದ್ದ ಶವದ ಮುಂದೆ ನಾನು, ಲಾಲನ ನಸ್ಯ ಹಾಕಿಕೊಳ್ಳುತ್ತಿದ್ದ ಬೆರಳ್ಹಿಡಿದು ಅನ್ಯಮನಸ್ಕನಾಗಿ ನಿಂತಿದ್ದೆ. ಪಿಣ್ಣಿಗುಲಿ ಲಾಲನ ಹೆಗಲ ಮೇಲೆ ಅತ್ತು ಅತ್ತು ನಿದ್ದೆ ಹೋಗಿದ್ದ. ಮರುದಿನ ಅಪ್ಪನ ಚಪ್ಪಲಿಯನ್ನು ನಾನು ಜೋಪಾನವಾಗಿ ಟ್ರಂಕಿನಲ್ಲಿಟ್ಟೆ.

ವರುಷಗಳೆಲ್ಲಾ ವೇಗವಾಗಿ ಓಡಿದರೂ ಅಪ್ಪ ನಿಧಾನವಾಗಿಯೂ ಹಿಂದಿರುಗಿ ಬರಲಿಲ್ಲ. ಟ್ರಂಕಿನಲ್ಲಿಟ್ಟ ಆತನ ಚಪ್ಪಲಿ ಕಳೆಗುಂದುತ್ತಿತ್ತು. ಸಂಕಷ್ಟದ ಸಮಯದಲ್ಲಿ ಲಾಲ ನನ್ನ ಜೊತೆ ಪಿಣ್ಣಿಗುಲಿಯನ್ನೂ ಕಕ್ಕುಲತಿಯಿಂದ ನೋಡಿಕೊಳ್ಳುತ್ತಿದ್ದ. ಹದವಾಗಿ ಗಂಜಿಯಂತೆ ಬೇಯಿಸಿದ ಕಿಚಡಿಯನ್ನು ಲಾಲ ಇಷ್ಟಿಷ್ಟೇ ತುತ್ತು ತೆಗೆದು ಉಸಿರನೂದಿ ತಿನ್ನಿಸಿದರೂ ಇನ್ನೂ ಎದೆಹಾಲಿಗಾಗಿ ಹಾತೊರೆಯುತ್ತಿದ್ದ ಪಿಣ್ಣಿಗುಲಿ ಲಾಲನ ಮುಖದ ಮೇಲೆ ತುಪಕ್ಕೆಂದು ಉಗಿದುಬಿಡುತ್ತಿದ್ದ. ನಡುರಾತ್ರಿ ದಿಗ್ಗನೆ ಎದ್ದು ಹಟ ಮಾಡುತ್ತಿದ್ದ ಪಿಣ್ಣಿಗುಲಿಯನ್ನು ಎದೆ ಮೇಲೆ ಮಲಗಿಸಿಕೊಂಡು ಮುಖೇಶನ ಹಿಂದಿ ಹಾಡುಗಳಿಗೆ ಕನ್ನಡ ಅನುವಾದ ಮಾಡಿ ಇಂಪಾಗಿ ಹಾಡುತ್ತಾ ಸೀರೆಯ ಜೋಳಿಗೆಯಲ್ಲಿ ಮಲಗಿಸಿ ಕಾಲಿನಲ್ಲೇ ಎಳೆಯುತ್ತಾ, ತಾನೂ ಹಾಗೆಯೇ ನಮ್ಮ ಮನೆಯಲ್ಲಿಯೇ ಮಲಗುತ್ತಿದ್ದ. ನಮ್ಮ ಹೊರತು ಊರಿನಲ್ಲಿ ಅವನ ಸಂಬಂಧಿಕರು ಯಾರೂ ಇರಲಿಲ್ಲ.

ವಾಸವಿರಲು ಮನೆಯೊಂದನ್ನು ಬಿಟ್ಟು ಅಪ್ಪ ಬೇರ‍್ಯಾವ ಆಸ್ತಿ ಮಾಡಿರಲಿಲ್ಲ. ಆತನ ಹೆಸರು ಹೇಳಿಕೊಂಡು 'ಸಾಲ ಚುಕ್ತಾ ಮಾಡಿ' ಎಂದು ಜನರು ಬರುತ್ತಿದ್ದರು. ಆಗ ನನಗೆ ಕಾಲದ ಕೆಟ್ಟ ಮುಖ ನೆನಪಿಗೆ ಬರುತಿತ್ತು. ಅಪ್ಪ ಸಾಲ ಮಾಡಿದ್ದನ್ನು ಲಾಲನೇ ಒಪ್ಪುತ್ತಿರಲಿಲ್ಲ. "ಯಾರೂ ಕೈಸಾಲ ಕೊಡುವಷ್ಟು ನಿಮ್ಮಪ್ಪ ನಂಬಿಗಸ್ತನಾಗಿರಲಿಲ್ಲ ಘಾಮಗುಲಿ" ಎಂದು ಲಾಲ ವ್ಯಂಗ್ಯವಾಗಿ ನಕ್ಕು ಹೇಳಿದ್ದ.

ಸ್ವಲ್ಪ ದಿನಕ್ಕೇ ತನ್ನ ಬಾಡಿಗೆ ಮನೆ ಬಿಟ್ಟು ಲಾಲ ನಮ್ಮ ಜೊತೆಯಿರತೊಡಗಿದ. ಆಗ ಬೊಗಸೆ ನೀರು, ಕುಡಿ ಬೆಳಕಿಗಾಗಿ ನೊಂದ ಹಿತ್ತಲಿನ ಹೂವಿನ ಬಳ್ಳಿ ಬೇರೊಂದು ಮರದ ಬುಡವೇ ಸಹಾಯಕ್ಕೆ ನೆಲದಿಂದ ಮೇಲೆದ್ದು ಬರುವಂತೆ, ಆ ಬುಡವೂ ತಾನು ಮೆಲ್ಲಗೆ ಚಿಗುರಿದಷ್ಟೇ ಹಿಗ್ಗಾಯಿತು ನನಗೆ.

ಕ್ಯಾಲೆಂಡರಿನ ತಿಂಗಳು, ಇಸವಿಗಳೆಲ್ಲಾ ರಪರಪ ಬದಲಾದವು. ಪಿಣ್ಣಿಗುಲಿಯ ಪುಟ್ಟ ಪಾದಗಳಿಗೆ ಶೂಗಳು ಬಂದರೂ ಅವನ ಎತ್ತರ ಹಾಗೆಯೇ ಇತ್ತು. ಎಂದೋ ಕೊಡಿಸಿದ್ದ ಶರ್ಟು ಪ್ಯಾಂಟುಗಳ ಅಳತೆಗಳು ಬದಲಾಗುತ್ತಿರಲಿಲ್ಲ. ಅವನ ಮುಂಗೈಗಳು ತೀರಾ ಸಣ್ಣದಿದ್ದವು. ತಲೆಯೂ ವಿಶಾಲವಾಗಿ ಬೆಳೆದು ಕೂದಲೆಲ್ಲಾ

ಪೂರ್ತಿ ಗುಂಗುರಾಗಿ ಪುಟ್ಟ ಛತ್ರಿಯಂತೆ ಕಾಣುತ್ತಿದ್ದ. ಪಿಣ್ಣಿಗುಲಿ ಎಷ್ಟೇ ವೇಗವಾಗಿ ನಡೆದರೂ ದಾರಿ ಸಾಗುತ್ತಿರಲಿಲ್ಲ. ನನಗಾಗ 'ಸುಖಪುರುಷ' ಕಾರಿನ ಡಾಕ್ಟರು ನೆನಪಾದಂತೆಯೂ, ಕಿವಿಯೊಳಗೆ ವಿಕಾರವಾಗಿ ನಕ್ಕಂತೆಯೂ ಕೇಳಿಸುತ್ತಿತ್ತು.

ಕಣ್ಣಿನ ತುದಿಗೆ ಗಾಢವಾಗಿ ಕಾಡಿಗೆ ಹಚ್ಚುತ್ತಿದ್ದ ಲಾಲನ ಚತುರ ನೇಯ್ಗೆಗಳು ದಾರಿ ತಪ್ಪತೊಡಗಿದವು. ಅವನ ಬೆಕ್ಕಿನ ಕಣ್ಣುಗಳು ಚಾಳೀಸಿಗಾಗಿ ಮೊರೆಯಿಟ್ಟವು. ನಸ್ಯದ ಉಗ್ರಾಣವೇ ಆಗಿದ್ದ ಲಾಲನ ಕೆಂಪು ಮೂಗು ನಯವಾದ ಕನ್ನಡಕವನ್ನು ಸಹಿಸಲಿಲ್ಲ. ಎಷ್ಟೋ ಕನ್ನಡಕಗಳು ಅವನ 'ಅಕ್ಷೀ...!' ಎಂಬ ಸದ್ದಿಗೆ ಅದುರಿ ಕೆಳಗೆ ಬಿದ್ದು ಒಡೆದವು. ಕೊನೆಗೆ ನಸ್ಯವನ್ನು ತೊರೆದು ಕನ್ನಡಕವನ್ನೇ ಆದರಿಸಿದರೂ ಲಾಲನ ಕೈಗಳು ಮೆತ್ತಗಾದವು. ಕ್ರಮೇಣವಾಗಿ ಲಾಲ ಅಂಗಡಿಯ ಜವಾಬ್ದಾರಿ ನನಗೆ ಸರಿಸಿದ. ಆತಂಕವಿಲ್ಲದೆ ಡರ್ಬಿ ಮಿಶನ್ನಿಗೆ ನನ್ನ ಕಾಲುಗಳು ಎಟುಕಿದವು.

ಮದುವೆಗೆ ಹಾಕಲು ಬ್ಲೌಸು, ಮ್ಯಾಕ್ಸಿ, ಮಿಡಿಗಳು ತುರ್ತಾಗಿ ಬೇಕೆಂದು ಹೆಂಗಸರು, ಪೌಡರು ಮೆತ್ತಿಕೊಂಡ ಹುಡುಗಿಯರು ಅಂಗಡಿಯ ಮುಂದೆ ಠಳಾಯಿಸುತ್ತಿದ್ದರು. ದುಡಿಮೆಯು ಹಿಂದಿಗಿಂತ ಹೆಚ್ಚಾಗುತ್ತಿತ್ತು. ಇಂತಹ ಭರಾಟೆಯಲ್ಲಿ ಲಾಲನಿಗೆ ಎದೆ ನೋವು ಕಾಣಿಸಿಕೊಂಡು ಅಕ್ಕ ಪಕ್ಕದವರೇ ಹೋಗಿ ಆಸ್ಪತ್ರೆಗೆ ಇಲಾಜು ಮಾಡಿಸುವಾಗಲೂ, ಪಿಣ್ಣಿಗುಲಿಯ ಅನೈತಿಕ ಅವತಾರಗಳು ಮಿತಿಮೀರಿ ಬೆಳೆಯುವಾಗಲೂ ನಾನಲ್ಲಿ ರಾತ್ರಿಯೆಲ್ಲಾ ಹೆಮ್ಮಿಂಗ್ ಮಾಡುತ್ತಲೋ, ಇಸ್ತ್ರಿಗೆಂದು ಇದ್ದಿಲನ್ನು ಕೆಂಡ ಮಾಡುತ್ತಲೋ, ಜಿಗ್‌ಜಾಗಿನ ಹೊಲಿಗೆಗಳಲ್ಲೋ ಕಳೆದುಹೋಗಿರುತ್ತಿದ್ದೆ. ಮರುದಿನ 'ಹೌದಾ! ಹಾಗಾಯಿತಾ!' ಎಂದು ಸಂತಾಪದ ಮಾತುಗಳನ್ನಾಡಲಷ್ಟೇ ಸಮಯ ಸಿಗುತ್ತಿತ್ತು.

ಸದಾ ನಿಲುವಂಗಿ ತೊಡುತ್ತಿದ್ದ ಲಾಲ ನೋಡನೋಡುತ್ತಿದ್ದಂತೆಯೇ ಮುದುಕನಾಗಿದ್ದ. ಆತನ ನೇತೃತ್ವದಲ್ಲಿಯೇ ನಾನು ಮದುವೆ ಮಾಡಿಕೊಳ್ಳುವ ಮಹದಾಸೆಯಿತ್ತು. ಇದನ್ನು ಅವನ ಬಳಿ ಹೇಳಿಕೊಳ್ಳುವ ತುಮುಲ ಬಲಗೊಳ್ಳುವಷ್ಟೊತ್ತಿಗೆ ತೀವ್ರ ಎದೆ ನೋವಿದ್ದ ಲಾಲನಿಗೆ ಪರಿಚಯವಿದ್ದ ಯುನಾನಿ ವೈದ್ಯರೇ ನಸ್ಯ ಪಥ್ಯವೆಂದು ತಾಕೀತು ಮಾಡಿದ್ದರೂ ಲಾಲ ಮಗುವಿನಂತೆ ನಸ್ಯ ಬೇಕೆಂದು ಹಟ ಮಾಡುತ್ತಿದ್ದ. ಚಿಟಿಕೆ ನಸ್ಯವನ್ನು ಅವನ ಸಮಾಧಾನಕ್ಕೆಂದು ಕೊಟ್ಟರೆ ಜಿಗಿವ ಗಾಳಿಪಟದಂತೆ ಕುಣಿದಾಡುತ್ತಿದ್ದ. ಉಳಿದ ನಸ್ಯದ ಡಬ್ಬಿಯನ್ನು ಅವನಿಗೆ ಕಾಣದಂತೆ ಕಣ್ಣಿಗೆಟುಕದ ಜಾಗದಲ್ಲಿಟ್ಟರೂ ಹೇಗೋ ವಶ ಮಾಡಿಕೊಂಡು ಕೊನೆಗೂ ನಸ್ಯ ಹಾಕಿಕೊಂಡೇ ಲಾಲ ತೀರಿಹೋದ.

ಕಾಕತಾಳೀಯ ಎನ್ನುವಂತೆ ನಾಲ್ಕು ದಿನದಲ್ಲೇ ಮಳೆಗಾಲ ಶುರುವಾಗಿ ಲಾಲ ನೇತು ಹಾಕಿದ್ದ 'ನರ್ಗಿಸ್ ಟೈಲರ್' ಎಂಬ ತಗಡಿನ ಬೋರ್ಡು ಧೊಪ್ಪನೆ ಕೆಳಗೆ

ಬಿತ್ತು. ನಾನು ಅದನ್ನು "ಪ್ರಣಯರಾಜ ಲೇಡೀಸ್ ಟೈಲರ್" ಎಂದು ದೊಡ್ಡದಾಗಿ ಬರೆಸಿ ಮತ್ತೆ ತೂಗು ಹಾಕಿದೆ.

~

ಓಡಿಹೋದ ಅಪ್ಪನಿಗಿಂತಲೂ ನನಗೆ ಶ್ರೀನಾಥನ ಸಿನಿಮಾಗಳು ತುಂಬಾ ಇಷ್ಟವಾಗುತ್ತಿದ್ದವು. ಅಲ್ಲದೆ ಪಕ್ಕದ ಬೀದಿಯಿಂದ ಕಟ್ಟಿದ ಚೆಂಡು, ಸೇವಂತಿಯ ಹೂ ಮಾಲೆಗಳ ಬುಟ್ಟಿ ತಂದು ನನ್ನ ಅಂಗಡಿಯ ಬಳಿಯೇ ತನ್ನ ಹೂವಿನ ಸಾಮ್ರಾಜ್ಯ ಸ್ಥಾಪಿಸುತ್ತಿದ್ದ ಸುಧಾಳಿಗೂ ಶ್ರೀನಾಥನೆಂದರೆ ಜೀವವಾಗಿದ್ದನು. ನನ್ನ ಮತ್ತು ಸುಧಾಳ ಮದುವೆಗೂ ಶ್ರೀನಾಥನೇ ನೇರ ಕಾರಣವೆಂದರೂ ತಪ್ಪಾಗಲಾರದು.

ಆಕೆಯೊಡನೆ ಗುಟ್ಟಾಗಿ ನೋಡಿದ 'ಬೆಸುಗೆ' ಸಿನಿಮಾ ಎಷ್ಟು ನೆನಪಿದೆಯೆಂದರೆ, ಕಿಡಿಗೇಡಿಗಳು ಪಾನಪರಾಗು, ಜರ್ದಾ, ಗುಟ್ಕಾಗಳನ್ನು ತಿಂದು ಪಚಪಚ ಉಗಿಯುವ ಮೂಲೆಗೆ ಅವಿತರೂ ಬಿಡದೆ, ಸುಧಾಳ ಅಪ್ಪ 'ಪರ್ಚಂಡಿ'ಯು ನಾಲ್ಕು ಜನರ ಜೊತೆ ಟಾರ್ಚು ಹಾಕಿಕೊಂಡು ಬಂದು ಥೇಟರಿನಲ್ಲಿ ನನಗೆ ಹಿಗ್ಗಾಮುಗ್ಗಾ ಹೊಡೆದು, ಅಂಗಿಯೆಲ್ಲ ಹರಿದು ಹಾಕಿದ್ದ. ಅಪ್ಪನನ್ನು ಕಂಡೊಡನೆಯೇ ಸುಧಾ ತಾನು ಹಾಕಿಕೊಂಡಿದ್ದ ಬುರ್ಖಾವನ್ನು ಉಗುಳಿನಂತೆ ಅಲ್ಲೇ ಎಸೆದು ಪರಾರಿಯಾಗಿದ್ದಳು.

ಒಂದು ವಾರಕ್ಕೇ ಬಾಡಿಗೆ ಗೂಂಡಾಗಳ ಜೊತೆ ರಿಕ್ಷಾದಲ್ಲಿ ಹೋಗಿ ಪರ್ಚಂಡಿಯನ್ನು ಹೊಡೆದು, ಅಡುಗೆ ಮನೆಯಲ್ಲಿ ಸಿಲೆಂಡರಿನಂತೆ ಕೂಡಿ ಹಾಕಿದ್ದ ಸುಧಾಳನ್ನು ಹಾರಿಸಿಕೊಂಡು, ನನ್ನನ್ನು ಹೊಡೆದು ಬಡಿದು ಅವಮಾನಿಸಿದಂಥ ಥೇಟರಿನಲ್ಲಿಯೇ, ಬೆಸುಗೆ ಬೆಸುಗೆ ಎನ್ನುವ ಟೈಟಲ್ ಹಾಡಿಗೆ ಎಲ್ಲರೂ ಗುನುಗುವಾಗಲೇ, ಚಿತ್ರ ಕಾಣಿಸುವ ಬೆಳ್ಳಿ ಪರದೆಯ ಮುಂದೆಯೇ ತಾಳಿ ಕಟ್ಟಿದ್ದೆ. ಹೌಸುಫುಲ್ಲಾಗಿದ್ದ ಥೇಟರಿನಲ್ಲಿ, ಅಷ್ಟು ಜನರ 'ಹ್ಹೋ ಹ್ಹೋ' ಎನ್ನುವ ಉದ್ಗಾರದಲ್ಲಿ ಪ್ರೀತಿಸಿದವಳನ್ನೇ ಮದುವೆಯಾಗುವ ಹಟ ಹೇಗೆ ಮೂಡಿತೆಂದು ಗೊತ್ತಿಲ್ಲ. ಸುಧಾಳನ್ನು ಮನೆಯಿಂದಲೇ ಹಾರಿಸಿಕೊಂಡು ಬರುವಷ್ಟು ಧೈರ್ಯಕ್ಕೆಲ್ಲಾ ಕಾರಣ ಶ್ರೀನಾಥನ ಸಿನಿಮಾಗಳೇ ನನಗೆ ಒತ್ತುಕೊಟ್ಟಿದ್ದವು.

ನಾನು ಮತ್ತು ಸುಧಾ ಪ್ರೀತಿಸುವ ವಿಷಯವನ್ನು ಪಿಣ್ಣಿಗುಲಿಯೇ ತಿಳಿಸಿ, ಥೇಟರಿನಲ್ಲಿಯೇ ಗಲಾಟೆ ಎಬ್ಬಿಸಲು ಕುಮ್ಮಕ್ಕು ಕೊಟ್ಟಿದ್ದ ಎಂದು ಮರುದಿನ ಏನೂ ಮಾಡಲಾಗದೆ ತೆಪ್ಪಗಿದ್ದ ಪರ್ಚಂಡಿಯಿಂದಲೇ ತಿಳಿಯಿತು. ಪಿಣ್ಣಿಗುಲಿಯ ಕರಾಮತಿ ಇದು ಎಂದು ನನಗೆ ಮೊದಲೇ ತಿಳಿದಿತ್ತು ಎಂದು ಪರ್ಚಂಡಿಗೆ ಹೇಳಿದೆ. ಆತ ಹುಸಿ ಕಂಬನಿ ತೆಗೆದು "ಅಳಿಯಂದ್ರೆ ಕ್ಷಮಿಸಿ" ಎನ್ನುತ್ತಾ ಕಾಲು ಮುಗಿಯಲು ಬಂದ.

ನಾನು ಆತನನ್ನು “ಬೇಡ ಬೇಡ” ಎಂಬಂತೆ ಎಬ್ಬಿಸಿ “ರಾತ್ರಿ ಊಟ ಮಾಡಿಕೊಂಡು ಹೋಗು” ಎಂದೆ. ಅವನು ಊಟ ಮಾಡದೆ ಹೊರಟುಹೋದ. ಮತ್ತೆಂದೂ ಎಲ್ಲೂ ಕಾಣಿಸಲಿಲ್ಲ.

ಶಾಲೆಗೆ ಹೋದರೆ ತನ್ನನ್ನು “ಬಾತುಕೋಳಿ” ಎಂದು ರೇಗಿಸಿ ಅಳಿಸುತ್ತಾರೆಂದು ನೆಪಮಾಡಿ ಓದದೇ ಅಡ್ನಾಡಿಯಾಗಲು ಶುರುಮಾಡಿದ್ದ ಪಿಣ್ಣಿಗುಲಿಗೆ “ಇರೋದನ್ನೆ ಹೇಳ್ತಾರೆ. ಪೆಶಲ್ಲಾಗಿ ಏನೂ ಹೇಳಲ್ಲ. ಮುದುರ್‍ಕೊಂಡು ಇಸ್ಕೂಲಿಗೆ ಹೋಗೋ” ಎಂದು ರೇಗಿಸಿದವರ ಜೊತೆಗೂಡಿ ನಕ್ಕಿದ್ದರಿಂದ ನನ್ನ ಮೇಲೆ ಬಾಲ್ಯದಿಂದಲೂ ಅನಾಮಿಕ ವೈರವೊಂದನ್ನು ಪಿಣ್ಣಿಗುಲಿ ಬೆಳೆಸಿಕೊಂಡಿದ್ದ. ನಾನು ಅದಕ್ಕೆಲ್ಲಾ ಪ್ರತಿಕ್ರಿಯಿಸುತ್ತಿರಲಿಲ್ಲ.

ಮದುವೆಯಾದ ಹೊಸ ಬಿಸಿಯಲ್ಲಿ ಸುಧಾಳಿಗೆ ದಿನವೂ ಒಲೆಯ ಮೇಲೆ ಕೆಲವು ಸೆಕೆಂಡಿನಷ್ಟು ಕೊಬ್ಬರಿ ಎಣ್ಣೆಗೆ ಸಾಸಿವೆಕಾಳು, ಚಿಟಿಕೆ ಹರಿಶಿನ ಪುಡಿಯನ್ನು ಬೆರೆಸಿ ಬಿಸಿ ಮಾಡಿ, ಚೂರೇ ಚೂರು ಆಕೆಯ ನೆತ್ತಿಗೆ ಸುರುವಿ, ಮೆಲ್ಲಗೆ ನನ್ನ ಮೆದು ಬೆರಳುಗಳಿಂದ ಹಾರ್ಮೋನಿಯಮ್ಮಿನ ಪದರಗಳನ್ನು ಮೀಟುವಂತೆ ಆಕೆಯ ಗುಂಗುರು ಕೂದಲಿನ ನಡುವೆ ಸ್ವರ ಹುಡುಕಿ ಬೆರಳಿನಲ್ಲಿ ನನ್ನೆಲ್ಲಾ ತಾಳ್ಮೆಯನ್ನು ತೀಡಿ ಜಾಲಾಡಿ, ನೆತ್ತಿಯ ನಡುವೆ ಎಣ್ಣೆ ಹದವಾಗಿ ಆರಿದಾಗ ಬಿಗಿಯಾಗಿ ಬೈತಲೆ ತೆಗೆದು, ಕತ್ತು, ಕೆನ್ನೆಗೆಲ್ಲಾ ಮಾಲೀಶು ಮಾಡುವಾಗ ಸುಧಾ, ಶ್ರೀನಾಥನ ‘ನೀ ಇರಲು ಜೊತೆಯಲ್ಲಿ ಬಾಳೆಲ್ಲ’ ಎಂಬ ಹಾಡನ್ನು ಇಂಪಾಗಿ ಗುನುಗುತ್ತಿದ್ದಳು. ಈ ಮುದ್ದು ಹಾಡಿನ ಭರತದಲ್ಲಿ ಅವಳಿ ಮಕ್ಕಳಾಗಿದ್ದು, ನನಗಿರಲಿ ಸುಧಾಳಿಗೂ ಗೊತ್ತಾಗಲಿಲ್ಲವಂತೆ. ಆಗೆಲ್ಲ ಒಮ್ಮೆಯೂ ನನ್ನೆದುರು ತನಗೆ ಅಪ್ಪನ ನೆನಪಾಗುತ್ತಿದೆಯೆಂದು ಹೇಳದೆ ಸುಧಾ ಅಚ್ಚರಿ ಹುಟ್ಟಿಸಿದ್ದಳು. ಆದರೆ ಸುಧಾಳ ದೂರದ ನೆಂಟನೊಬ್ಬ “ನೀನು ಹೆರಿಗೆಯಂತ್ರ, ನಿನ್ನ ಗಂಡ ಹೊಲಿಗೆಯಂತ್ರ” ಎಂದು ಟೀಕೆ ಮಾಡಿ ಆಕೆಯ ಕೆಂಗಣ್ಣಿಗೆ ಗುರಿಯಾಗಿ ಸಂಬಂಧ ಕಳಚಿಕೊಂಡಾಗ ಆತ ಹೇಳಿದ್ದು ನನಗೆ ನಿಜವೆನಿಸಿತು.

~

ಹೊಸ ಹೆಸರಿನಿಂದ ನಳನಳಿಸುತ್ತಿದ್ದ ನನ್ನ ಅಂಗಡಿಗೆ ಲಾಲನ ಕೇಳಿಕೊಂಡೇ ತುಂಬಾ ದೂರದಿಂದ ಗಿರಾಕಿಗಳು ಬರುತ್ತಿದ್ದರು. ಮೊದಮೊದಲು ಎಲ್ಲರಿಗೂ ಶಾಂತವಾಗಿ “ಲಾಲ ತೀರಿಹೋದ” ಎಂದು ಉತ್ತರಿಸುತ್ತಿದ್ದೆ. ಆಮೇಲಾಮೇಲೆ “ಅವನ್ಯಾರೋ ಗೊತ್ತಿಲ್ಲ” ಎಂದು ರೇಗತೊಡಗಿದೆ.

“ಲಾಲ ಸತ್ತು ಎರಡು ಮೂರು ವರ್ಷ ಕಳೆದರೂ ಅವನ ಹೆಸರನ್ನು ಜನರು

ಜಪಿಸುವಂತೆ, ನಿಮ್ಮ ಹೆಸರನ್ನು ಮಲಗಿದಾಗಲೂ ಕನವರಿಸುವಂತೆ ಮಾಡಿ" ಎಂದು ಸುಧಾ ನನ್ನ ಪಕ್ಕ ಮಲಗಿಕೊಂಡು ಪೊದೆಯಂತೆ ಬೆಳೆದಿದ್ದ ಎದೆ ಕೂದಲಿನೊಳಗೆ ತನ್ನ, ಹೂ ಕಟ್ಟಿ ಅಮೃತವಾಗಿದ್ದ ಅಂಗೈ ಹಾಕಿ ಹಿತವಾಗಿ ಲಾಸ್ಯವಾಡುತ್ತಾ ಹೇಳುತ್ತಿದ್ದಳು.

ಸುಧಾ ಮಾಡಿದ ಏಲಕ್ಕಿ ಹಾಕಿದ್ದ ಕೇಸರಿಬಾತು, ಅಕ್ಕಿರ್ದೋಸೆಯ ಜೊತೆ ಕಾಯಿ ಚಟ್ನಿ ಎರಡೆರಡು ಬಾರಿ ತಿಂದು ಅಂಗಡಿಯಲ್ಲಿ ತೂಕಡಿಸುತ್ತಿದ್ದ ನನಗೆ ಆಕೆಯ ಮಾತುಗಳು ಬೆತ್ತದಂತೆ ಥಳಿಸಿದವು.

ಇಲ್ಲಿಯವರೆಗೂ ಮಧುಬಾಲಾ, ಜೀನತಳ ಉದ್ದ ಗೌನು ನೋಡಿದ್ದ ಜನರಿಗೆ ಹೇಮಾಮಾಲಿನಿಯ ರೌಂಡ್ ನೆಕ್ಕಿನ ಕುಪ್ಪಸ, ಉಮ್ರಾವ್ ಜಾನಿನ ರೇಖಾಳ ಉಡುಗೆ ತೊಡುಗೆಗಳಿಗೆ ಮಾಡರ್ನ್ ರೂಪ ಕೊಟ್ಟು, ಗಾಗ್ರಾಚೋಲಿಯನ್ನು ಸಹ ಪರಿಚಯಿಸಿದೆ. ಜನರು ಆಕರ್ಷಿತರಾದರು.

"ಬಟ್ಟೆ ಹೊಲಿಸಿಕೊಂಡ ಒಂದು ತಿಂಗಳಿಗೆ ಎಲ್ಲಾ ಮಾದರಿಯ ಉಡುಪುಗಳಿಗೂ ಫ್ರೀ ಸ್ಟಿಚ್ಚಿಂಗ್ ಸರ್ವೀಸ್, ಒಂದು ಗಂಟೆಯೊಳಗೆ ಚೂಡಿದಾರಗಳನ್ನು ಹೊಲಿದುಕೊಡಲಾಗುವುದು, (ಲೈನಿಂಗ್ ಪೀಸ್ ನಿಮ್ಮದು) ಶುಭ ಸಮಾರಂಭಗಳಿಗೆ ಅತಿವೇಗದಲ್ಲಿ ಬಟ್ಟೆಗಳನ್ನು ಮತ್ತು ಹಳೆಯದಕ್ಕೆ ಆಲ್ಟರಿಂಗ್ ವರ್ಕ್ ಮಾಡಿಕೊಡಲಾಗುವುದು" ಎಂದು ದೊಡ್ಡದಾಗಿ ಬೋರ್ಡು ಬರೆಸಿ ಹಾಕಿಸಿದಾಗ ಜನ ಆಕಾಶ ನೋಡುವಂತೆ ಅಂಗಡಿಗೆ ಮುಗಿಬಿದ್ದರು.

ಒಂದೇ ಮಷೀನಿನಿಂದ ಸಾಗುತ್ತಿದ್ದ ಎಲ್ಲಾ ಕೆಲಸಗಳು, ಈಗ ಮೂರು ಮಷೀನು ಬಂದರೂ ಬಾಕಿಯುಳಿವಂತಾದವು. ನನ್ನ ಜೊತೆ ಐವತ್ತು ರೂಪಾಯಿಗೆ ಕೂಲಿಗಿದ್ದ ರಾಜು, ಗೋಪಿ ಯಾವ ಹಬ್ಬಕ್ಕೂ ಹೋಗಲಾಗದೆ ನನ್ನ ಜೊತೆ ವಾದಕ್ಕಿಳಿಯುತ್ತಿದ್ದರು. ನಿಧಾನಕ್ಕೆ ನಾನು ದಿನಕ್ಕೆ ಅವರಿಗೆ ಇನ್ನೂರು ರೂಪಾಯಿ ಕೊಡತೊಡಗಿದೆ. ಗೋಪಿಯ ಕೈಗಳು ಹೆಮ್ಮಿಂಗಿನಲ್ಲಿ ತುಂಬಾ ಚುರುಕಿದ್ದವು. ಚೂಡಿದಾರಿನ ಪೀಸನ್ನು ಕಟ್ ಮಾಡಿಕೊಟ್ಟರೆ ಕೆಲವೇ ನಿಮಿಷದಲ್ಲಿ ಹೊಲಿದುಬಿಡುತ್ತಿದ್ದ. ಬೆಳಿಗ್ಗೆ ಬೇಗ ಬಂದು ಬಾಗಿಲು ತೆಗೆಯುತ್ತಾನೆಂದು ಗೋಪಿಗೆ ಅಂಗಡಿಯ ಚಾವಿಯನ್ನು ಕೊಡುತ್ತಿದ್ದೆ.

ನನಗೆ ಗೊತ್ತಿಲ್ಲದೆ ಗೋಪಿ, ಗಿರಾಕಿಗಳ ಡ್ರೆಸ್ ಮೆಟೀರಿಯಲ್ಲುಗಳನ್ನು ಬೇರೆಡೆ ಕದ್ದು ಸಾಗಿಸುತ್ತಿದ್ದ ಮತ್ತು ಅಂಗಡಿಯ ಆರ್ಡರನ್ನೆಲ್ಲಾ ತನ್ನ ಮನೆಗೆ ತರಿಸಿಕೊಂಡು ಹೆಚ್ಚು ಕಮಾಯಿ ಮಾಡಿಕೊಳ್ಳತೊಡಗಿದ. ಹೀಗೆ ಒಮ್ಮೆ ನನ್ನೆದುರೇ ಸಿಕ್ಕಿಬಿದ್ದ. ಚೆನ್ನಾಗಿ ಅವನ ಕಪಾಳಕ್ಕೆ ಬಿಗಿದು 'ನಾಲಾಯಕ್' ಎಂದು ಆಚೆ ಕಳಿಸಿದೆ. ನನ್ನ ಮೇಲಿನ ಸೇಡಿಗೆ ಬಾಷಾ ಸರ್ಕಲ್ಲಿನಲ್ಲಿ ತಾನೇ ಹೊಸದೊಂದು ಟೈಲರಿನ ಶಾಪೊಂದನ್ನು ತೆರೆದ. ಅವನ ಬಳಿಯೂ ಗಿರಾಕಿಗಳು ಪಾಳಿ ಹಚ್ಚಿದರು.

ರಾಜುವಿಗೆ ಎಡಗಾಲು ಇಲ್ಲದ ಕಾರಣ ನನ್ನ ಜೊತೆ ಹಳೆನೋಟಿನಂತೆ ಉಳಿದ.

ಗೋಪಿಯ ಜಾಗದಲ್ಲಿ ಟೈಲರಿಂಗ್ ಕ್ಲಾಸಿನಲ್ಲಿ ಕಲಿತು ಪ್ರಾಕ್ಟೀಸಿಗೆಂದು ಕಿರಿಸ್ತಾನದ ಹುಡುಗಿಯೊಬ್ಬಳು ಕೂತಳು. ಊರಿನಲ್ಲಿ ಮಟ್ಕಾ ಚೀಟಿ ಬರೆದುಕೊಂಡು, ಮಧ್ಯಾಹ್ನ ದೇವಸ್ಥಾನದಲ್ಲಿ ಚೌಕಾಬಾರ ಆಡುತ್ತಾ ಅಂಡಲೆಯುತ್ತಿದ್ದ ಪಿಣ್ಣಿಗುಲಿ ಇದ್ದಕ್ಕಿದ್ದಂತೆ ಅಂಗಡಿಗೆ ಹೆಚ್ಚು ಬರತೊಡಗಿದ.

ನನ್ನ ಅಂಗಡಿಯ ಸಮೀಪವೇ ಬಾಯ್ಲರ್ ಕೋಳಿಗಳನ್ನು ಮಾರುತ್ತಿದ್ದ ಖಾಸೀಮ ರಂಜಾನಿಗೆ ಎಷ್ಟೇ ಜುಲುಮೆಯಿಂದ ಕರೆದರೂ ಮನೆಗೂ ಹೋಗದ ನನಗೆ, ತಾನೇ ಸಪರೇಟಾಗಿ ಹಾಟ್‌ಬಾಕ್ಸಿನ ತುಂಬಾ ಕಿಡಿ ತಾಗಿದ ಅಗರಬತ್ತಿಯಂತೆ ಹೊಗೆಯೇಳುವ ದಮ್ ಬಿರಿಯಾನಿ, ಆಲೂಗಡ್ಡೆಯ ಖೀರು, ಪುಟಾಣಿ ಗಿಂಡಿಯಲ್ಲಿ ರಾಯತ ಸೀದಾ ಅಂಗಡಿಗೆ ತಂದುಕೊಡುತ್ತಿದ್ದ. “ನಿಮ್ ಖಾಂದಾನಲ್ಲಿ ಬಿರಿಯಾನಿ ಯಾಕ್ ಮಾರಾಯ ಇಷ್ಟು ಖತರ್ನಾಕ್ ಆಗ್ತದೆ” ಎಂದು ಖಾಸೀಮನಿಗೆ ಕೇಳುವಾಗ ಮಳ್ಳನಂತೆ ನಕ್ಕು ಗುಟ್ಕಾ ತಿನ್ನುತ್ತಿದ್ದನೇ ಹೊರತು ಗುಟ್ಟನ್ನು ಮಾತ್ರ ಹೇಳುತ್ತಿರಲಿಲ್ಲ.

ಕಾರು ಮೆಕ್ಯಾನಿಕ್ಕಿನ ಕೆಲಸ ಕಲಿತು ಗ್ಯಾರೇಜು ಇಟ್ಟುಕೊಂಡ ಖಾಸೀಮನ ಮೂರನೇ ಮಗ ನಾಸೀರನ ಜೊತೆ ಶಾವಿಗೆಯ ನಿಶ್ಚಿತಾರ್ಥವಾಗಿದ್ದರ ಕಾರಣಕ್ಕೇನೋ ಬೀಗ ಚೆನ್ನಾಗಿರಲೆಂದು ಖಾಸೀಮ ನನಗೆ ಹೀಗೆ ತಪ್ಪಲೆಗಟ್ಟಲೆ ಬಿರಿಯಾನಿ ತಂದುಕೊಡುವನೆಂದು ಬಹಳ ಸಲ ಅನ್ನಿಸಿತ್ತು.

ಶಾವಿಗೆಯ ನಿಶ್ಚಿತಾರ್ಥ ಮಾಡುವಾಗಲೇ ನನಗೆ ಮರೆವಿನ ಖಾಯಿಲೆ ಅಂಟಿಕೊಂಡು ಗಿರಾಕಿಗಳೆದುರು ಬಹಳ ಇರುಸುಮುರುಸಾಗುತ್ತಿತ್ತು. ಖಾಯಂ ಗಿರಾಕಿಗಳ ಹೆಸರುಗಳನ್ನೇ ಮರೆತುಬಿಡುತ್ತಿದ್ದೆ. ಎಲ್ಲರೂ ನನ್ನನ್ನು ಥಾಮಗುಲಿಯ ಬದಲು ‘ಮಂಡಗುಲಿ’ ಎಂದು ಕರೆಯತೊಡಗಿದ್ದರು. ಆಗಷ್ಟೇ ಅರೆ ಬೀಗನಾಗಿದ್ದ ಖಾಸೀಮನು ಸಹ ‘ಮಂಡಗುಲಿಯ ಜ್ಯೇಷ್ಠಪುತ್ರಿ ಶಾವಿಗೆ’ ಎಂದು ಲಗ್ನಪತ್ರಿಕೆಯಲ್ಲಿ ಪ್ರಿಂಟು ಮಾಡಿಸಿ ಊರಿಗೆಲ್ಲಾ ಹಂಚಿ ಅಧಿಕೃತವಾಗಿಯೇ ನನ್ನ ಹೆಸರನ್ನು ಬದಲಾಯಿಸಿದ್ದ.

ಶಾವಿಗೆಯ ಪ್ರೇಮ ವಿವಾಹಕ್ಕೆ ನನ್ನದಾಗಲಿ ಸುಧಾಳದ್ದಾಗಲಿ ವಿರೋಧವಿರಲಿಲ್ಲ. ಆದರೆ ವಯಸ್ಸು ಮೂವತ್ತು ದಾಟಿದರೂ ತನಗೆ ಮದುವೆ ಮಾಡಲಿಲ್ಲವೆಂದು ಎದೆಯಲ್ಲೊಂದು ಕೆಂಡವಿಟ್ಟುಕೊಂಡಿದ್ದ ಪಿಣ್ಣಿಗುಲಿ ನನ್ನ ಜೊತೆ ದೊಡ್ಡ ಜಗಳ ಮಾಡಿ ಮದುವೆಗೆ ಹಾಜರಾಗದೆ ಊರುಬಿಟ್ಟು ಹೋದ.

ಮದುವೆ ಸರಳವಾಗಿ ಮನೆಯಲ್ಲಿ ನಡೆಯಿತು. ಮಗಳು ಅಳಿಯ ಗೋವಾಕ್ಕೆ ವಲಸೆ ಹೋದರು. ಅದೇ ದಿನ, ಕೆಲಸಕ್ಕಿದ್ದ ಕುಂಟ ರಾಜುವಿನೊಡನೆ ಕಿರಿಸ್ತಾನರ ಹುಡುಗಿ ಓಡಿಹೋದ ಸುದ್ದಿ ತಿಳಿದು ಅಚ್ಚರಿಯ ಜೊತೆ ನಾಳೆಯಿಂದ ಹೇಗೆ ಒಬ್ಬನೇ

ಕೆಲಸ ಮಾಡುವುದೆಂದು ತಲೆಯೂ ನೋವಾಯಿತು.

ಅಂಗಡಿಗೆ ಬರುತ್ತಿದ್ದ ಕಿರಿಸ್ತಾನರ ಹುಡುಗಿಗೆ ಪಿಣ್ಣಿಗುಲಿ ಮನಸ್ಸು ಕೊಟ್ಟಿದ್ದನೆಂದು, ಆಕೆ ಈತನನ್ನು ಆಜನ್ಮ ವೈರಿಯಂತೆ ನೋಡುವುದಾಗಿಯೂ, ಪಿಣ್ಣಿಗುಲಿಯ ಅಧಿಕಪ್ರಸಂಗಕ್ಕೆ ರೊಚ್ಚಿಗೆದ್ದು ಆ ಹುಡುಗಿ ಪೊಲೀಸರಿಗೆ ಹೇಳಿ ಅವಮಾನಿಸಿದ್ದ ಭೀಭತ್ಸ ಸುದ್ದಿಗಳು ಮರುದಿನ ನನಗೆ ತಲುಪಿದ್ದರಿಂದ ಪಿಣ್ಣಿಗುಲಿಯ ಮೇಲೆ ನನಗೆ ಸಂಶಯ ಮೊಳೆಯಿತು. ಆ ಹುಡುಗಿ ಮತ್ತೇಕೆ ರಾಜುವಿನೊಡನೆ ಓಡಿಹೋದಳೆಂದು ಎರಡನೆಯ ಅನುಮಾನವು ದಟ್ಟಗಾಗುವ ಮುನ್ನವೇ ಕುಂಟ ರಾಜು ಮತ್ತು ಹುಡುಗಿಯ ಶವಗಳು ರುಂಡವಿಲ್ಲದ ಸ್ಥಿತಿಯಲ್ಲಿ ಬಸ್‌ಸ್ಟ್ಯಾಂಡಿನೊಳಗೆ ಸಿಕ್ಕವು.

ಇದು ಪಿಣ್ಣಿಗುಲಿಯ ಕೈವಾಡವೆಂದು ಅಂಗಡಿಯ ಬಳಿ ಹುಡುಗಿಯ ಅಸಲಿ ಪ್ರಿಯಕರನ ಜೊತೆ ಸಂಬಂಧಿಕರು, ನನಗಾಗದ ಜನರು ಸೇರಿ ಮುತ್ತಿಗೆ ಹಾಕಿ "ಲವಡಿ ಮಗ ಪಿಣ್ಣಿಗುಲಿ ಎಲ್ಲಿ, ಪಿಣ್ಣಿಗುಲಿ ಎಲ್ಲಿ?" ಎಂದು ಬೊಬ್ಬೆಯಿಟ್ಟರು. ಗೊತ್ತಿಲ್ಲವೆಂದ ನನ್ನ ಮೇಲೆ ಹಲ್ಲೆ ಮಾಡಿ ಗಲಭೆ ನಡೆಸಿದರು. ಪೊಲೀಸರು ಬಂದು ನನ್ನನ್ನು ಅರೆಸ್ಟು ಮಾಡಿ, ವಿಚಾರಣೆ ನಡೆಸಿ, ಪಿಣ್ಣಿಗುಲಿಯ ಪತ್ತೆಗಾಗಿ ಷರತ್ತಿನ ಮೇಲೆ ಹೊರಬಿಟ್ಟರು.

ನನಗಾಗದ ಜನರಲ್ಲಿ ನನ್ನ ಜೊತೆ ಕೆಲಸಕ್ಕಿದ್ದ ಗೋಪಿ, ಹಳೆ ಸೇಡು ತೆಗೆದು ನನ್ನ ಕಪಾಳಕ್ಕೆ ಹೊಡೆದು ಗಲಭೆಯೊಳಗೆ ಅರ್ಧ ತಲೆ ಬೋಳಿಸಿದ್ದ. ರಸ್ತೆಯಲ್ಲಿ ಎಲ್ಲರೂ ದುರುಗುಟ್ಟಿ ನೋಡುವಾಗ ಗೋಣು ಬಗ್ಗಿಸಿ ಸೀದಾ ಕಟಿಂಗ್ ಶಾಪಿನಲ್ಲಿ ಕೂತು ಪೂರ್ತಿ ತಲೆ ಬೋಳಿಸಿಕೊಂಡು ಸಣ್ಣದಾಗಿ ಕುಂಟುತ್ತಲೆ ಮನೆಗೆ ಹೋದರೆ, ಸುಧಾ ನನ್ನ ಪರಿಹಾಸದ ಸ್ಥಿತಿ ನೋಡಿ ಜೋರಾಗಿ ಅಪ್ಪಿಕೊಂಡು "ಗೋಪಿ ನಾಲ್ಕು ಜನರ ಜೊತೆ ಬಂದು, ನನ್ನನ್ನು ಕತ್ತರಿಯಿಂದ ಹೆದರಿಸಿ ಮಗಳನ್ನು ಆಟೋದಲ್ಲಿ ಹಾರಿಸಿಕೊಂಡು ಹೋಗಿಬಿಟ್ಟ. ಜೇರಿಗೆ ಅವನನ್ನು ಎಂಟು ವರ್ಷದಿಂದ ಪ್ರೀತಿಸುತ್ತಿದ್ದಳಂತೆ" ಎಂದು ಎದೆ ಬಡಿದುಕೊಂಡು ಅತ್ತಳು. ನನಗೆ ಮಾತೇ ಬರಲಿಲ್ಲ, ಕುಸಿದು ಕೂತುಬಿಟ್ಟೆ. ಸುಧಾಳನ್ನು ಸಂತೈಸುವ ಶಕ್ತಿ ನನಗೆ ಇರಲಿಲ್ಲ. ಮನೆಯ ಹತ್ತಿರವಿದ್ದ ಖಾಸೀಮ ಏನಾಯಿತೆಂದು ಕೇಳಲೂ ಬರಲಿಲ್ಲ. ದೀಪ ಹತ್ತಿಸುವವರು ಯಾರೂ ಇರದೆ, ಚೂರು ಬೆಳಕಿಗಾಗಿ ಮನೆಯ ಮೂಲೆಗಳು ರೋದಿಸಿದವು.

ಪಿಣ್ಣಿಗುಲಿ ಬಾಂಬೆಯ ಡಾಕ್‌ಯಾರ್ಡಿನಲ್ಲಿ ಸಿಕ್ಕಿಬಿದ್ದನೆಂದು ಜನರು ಮಾತಾಡಿದರು.

ಪೊಲೀಸರು ಅಂಗಡಿಯನ್ನು ಮಹಜರು ನಡೆಸಿದಾಗ ಎರಡು ರುಂಡಗಳು ಕೊಳೆತ ಸ್ಥಿತಿಯಲ್ಲಿ ಸಿಕ್ಕವು. ಪಿಣ್ಣಿಗುಲಿಯನ್ನು ಕೈ ಕೋಳ ಹಾಕಿ ದರದರ ಜೀಪಿನೊಳಗೆ ಪೊಲೀಸರು ಕರೆದೊಯ್ದರು. ಪಿಣ್ಣಿಗುಲಿ ಅವರ ಜೊತೆ ಪುಟ್ಟ ಅಣಬೆಯಂತೆ

ಸೋತ ಕಾಲುಗಳಲ್ಲಿ ನಡೆಯುತ್ತಿದ್ದ. ತಲೆ ಬೋಳಿಸಿಕೊಂಡು ದೀನನಂತೆ ನಿಂತಿದ್ದ ನನ್ನತ್ತ ಕೊನೆಬಾರಿ ಎಂಬಂತೆ ಬಾಲಾಪರಾಧಿಯಂತೆ ಅಳುತ್ತಾ ತಿರುಗಿ ನೋಡಿದ. ಅವನ ಜೊತೆ 'ಸುಖಪುರುಷ' ಕಾರಿನ ಡಾಕ್ಟರನ್ನು ಸಹ ಎಳೆದೊಯ್ಯುತ್ತಿರುವಂತೆ ಭಾಸವಾಯಿತು. ಸುಖಪುರುಷನ ಭವಿಷ್ಯವಾಣಿ ಮಣ್ಣುಮುಕ್ಕಿ ಆತನ ಮುಖ ವಿಕಾರವಾಗಿ ಜೀಪಿನೊಳಗೆ ಮರೆಯಾಯಿತು.

ದುಃಸ್ವಪ್ನ ಕಂಡಂತೆ ಪೆಚ್ಚಾಗಿದ್ದ ನನ್ನೆದುರೇ, ಕಿರಿಸ್ತಾನಿ ಹುಡುಗಿಯ ಉದ್ವಿಗ್ನ ಸಂಬಂಧಿಕರು ಇಡೀ ಅಂಗಡಿಯನ್ನು ಒಣತ್ಯಾಜ್ಯದಂತೆ ಸುಟ್ಟು ಹಾಕಿದರು. ನಾನು ದೃಷ್ಟಿ ಗೊಂಬೆಯಂತೆ ಮೂಲೆಗೆ ನಿಂತು ಎಲ್ಲವನ್ನೂ ನೋಡುತ್ತಿದ್ದೆ. ಒಂದು ಹೊಲಿಗೆ ಮಷೀನು ಅರ್ಧಂಬರ್ಧ ಜಜ್ಜಿದ ಸ್ಥಿತಿಯಲ್ಲಿತ್ತು. ಇಸ್ತ್ರಿ ಹಾಕಿದ್ದ ಅರಿವೆಗಳು ಗುರುತಿಗೆ ಸಿಗದಷ್ಟು ಸುಟ್ಟು ಕರಕಲಾಗಿದ್ದವು. ಲಾಲನ ನೆನಪಿಗೆಂದು ಅಟ್ಟದಲ್ಲಿ ಎತ್ತಿಟ್ಟ ರಾಶಿ ನಸ್ಯದ ಡಬ್ಬಿಗಳು ತಟತಟ ಜಿನುಗುತ್ತಿದ್ದವು.

ಲಾಲನ ಬಿಳಿ ನಿಲುವಂಗಿಯ ಫೋಟೊ ಮಾತ್ರ ಎಲ್ಲದರಿಂದ ಬಚಾವಾಗಿ ಮಣ್ಣಿನ ರಸ್ತೆಗೆ ಬಂದಿತ್ತು. ಅದನ್ನು ಯಾರೋ ಗಮನಿಸಿ ಆಹುತಿಗೆ ಕೊಟ್ಟರು. "ಪ್ರಣಯರಾಜ ಲೇಡೀಸ್ ಟೈಲರ್" ಎಂಬ ಬೋರ್ಡು ಕಾಣೆಯಾಗಿತ್ತು. ಇವೆಲ್ಲವನ್ನೂ ನೋಡಿ ನನಗೆ ತಲೆ ತಿರುಗಿತು. ಅಲ್ಲಿಯೇ ನೆಲಕಚ್ಚಿದೆ.

~

ಮರುದಿನ ರಾತ್ರೋ ರಾತ್ರಿ ಊರು ಖಾಲಿಮಾಡಿಕೊಂಡು ಬಂದೆವು. ಬರುವಾಗ ಕೆಲವು ಎಚ್ಚರವಿದ್ದ ಜನ "ಇವರ ಅಪ್ಪ ಹೆಂಡ್ತಿ ಕೊಂದು ಓಡಿ ಹೋದ. ಇವನ ಅಡ್ನಾಡಿ ತಮ್ಮ ಎರಡು ಕೊಲೆ ಮಾಡಿ ಜೈಲಿಗ್ ಹೋದ. ಇವನ ಅಂಗಡಿ ಸುಟ್ಟಾಕಿ ಒಳ್ಳೇದ್ ಮಾಡಿದ್ರು ಜನ. ಲಾಲನ ಶಾಪ ಚನ್ನಾಗೇ ತಾಕಯ್ತೆ" ಎಂದು ಅಲವತ್ತುಕೊಂಡರು. ಸುಧಾ ಅವರಿಗೆ ತಿರುಗಿ ಶಾಪ ಹಾಕುತ್ತಾ ನನ್ನೊಡನೆ ನಡೆದು ಬರುತ್ತಿದ್ದಳು.

ವರ್ಷಕ್ಕೊಂದು ಊರಿನಂತೆ ನಾನು ಮತ್ತು ಸುಧಾ ತಿರುಗಿದೆವು. ಈಗ ನಾವು ಹುಬ್ಬಳ್ಳಿಗೆ ಬಂದು ಹದಿನೈದು ದಿನವಾಯಿತು.

ಮಹಾವೀರ ನಗರದ ಫಾಸ್ಟ್‌ಫುಡ್ಡಿನ ಕೈ ಗಾಡಿಗಳ ಏರಿಯಾದಲ್ಲಿ, ಸುಧಾ ಗಿರಾಕಿಗಳ ಎಂಜಲಿನ ತಟ್ಟೆ ತೊಳೆಯುತ್ತಾಳೆ. ನಾನು "ಬಿಸಿಬಿಸಿ ಮಸಾಲ ದೋಸಾ, ರೈಸ್ ಬಾತ್, ಮೂವತ್ ರೂಪಾಯಿ ಪ್ಲೇಟ್, ಮೂವತ್ ರೂಪಾಯಿ ಪ್ಲೇಟ್" ಎಂದು ಶಿಳ್ಳೆ ಹೊಡೆದು ಗಿರಾಕಿಗಳ ಆಕರ್ಷಿಸಿದರೆ ಊಟ ಕೊಟ್ಟು ಮುನ್ನೂರು

ರೂಪಾಯಿ ಕೊಡುತ್ತಾರೆ.

ಲಾಲನಂತೆ ನನಗೂ ಈಗ ನಸ್ಯದ ಚಟ ಮೆಲ್ಲಗೆ ಏರುತ್ತಿದೆ. ಸುಧಾಳ ಕಣ್ಣಿಗೂ ಕನ್ನಡಕ ಬಂದುಬಿಟ್ಟಿದೆ. ನಿನ್ನೆ ರಾತ್ರಿ ನನ್ನ ಎದೆಗೊರಗಿದ ಸುಧಾ "ನಾವು ಒಂದು ಫಾಸ್ಟ್‌ಫುಡ್ಡಿನ ಗಾಡಿ ಮಾಡೋಣ" ಎಂದು ಹೇಳುತ್ತಿದ್ದಳು. ನಾನು ಅದನ್ನೇ ಯೋಚಿಸುತ್ತಾ ಕೂತೆ. ಏನೆಲ್ಲಾ ನೆನಪಾಯಿತು.

ಜೀನಿ

ಈ ಬಾರಿ ಚಿಂಟುವಿನೊಂದಿಗೆ ತವರಿನಿಂದ ಖುಷಿಯಾಗಿಯೇ ಹೋದ ಅಕ್ಕ, ಮೊನ್ನೆ ಅಮ್ಮ ಫೋನು ಮಾಡಿದಾಗ ಹೆಚ್ಚು ಮಾತಾಡಲಿಲ್ಲವಂತೆ. ಬರುವ ಚೌತಿಗೆ ಜುಲುಮೆಯಿಂದ ಕರೆದರೂ 'ಬರೋದಿಲ್ಲ' ಎಂದು ಸಿಟ್ಟು ಮಾಡಿಕೊಂಡಳೆಂದು ಅಮ್ಮ ಹೇಳಿದ್ದನ್ನೇ ಮತ್ತೆ ಮತ್ತೆ ಹೇಳಿದಳು. ಒಮ್ಮೆ ನೋಡಿಕೊಂಡಾದರೂ ಬಾ ಎಂಬ ಅರ್ಥದಲ್ಲಿ "ನಿಮ್ಮಕ್ಕ ಮೊದಲಿನಂತಿಲ್ಲ ಕಣೋ ಭಾಳಾ ಚೇಂಜ್ ಆಗಿದ್ದಾಳೆ" ಎಂದು ನನ್ನ ತಟ್ಟೆಗೆ ದೋಸೆ ನೀಡುತ್ತಾ ಕಣ್ಣು ಜಿನುಗಿಸಿಕೊಂಡು ಹೇಳುವಾಗ ಆ ಜೀವ ಹಿಂಸೆಪಡುವುದನ್ನು ನೋಡಲಾಗದೆ "ಅಕ್ಕ ಹೋಗಿ ಇನ್ನೂ ಒಂದು ವಾರ ಆಗಿಲ್ಲ. ಸುಮ್ನಿರಮ್ಮ ಏನಾಗಿರಲ್ಲ. ಅವ್ಳಿಗೆ ಬೆಳಿಗ್ಗೆ ತಿಂದಿದ್ದು ಜ್ಯಾಸ್ತಿ ಆಗಿರುತ್ತೆ ಅದ್ಕೆ ಹಂಗೆ ಹೇಳಿರ್ತಾಳೆ ಅಷ್ಟೇ" ಎಂದು ಅಮ್ಮನನ್ನು ಸಂತೈಸಿದೆ.

ಮರುದಿನ ಅವಳ ಕೋಪ ತಣ್ಣಗಾಗಿಸಲು ಮನೆಯಿಂದ ನೂರಿಪ್ಪತ್ತು ಕಿಲೋಮೀಟರಿನ ಪ್ರಯಾಣದ ಜೊತೆಗೆ ಹಾಳು ಜವಾಬ್ದಾರಿಗಳನ್ನೆಲ್ಲಾ ಬೇರೆಯವರಿಗೆ ಹಸ್ತಾಂತರಿಸಿ ಹೋಗುವಾಗ ಅಕ್ಕ ಯಾಕಾದರೂ ಹೀಗೆ ಮಾಡುವಳೋ ಎಂದು ಬಹಳ ಸಲ ಅನ್ನಿಸಿತು.

ಮನೆಯಿಂದ ನಾನು ಹೊರಡುವಾಗ, ಅಕ್ಕ ಬಚ್ಚಲಿನಲ್ಲಿ ಮರೆತ ಅವಳದೇ

ಹಳೆಯ ಒಂಟಿ ಹರಳಿನ ಮೂಗುಬೊಟ್ಟು, ಪುರುಸೊತ್ತಿನಲ್ಲಿ ಆಕೆ ಎಳೆದ ಸೂಕ್ಷ್ಮ ಎಳೆಯ ಪೇಂಟಿಂಗ್ಸು, ಚಿಂಟುವಿನ ಕೆಂಪು ಲೇಸಿನ ಷೂ, ಆಟದ ಸಾಮಾನುಗಳನ್ನೆಲ್ಲಾ ಹಲಸಿನ ಹಣ್ಣಿನೊಂದಿಗೆ ಅಮ್ಮ ನನ್ನೆದುರು ಇಟ್ಟಿದ್ದಳು.

ಅಕ್ಕನಿಗೆ ಹಲಸೆಂದರೆ ಚಿಕ್ಕಂದಿನಿಂದಲೂ ಪಸಂದಾಗುತ್ತಿತ್ತು. ಹಣ್ಣಾಗಿರುವ ವಾಸನೆ ಆಕೆಗೆ ಯಾವ ದಿಕ್ಕಿನಿಂದಲೋ ಬಂದು ಮೂಗಿಗೆ ತಲುಪುತ್ತಿತ್ತು. ತಾನೇ ಬಡಬಡ ಮರ ಹತ್ತಿ ಪೂರ್ತಿ ಮಾಗಿದ, ದೋರಗಾಯಿಯ ಹಲಸುಗಳನ್ನೆಲ್ಲಾ ಕಿತ್ತು ಅಪ್ಪನ ಟಿಲ್ಲರಿನಲ್ಲಿ ಹಾಕಿಕೊಂಡು ತಾನೇ ಓಡಿಸುತ್ತಾ ತರುತ್ತಿದ್ದಳು. ಮೊನ್ನೆ ಮೊನ್ನೆ ಚಿಂಟು ಬಂದಾದ ಮೇಲೂ ಈ ಪರಂಪರೆ ಸಾಂಗವಾಗಿ ಮುಂದುವರೆದಿತ್ತು.

ಟಿಲ್ಲರಿನಲ್ಲಿ ತಂದ ಹಲಸನ್ನೆಲ್ಲಾ ಮನೆಯೊಳಗೆ ಹೊತ್ತು ತರಲು ಉತ್ಸಾಹದಿಂದ "ಆಯೀ ಆಯೀ" ಎಂದು ಕೂಗುತ್ತಿದ್ದಳು. ಅದು ಅಡುಗೆ ಮನೆಯಲ್ಲಿ ಚಪಾತಿಗೆ ಹಿಟ್ಟು ನಾದುತ್ತಿದ್ದ ಅಮ್ಮನಿಗೆ ಕೇಳಿಸಿ ಮಿಂಚಿನ ವೇಗದಲ್ಲಿ ಓಡುತ್ತಿದ್ದಳು. ಇಬ್ಬರೂ ಸೇರಿ ತಿಂಗಳುಗಟ್ಟಲೆ ಹಲಸಿನ ಮುಳಕ, ಖೀರು, ಕಿಚಡಿ, ಹೋಳಿಗೆ ವಗೈರೆಗಳನ್ನು ಮಾಡಿ ಹಿತಶತ್ರುವಿನಂತೆ ನನ್ನನ್ನು ಕೆಣಕುತ್ತಿದ್ದರು.

ಒಮ್ಮೆ ಹೀಗೆ ನಾನು ಸಣ್ಣವನಿರುವಾಗ, ಸಂಡೂರಿನಿಂದ ನೆಂಟರು ತಂದ ಹಲಸನ್ನು ರೇಷ್ಮಾ ತಾನು ಒಬ್ಬಳೇ ತಿನ್ನಬೇಕೆಂಬ ಹುಂಬ ಉಮೇದಿನಲ್ಲಿ ನನಗೆ 'ತಿನ್ಬೇಡ ಅಪ್ಪಿ, ಇಗೋ, ಹುಳ ಉಂಟು, ನೋಡಿಲ್ಲಿ' ಎಂದು ಎರಡು ಸಮಭಾಗವಾದ ಹಲಸಿನ ತುಂಡಿನಲ್ಲಿ ಮುಖ ಕಿವುಚಿಕೊಂಡು ಹಲಸಿನ ಬೀಜಗಳನ್ನು ತೋರಿಸಿ 'ದೂರ ಎಸಿತೀನಿ' ಅಂತಾ ತನ್ನ ಕೋಣೆಯಲ್ಲಿ ಕೂತು ಜೇನುತುಪ್ಪದಲ್ಲಿ ಎಲ್ಲವನ್ನೂ ಕಲೆಸಿ ತಿಂದು ಮೋಸ ಮಾಡಿದ್ದಳು. ಇದಾದ ನಂತರ ಎಷ್ಟೋ ದಿನ ನಾನು ಹಲಸನ್ನು ನೋಡಿಯೇ ಥರಥರ ನಡುಗುತ್ತಿದ್ದೆ. ಬೇಸಿಗೆಯಲ್ಲಿ ಕುಂದಾಪುರದ ಕಾಕಾನ ಮನೆಗೆ ಹೋದಾಗ ಪೀಚು ಬಣ್ಣದ ಹೊಸ ಮನೆಯೊಂದಕ್ಕೆ ದೈತ್ಯ ಹಲಸೊಂದನ್ನು ದೃಷ್ಟಿ ಗೊಂಬೆಯಂತೆ ಸಿಂಗಾರ ಮಾಡಿ ರಾಕ್ಷಸ ಕಣ್ಣು, ನಾಲಿಗೆ, ತಟ್ಟೆಯಾಕಾರದ ಕಿವಿಯನ್ನು ಬಿಡಿಸಿ ಮನೆ ಮುಂದೆ ತೂಗಿ ಹಾಕಿದ್ದನ್ನು ತೋರಿಸಿ, ಅಕ್ಕ ನನ್ನನ್ನು ಪೂರ್ಣ ಹೆದರಿಸಿಯೇಬಿಟ್ಟಿದ್ದಳು.

ತನ್ನ ಎಳೆಯ ಪಾವು ಕೆ.ಜಿ. ವಜನ್ನಿನ ಮುಷ್ಟಿಯಲ್ಲಿ, ಗಾಳಿಗೆ ಬಿದ್ದ ಚಿಕ್ಕ ಸೈಜಿನ ಹಲಸಿಗೆಲ್ಲಾ ಬಿದ್ದಲ್ಲಿಯೇ ಒಂದೇ ಏಟಿಗೆ ಅಕ್ಕ ಮುಕ್ತಿ ಕೊಟ್ಟಿದ್ದಳು. ಈ ಪಾರ್ಶ್ವದಲ್ಲಿ, ಮಸಿಯಾದ ಪಾತ್ರೆಯ ತಳವನ್ನು ಉಜ್ಜಿ ತೊಳೆದು ಉಕ್ಕಿನ ಕಾಗದದಂತಾದ ಅಮ್ಮನ ಕೈಗಳು, ಆ ಪಾರ್ಶ್ವದಲ್ಲಿ, ಅಕ್ಕನ ಭತ್ತದ ಪೈರು, ಅಡಿಕೆ ಮರವನ್ನೇರಿ ಇನ್ನೂ ಬಿಗಿಯಾದ ಕೈಗಳು, ನಟ್ಟನಡುವಿನಲ್ಲಿ ದಿಮ್ಮನೆಯ, ಹೊರ ಮೈಯಷ್ಟೇ ಮುಳ್ಳಾದ ಹಲಸು ಜಾಗರೂಕವಾಗಿ ಅಂಗಾತ ಮಲಗಿರುತ್ತಿತ್ತು. ನಂತರ ಈ ಇಬ್ಬರು

ಘಟಾನುಘಟಿಗಳು ಸೇರಿ ಬರೀ ಕೈಯಿಂದಲೇ ಅದರ ಹೊಟ್ಟೆ ಸೀಳುವ ಪಂದ್ಯಗಳು ವಾರಕ್ಕೊಮ್ಮೆಯಾದರೂ ನಡೆಸುತ್ತಿದ್ದರು. ತುಂಬಾ ಸಲ ಅಮ್ಮ ಪಂದ್ಯದಲ್ಲಿ ಕಹಿಯುಂಡು ಮುಖವನ್ನು ಸವೆದ ನಾಣ್ಯದಂತೆ ಮಾಡಿ ಹುಸಿಕೋಪವನ್ನಷ್ಟೇ ತೋರುತ್ತಿದ್ದಳು. ನಾನು ಪರಾಕ್ರಮಿಯಂತೆ ಮುನ್ನುಗ್ಗಿ ತುಂಬಾ ಹೊತ್ತು ಅಕ್ಕನೊಡನೆ ಕೈಗೆ ಕೈ ಮಿಲಾಯಿಸಿ ತಿಣುಕಾಡಿ ಅಪರೂಪಕ್ಕೆ ಗೆದ್ದಾಗ ಮಾತ್ರ ಅಮ್ಮ ಪುನಃ ಕನ್ನಡಿಯಲ್ಲಿ ಬೆಳಗುವ ತಾರುಣ್ಯದ ಬಿಂದಿಯಂತೆ ಕಾಣುತ್ತಿದ್ದಳು.

ಸೆಣಸಾಟದಲ್ಲಿ ಬೆವರ ಸ್ನಾನ ಮಾಡಿ ನಾನು ಸಾಕ್ಷಾತ್ ಹಿಮವಂತನಾಗಿದ್ದರೆ ಗಟ್ಟಿಗಿತ್ತಿಯಾಗಿದ್ದ ರೇಷ್ಮಾ ಊಹೂಂ ಸೋತರೂ ಒಂದಿಂಚೂ ಅಲುಗುತ್ತಿರಲಿಲ್ಲ. ಅಷ್ಟು ಬಲವಾಗಿ ಕುಕ್ಕರಗಾಲಲ್ಲಿ ಕೂತು ತನ್ನ ಪಾಲಿಗೆ ಕಾದಾಡುವ ಬನದ ಕರಡಿಯೇ ಆಗುತ್ತಿದ್ದಳು. ಅಕ್ಕ ಹೀಗೆ ಕಾದಾಡುವಾಗ ಅಮ್ಮ ನನಗೆ ಯಾವಾಗಲೂ ಹೇಳುತ್ತಿದ್ದಳು "ನೋಡು ನಿನ್ನಕ್ಕ ಥೇಟು ನನ್ನಕ್ಕನಂತೆ. ಆಕೆಗೂ ಹಲಸೆಂದರೆ ಜೀವ, ಈಕೆಗೂ ಸಹ" ಎಂದು ಆ ಕ್ಷಣವನ್ನು ಉನ್ಮಾದಿಸಿದರೆ, ನಾನು ಆಕೆಯ ತರ್ಕವನ್ನು ಒಪ್ಪದೆ ವಾದ ಮಾಡುತ್ತಿದ್ದೆ. ಕೋಪಗೊಳ್ಳದೇ ಅಮ್ಮ "ನೋಡು ಮಗಾ, ಹಕ್ಕಿ ಯಾವಾಗ್ಲೂ ತನ್ನ ಬಳಗವನ್ನು ನೋಡಿ ಹಾರುವುದನ್ನೋ, ಬದುಕುವುದನ್ನೋ ಕಲಿಯುತ್ತದೆಯೇ ವಿನಃ ವಿಮಾನವೋ, ಹೆಲಿಕಾಪ್ಟರನ್ನೋ ನೋಡಿ ಅಲ್ಲ. ನಿನ್ನ ಹಾಗೆ ಬ್ರೂಸ್ ಲೀಯಂತೆ ಫೈಟ್ ಕಲೀತೀನಿ, ದ್ರಾವಿಡನಂತೆ ಬ್ಯಾಟು ಹಿಡೀತೀನಿ, ಇಲ್ಲ ಇಲ್ಲ ಇಂಜಿನಿಯರ್ ಆಗ್ತೀನೆಂದು ಗಂಟೆಗೊಮ್ಮೆ ನಿಲುವು ಬದಲಿಸಿಕೊಂಡು ಸ್ಫೂರ್ತಿಯನ್ನು ಹೊರಗೆಲ್ಲೋ ಹುಡುಕುವುದಲ್ಲ, ನಾವಿದ್ದಲ್ಲಿಯೇ ಇತರರಿಗೆ ಸ್ಫೂರ್ತಿಯಾಗಬೇಕು ಮಗಾ" ಎಂದು ಹೇಳಿ ನನ್ನೆಲ್ಲಾ ಪೀಕಲಾಟಗಳಿಗೆ ಮೋಕ್ಷ ಕೊಡುತ್ತಿದ್ದಳು.

ರೇಷ್ಮಾ ತಾನು ಇದ್ದಲ್ಲಿಯೇ ಹಲವರಿಗೆ ಕೆಲಸ ಕೊಟ್ಟವಳು. ಅಪ್ಪ ಜೇನುಕ್ರಾಂತಿ ಮಾಡುತ್ತೇನೆಂದು ಅರ್ಧಕ್ಕೆ ನಿಲ್ಲಿಸಿದ್ದನ್ನು ಈಕೆ ಯಶಸ್ವಿಯಾಗಿ ಆರು ವರ್ಷ ಮುಂದುವರೆಸಿದಳು. ಪಿಯುಸಿ ಓದುವಾಗಲೇ ಪಾಳುಬಿದ್ದ ಜಮೀನಿನಲ್ಲಿ ಭತ್ತ ಬೆಳೆದಳು. ಮೂಲೆಗೆ ನಿಂತಿದ್ದ ಅಪ್ಪನ ಬೈಕನ್ನು ಕಲೀತೀನೆಂದು ಕಾಲು ಮುರಿದುಕೊಂಡಾಗ, ವಿಶ್ರಾಂತಿಯ ಆ ಆರು ತಿಂಗಳಲ್ಲಿ ಸುಮ್ಮನೆ ಕೂರಲಾಗದೆ ನಮ್ಮೂರಿನ ವಿಧವೆಯರಿಗೆ ಪುಕ್ಕಟ್ಟೆ ಹೊಲಿಗೆ ಮಿಶೀನು ಕೊಡಿಸಿದಳು. ಬಾಂಬೆ ಡೈಯಿಂಗ್‌ನಿಂದ ಬಟ್ಟೆ ತರಿಸಿ ಸೋವಿ ಬೆಲೆಗೆ ಪೇಟೆಯಲ್ಲಿ ಮಾರಾಟ ಮಾಡಲು ಫೇಲಾದ ಪಡ್ಡೆ ಹುಡುಗರನ್ನಿಟ್ಟುಕೊಂಡೇ ವ್ಯಾಪಾರ ಕುದುರಿಸಿದಳು. ಅದು ಕೊನೆಗೆ ಅಮ್ಮನ ಹೆಸರಿನಲ್ಲಿ ಗಾರ್ಮೆಂಟ್ಸ್ ಅಂಗಡಿಯಾಗಿ ರೂಪಾಂತರವಾಯಿತು. ಚಾಲಿ, ರೊಬಾಸ್ಟಾ ಅಡಿಕೆಗಳಿಂದ ಕಾಫಿಯನ್ನಷ್ಟೇ ಅಲ್ಲ, ಸುಗಂಧ ದ್ರವ್ಯವೂ ತಯಾರಿಸಬಹುದೆಂದು ಸರಕಾರಕ್ಕೆ ಪತ್ರ ಬರೆದು ಜಯಶಾಲಿಯಾದಳು. 'ಈಗ ನಗರದ

ಎಲ್ಲಾ ಮಳಿಗೆಗಳಲ್ಲೂ ಎಲ್ಲರ ಹಾಟ್‌ಫೇವರೇಟಾಗಿ ಅಡಿಕೆಯಿಂದ ತಯಾರಾದ ದ್ರವ್ಯಗಳು ಮಸಾಲೆ ದೋಸೆಯಂತೆ ಬಿಕರಿಯಾಗುತ್ತಿವೆ ಅಂದರೆ ಉಡುಪಿಯ ವೀರ ವನಿತೆ, ಮಾದರಿ ಹುಡುಗಿ ರೇಷ್ಮಾಳ ಅಪಾರ ಕೊಡುಗೆ ಇದೆ' ಎಂದು ಟೀವಿಯವರು ಮನೆಗೆ ಬಂದು ಸಂದರ್ಶಿಸಿದಾಗ "ಇದು ನನ್ನ ಅಪ್ಪನ ಕನಸು. ಆತನದ್ದೇ ಎಲ್ಲಾ ಐಡಿಯಾ" ಎಂದು ಹೇಳಿ ಅದೇ ಗಂಧದಂತೆ ಹಗುರಾದಳು.

ಈ ಎಲ್ಲಾ ಮೆಹನತ್ತು ತನ್ನದಲ್ಲ ಬೇರೆ ಯಾರದೋ ಎಂದು, ತೆಂಗಿನಮರದ ಬದಿಯಲ್ಲಿದ್ದ ಎಲ್ಲಾ ಹಲಸಿನ ಮರಗಳಿಗೆ ತನ್ನ ಹೆಸರನ್ನು ಕೆತ್ತುವಷ್ಟು ಅಕ್ಕ ಹಲಸನ್ನು ವಿಪರೀತ ಮೋಹಿಸಿದ್ದಳು. ಆದ್ದರಿಂದಲೇನೋ ಆಕೆಯ ರುದ್ರ ಕೋಪ ಕಳೆಯುವ ಏಕೈಕ ವಸ್ತುವಾಗಿ ಹಲಸೊಂದೇ ಉಳಿದಿದ್ದರಿಂದ ಅಮ್ಮ ನೆನಪಿನಿಂದ ಬರೊಬ್ಬರಿ ಹನ್ನೆರಡು ಕಿಲೋ ತೂಗುವ ಕೆಂಬಲಸನ್ನು ನನ್ನ ಭುಜದ ಮೇಲೆ ಹೊರೆಸಿದಾಗ ಚೂರೂ ಕಂಪನವಾದಂತೆ ಮೈ ಅಲುಗಿಸಿ ನಕ್ಕೆ. ಅಮ್ಮ ಸೆರಗಿನ ಅಂಚನ್ನು ಕಣ್ಣಿಗಿಟ್ಟುಕೊಂಡಳು.

ರೇಷ್ಮಾಳ ಒದ್ದೆಯಂಗಳದ ರಥಬೀದಿ ತಲುಪುವಷ್ಟೊತ್ತಿಗೆ ಅಮ್ಮನ ಏಳೆಂಟು ತಪ್ಪಿದ ಕರೆಗಳಿದ್ದವು. ಸಣ್ಣ ಗೇಟುಗಳಿದ್ದ ಎಲ್ಲಾ ಮನೆಗಳ ಇಕ್ಕೆಲಗಳಲ್ಲಿ ಕೇಪುಳದ ಜಾತ್ರೆಯೇ ನಡೆದಿತ್ತು. ರಾಮು ಭಾವನ ಒಂಟಿ ಉಂಗುಷ್ಟದ ಚಪ್ಪಲಿಯಾಗಲಿ, ಹೊರಬಾಗಿಲಿಗೆ ಸದಾ ಒರಗಿಸಿರುತ್ತಿದ್ದ ಕೊಡೆಯಾಗಲಿ, ವಿಚಿತ್ರ ಹಾರನ್ನಿನ ದೈತ್ಯ ಕೆಂಪು ಬೈಕು ಕೂಡ ಇರಲಿಲ್ಲ. ಚಿಂಟು ಕರ್ಚೀಫಿನ ಸೈಜಿನ ಚಡ್ಡಿಯಲ್ಲಿ ತನ್ನ ಸಣ್ಣ ಸೈಕಲ್ಲಿನೊಂದಿಗೆ ಎಲ್ಲಿಗೋ ಹೊರಟಂತಿದ್ದ. ಅವನ ಗುಂಗುರು ತಲೆಗೂದಲನ್ನು ಸವರಿದೆ; ಇನ್ನೂ ತೇವವಾಗಿತ್ತು. ಅವನ ಮುಖವಂತೂ ಸೋನೆ ಮಳೆಗೆ ಮಿಂದ ಮಾವಿನಂತಿತ್ತು. ಆಗಷ್ಟೇ ಜಳಕ ಮಾಡಿಕೊಂಡು ಅಂಗಿ ಹಾಕದೆ ತಪ್ಪಿಸಿಕೊಂಡಂತೆ ಕಾಣುತ್ತಿದ್ದ. ಅವನನ್ನು ಹಿಡಿಯಲು ರೇಷ್ಮಾ ತನ್ನ ಒದ್ದೆ ಸೀರೆಯಲ್ಲಿಯೇ "ಚಿಂಟೂ, ಚಿಂಟೂ ನಿಲ್ಲೋ" ಎಂದು ಬಚ್ಚಲಿನ ಮನೆಯಿಂದ ಜೋರು ದನಿಯಲ್ಲಿ ಬಂದು ನನ್ನ ನೋಡಿ, "ಸುಭಾಶ, ಹಿಡಿ ಹಿಡಿ ಅವನನ್ನು" ಎಂದು ಅವನನ್ನು ಹಿಂಬಾಲಿಸಿ ಹೊರಟಳು. ಚಿಂಟೂ ಯಾರ ಕೈಗೂ ಸಿಗದಂತೆ ತನ್ನ ಪ್ರಭಾತಫೇರಿಯ ಸೈಕಲ್ಲಿನೊಂದಿಗೆ ಪುಟುಪುಟು ಓಡುತ್ತಿದ್ದ. ಅಕ್ಕನ ಒದ್ದೆ ಕಾಲುಗಳಲ್ಲಿ ಇಡೀ ಲೋಕ ಬೇಚೈನಿನಲ್ಲಿದ್ದಂತೆ ಕಾಣುತ್ತಿತ್ತು.

ಅಕ್ಕ ತನ್ನ ಅಟಾಟೋಪ ಮುಗಿಸಿ ಬರುವವರೆಗೆ ನಾನು ಹಲಸನ್ನು ಹೆಗಲಿನಲ್ಲೇ ಹೊತ್ತುಕೊಂಡು ವಿಮೋಚನೆಗೆ ಕಾಯುವ ಭಗ್ನಶಿಲೆಯಂತೆ ನಿಂತಿದ್ದೆ. ಚಿಂಟುವಿನ ಕಾಟ ಇನ್ನೂ ಮಿತಿ ಮೀರಿ ಹೋಗಿಲ್ಲ ಎಂಬಂತೆ ಆತನನ್ನು ಗಪ್ಪನೆ ಹಿಡಿದು ಮುದ್ದುಮಾಡುತ್ತಾ ತನ್ನ ಒಂದೇ ಕಿರುಬೆರಳಿನಲ್ಲಿ ಸೈಕಲ್ ಹಿಡಿದುಕೊಂಡು

ಬರುತ್ತಿದ್ದಳು. ಬಂದಕೂಡಲೇ ನನ್ನನ್ನು ಕ್ಯಾರೆ ಎನ್ನದೇ ಹಲಸನ್ನು ಮಗುವಿನಂತೆ ಇಳಿಸಿ ಮೂಸಿದಳು. ಆಕೆಗೆ ಸೊಗಸೆನಿಸಿ ಮತ್ತೆ ಮತ್ತೆ ಮೂಸಿದಳು. ಚಕ್ಕನೆ ಚಿಂಟುವಿನ ಅಂಗಿಯೊಂದನ್ನು ನನ್ನ ಕೈಗೆ ಕೊಟ್ಟು 'ನನಗೇನೋ ದೊಡ್ಡ ಕೆಲಸವಿದೆ ನೀನೇ ಅಂಗಿ ಹಾಕು' ಎನ್ನುವಂತೆ ಕಣ್ಣಂಚನ್ನು ಮಿಸುಕಿದಳು. ಜೇಬಲ್ಲಿದ್ದ ಮೊಬೈಲನ್ನು ಚಿಂಟುವಿನ ಕೈಗೆ ಕೊಟ್ಟೆ. ನನ್ನ ಕೈಯಿಂದ ಆರಾಮಾಗಿ ಅಂಗಿ ತೊಡಿಸಿಕೊಂಡು ಓಡಿಹೋದ.

ನನ್ನ ಎದುರೇ ಒಂದು ನಾಜೂಕಿನ ಉತ್ಸವ ಸದ್ದಿಲ್ಲದೆ ಜಾರಿಯಲ್ಲಿತ್ತು. ಅಕ್ಕ ಆಗಲೇ ಶೇಕಡ ನಲವತ್ತರಷ್ಟು ಹಲಸನ್ನು ಚೂರೂ ಕೈಯನ್ನು ಅಂಟು ಮಾಡಿಕೊಳ್ಳದೆ, ತೊಳೆಗಳನ್ನು ಹೂವಿನ ಮೊಗ್ಗನ್ನು ಬಿಡಿಸುವಂತೆ ಬಿಡಿಸಿ ತಿನ್ನುತ್ತಿದ್ದಳು. ಯಾವಾಗಲೋ ಕಟ್ಟಿದ್ದ ತುರುಬು ಕೊಂಚ ಸಡಿಲವಾದಂತೆ ತೋರಿತು. ಆಕೆ ತೊಳೆಗಳನ್ನು ಮೆಲ್ಲ ಮೆಲ್ಲ ಎಳೆಯುವಾಗ "ಏನೋ ಸುಂದರಾಂಗ ಗಡ್ಡ ಬೋಳಿಸಲ್ವಾ? ಅರ್ಜುನ್ ರೆಡ್ಡೀ ಫೀವರ್ರಾ?" ಎಂದಳು. "ಹಾಗೇನಿಲ್ಲ ಕಣೆ, ಗಮನ ಕೊಡದೇ ಬೆಳೆದಿದ್ದು ಅದೊಂದೇ! ಇರ್ಲಿಬಿಡು ಹಾಗೇನೆ ಒಂಥರಾ ದೇಸಿ ಲುಕ್" ಎಂದೆ. ನೀನೋ ನಿನ್ನ ಮಾತೋ ಎನ್ನುವಂತೆ ಚಂದವಾಗಿ ಮೂತಿ ತಿರುವಿದಳು.

"ಜೇನಿ ಮಸ್ತಾಗಿದೆ ಕಣೋ, ಮೂರನೇ ಮರದ್ದ" ಎಂದಳು. ಅದು ಹೇಗೆ ಈಕೆಗೆ ಚಂದ್ರ ಹಲಸೆಂದು ಗೊತ್ತಾಯ್ತು ಎಂದು ಕಣ್ಣರಳಿಸಿದೆ. ಊಹಿಸಿ ಗೆದ್ದ ಖುಷಿಯಲ್ಲಿ ಅಕ್ಕ ಬೀಗುತ್ತಿದ್ದಳು. ಹಲಸನ್ನು ಜೇನಿ ಎಂದು ರಾಗವಾಗಿ ಕರೆಯುವ ಅಕ್ಕ ಯಾವಾಗಲೂ ಹಾಗೆಯೇ! ಆಕೆಗೆ ಯಾವ ಹಲಸು ಬಕ್ಕೆ, ಯಾವುದು ಬೊಳವ, ಯಾವ ಮರ ಎಷ್ಟು ಹಣ್ಣು ಹೆರುತ್ತದೆ ಎಂಬುದೆಲ್ಲ ಗೊತ್ತಿತ್ತು. ಹೆಚ್ಚು ಮೇಣ ಇದ್ದರೆ ತೊಳೆಯ ಬಣ್ಣ ಕಿತ್ತಳೆಯೆಂದು ಕಣ್ಮುಚ್ಚಿಯೇ ಊಹಿಸುತ್ತಿದ್ದಳು. ಮನೆಯ ಸುತ್ತ ಇದ್ದ ಮರಕ್ಕೆಲ್ಲಾ ಒಂದು, ಎರಡು, ಮೂರೆಂದು ರ್‍ಯಾಂಕಿನ ಅನುಸಾರ ತಗಡಿನ ಬಿಲ್ಲೆಯನ್ನು ನೇತು ಹಾಕಿ ಅದರ ಪಕ್ಕದಲ್ಲಿ ತನ್ನ ಹೆಸರನ್ನು ಕೆತ್ತುವಾಗ ತೋಟದ ಮನೆಯಲ್ಲಿ ಕೆಲಸಕ್ಕಿದ್ದ ನಂಜಿಯ ಮಗಳು ಪಾರ್ವತಿ ಮರವೇರಿ ಕೂತಿದ್ದ ಅಕ್ಕನನ್ನು ನೋಡಿ 'ಕರಡಿ ಕರಡಿ' ಎಂದು ಬೊಬ್ಬೆ ಹೊಡೆದು ದೊಡ್ಡ ಕಲ್ಲುಗಳನ್ನೇ ಬೀರಿದ್ದಳು. ಅದೃಷ್ಟಕ್ಕೆ ಯಾವ ಕಲ್ಲು ಸಹ ಗುರಿ ಮುಟ್ಟಿರಲಿಲ್ಲ. ಘಟ್ಟ, ನದಿ, ಕಾಡುಗಳೆಲ್ಲ ಹತ್ತಿರವಿದ್ದರಿಂದ ನಮಗೆ ಚಿಗರೆ, ಕೆಂಪು ಮುಖದ ವಾನರ, ಕರಡಿಗಳೇನು, ಚಿರತೆಗಳೂ ಹೊಸತಾಗಿರಲಿಲ್ಲ.

ನೋಡನೋಡುತ್ತಿದ್ದಂತೆ ಇಡೀ ಹಲಸನ್ನು ಖಾಲಿ ಮಾಡಿ ಬೆರಳು ಚೀಪಿಕೊಳ್ಳುತ್ತಾ "ಸುಭಾಶ, ಏನೋ ಎಣಿಸಿದರೆ ಅರವತ್ತು ತೊಳೆ ಸಿಗಲಿಲ್ಲವಲ್ಲೋ" ಎಂದಳು. ಕೆಂಪು ಖರೆಕಾಗದದಲ್ಲಿ ಸುತ್ತಿದ್ದ ಅವಳ ಮೂಗುಬೊಟ್ಟನ್ನು ಕೊಟ್ಟೆ. 'ಅಷ್ಟೇನಾ?' ಎಂಬಂತೆ

ನೋಡಿ ಮೂಗಿನ ಹೊಳ್ಳೆಯನ್ನು ಬೆರಳಲಿ ತುಸು ಅರಳಿಸಿ ಹಾಕಿಕೊಂಡಳು. ಜಾದೂ ಎಂಬಂತೆ ನತ್ತು ತನ್ನ ಗತ್ತು ತೋರಿಸಿ ಫಳಫಳ ಪ್ರಕಾಶಿಸಿತು. ಅಮ್ಮನಿಗೆ ಫೋನು ಮಾಡಿಕೊಟ್ಟೆ. ಅವಳ ಜೊತೆ ಹಾಯಾಗಿ ಹರಟಿದಳು. ಮಾತಿನ ಮಧ್ಯೆ "ಆಯೀ, ನೀನು ಕನ್ನಡಕ ಹಾಕ್ಕೊಂತೀನಿ ಅಂದ್ರೆ ಚೌತಿಗೆ ಬರ್ತೀನಿ" ಎನ್ನುವ ಹಟದ ಮಾತುಗಳನ್ನು ಕೇಳಿಸಿಕೊಂಡೆ. ದೂರದಿಂದ ಅಲ್ಲಾವುದ್ದೀನನ ಮಾಯಾ ಸೊಡರಿನಂತೆ ಅಕ್ಕನ ಮೂಗುಬೊಟ್ಟಿಗೆ ಜೀವ ಬಂದು ನನ್ನ ಇಶಾರೆಗೆ ಕಾಯುತ್ತಿತ್ತು. ಅಷ್ಟರಲ್ಲಿ ಚಿಂಟೂ ಓಡಿ ಬಂದು "ಮಾಮ, ಜೀನಿ ಜೀನಿ ಎಲ್ಲಿ" ಎಂದು ಕೇಳಿದ. ನಾನು ಅಕ್ಕನತ್ತ ಬೆರಳು ಮಾಡಿದೆ.

ಓದಿ ಓದಿ ಮರುಳಾಗಿ!

ಛಂದ ಪುಸ್ತಕ ಬಹುಮಾನ

ಹೊಸ ಕತೆಗಾರರನ್ನು ಗುರುತಿಸುವ ಸಲುವಾಗಿ ನಮ್ಮ ಪ್ರಕಾಶನ ಸಂಸ್ಥೆಯು ಕಳೆದ ಹದಿಮೂರು ವರ್ಷಗಳಿಂದ ಕತೆಗಳ ಹಸ್ತಪ್ರತಿ ಸ್ಪರ್ಧೆಯನ್ನು ನಡೆಸುತ್ತಾ ಬಂದಿದೆ. ಈವರೆಗೆ ಒಂದೂ ಕಥಾಸಂಕಲನವನ್ನು ಪ್ರಕಟಿಸದವರು ಈ ಸ್ಪರ್ಧೆಯಲ್ಲಿ ಭಾಗವಹಿಸಬಹುದು. ಇತರ ಪ್ರಕಾರಗಳಲ್ಲಿ ಒಂದೆರಡು ಪುಸ್ತಕಗಳನ್ನು ಪ್ರಕಟ ಮಾಡಿದವರೂ ಇದರಲ್ಲಿ ಭಾಗವಹಿಸುವ ಅವಕಾಶವಿರುತ್ತದೆ. ಮೊದಲ ಸುತ್ತಿನ ಆಯ್ಕೆಯನ್ನು ಪ್ರಕಾಶನದ ಸದಸ್ಯರು ಮಾಡಿ, ಕೊನೆಯ ಆಯ್ಕೆಗಾಗಿ ಸುಮಾರು ಹತ್ತು ಹಸ್ತಪ್ರತಿಗಳನ್ನು ನಾಡಿನ ಹಿರಿಯ ಸಾಹಿತಿಗಳಿಗೆ ಒಪ್ಪಿಸುತ್ತಾರೆ. ಆಯ್ಕೆಯಾದ ಹಸ್ತಪ್ರತಿಯನ್ನು ಪುಸ್ತಕ ರೂಪದಲ್ಲಿ ಪ್ರಕಟಿಸಿ, ಪ್ರಶಸ್ತಿ ಪತ್ರ, ಫಲಕ ಹಾಗೂ ಮೂವತ್ತು ಸಾವಿರ ರೂಪಾಯಿ ಬಹುಮಾನವನ್ನು ನೀಡಲಾಗುತ್ತದೆ. ಈವರೆಗೂ ಈ ಪ್ರಶಸ್ತಿಯಲ್ಲಿ ಬಹುಮಾನ ಪಡೆದವರ ವಿವರಗಳ ಪಟ್ಟಿಯನ್ನು ಮುಂದಿನ ಪುಟದಲ್ಲಿ ನೀಡಿದ್ದೇವೆ.

ಇವರಲ್ಲಿ ಮೌನೇಶ ಬಡಿಗೇರ, ಶಾಂತಿ ಕೆ ಅಪ್ಪಣ್ಣ ಮತ್ತು ಪದ್ಮನಾಭ ಭಟ್ ಶೇವ್ಕಾರ ಅವರಿಗೆ ಕೇಂದ್ರ ಸಾಹಿತ್ಯ ಅಕಾದೆಮಿಯ ಯುವ ಪುರಸ್ಕಾರ ದೊರೆತಿದೆ. ವಿನಯಾ, ಶಾಂತಿ ಕೆ ಅಪ್ಪಣ್ಣ ಮತ್ತು ಪದ್ಮನಾಭ ಭಟ್ ಶೇವ್ಕಾರರ ಪುಸ್ತಕಗಳಿಗೆ ಕರ್ನಾಟಕ ಸಾಹಿತ್ಯ ಅಕಾಡೆಮಿಯ ಪುಸ್ತಕ ಬಹುಮಾನ ಅಥವಾ ದತ್ತಿ ಬಹುಮಾನಗಳು ಸಂದಿವೆ. ಇನ್ನೂ ಹಲವಾರು ನಾಡಿನ ಪ್ರಮುಖ ಪ್ರಶಸ್ತಿ ಮತ್ತು ಬಹುಮಾನಗಳೂ ಈ ಕೃತಿಗಳಿಗೆ ಲಭ್ಯವಾಗಿವೆ.

ನೀವು ಈ ಸ್ಪರ್ಧೆಯಲ್ಲಿ ಭಾಗವಹಿಸಬೇಕೆ? ಹಾಗಿದ್ದರೆ ನಮ್ಮ ಮುಂದಿನ ವರ್ಷದ ಸ್ಪರ್ಧೆಯ ಆಹ್ವಾನವನ್ನು ಖ್ಯಾತ ಕನ್ನಡ ನಿಯತಕಾಲಿಕಗಳಲ್ಲಿ ಅಥವಾ ಸಾಮಾಜಿಕ ಜಾಲತಾಣಗಳಲ್ಲಿ ನಿರೀಕ್ಷಿಸಿರಿ. ಹೆಚ್ಚಿನ ವಿವರಗಳಿಗೆ 98444 22782 ಗೆ ಸಂದೇಶ ಕಳುಹಿಸಿರಿ.

ಕತೆಗಾರರು	ಕಥಾಸಂಕಲನ	ತೀರ್ಪುಗಾರರು
ಸುನಂದಾ ಪ್ರಕಾಶ ಕಡಮೆ	ಪುಟ್ಟ ಪಾದದ ಗುರುತು	ಅಶೋಕ ಹೆಗಡೆ/ ಸುಮಂಗಲಾ
ಅಲಕ ತೀರ್ಥಹಳ್ಳಿ	ಈ ಕತೆಗಳ ಸಹವಾಸವೇ ಸಾಕು	ಕೇಶವ ಮಳಗಿ/ ಸುಮಂಗಲಾ
ಲೋಕೇಶ ಅಗಸನಕಟ್ಟೆ	ಹಟ್ಟಿಯೆಂಬ ಭೂಮಿಯ ತುಣುಕು	ಬೊಳುವಾರು ಮಹಮದ್ ಕುಂಞಿ
ವಿನಯಾ	ಊರ ಒಳಗಣ ಬಯಲು	ನೇಮಿಚಂದ್ರ
ಸಂದೀಪ ನಾಯಕ	ಗೋಡೆಗೆ ಬರೆದ ನವಿಲು	ಅಮರೇಶ ನುಗಡೋಣಿ
ಕಣಾದ ರಾಘವ	ಮೊದಲ ಮಳೆಯ ಮಣ್ಣು	ಕೆ. ಸತ್ಯನಾರಾಯಣ
ಬಸವಣ್ಣೆಪ್ಪಾ ಕಂಬಾರ	ಆಟಿಕೆ	ಕುಂ. ವೀರಭದ್ರಪ್ಪ
ಮೌನೇಶ ಬಡಿಗೇರ	ಮಾಯಾಕೋಲಾಹಲ	ಓ.ಎಲ್. ನಾಗಭೂಷಣಸ್ವಾಮಿ
ಪದ್ಮನಾಭ ಭಟ್ ಶೇವ್ಕಾರ	ಕೇಪಿನ ಡಬ್ಬಿ	ಎಂ. ಎಸ್. ಆಶಾದೇವಿ
ಶಾಂತಿ ಕೆ ಅಪ್ಪಣ್ಣ	ಮನಸು ಅಭಿಸಾರಿಕೆ	ಎಚ್.ಎಸ್. ರಾಘವೇಂದ್ರ ರಾವ್
ದಯಾನಂದ	ದೇವರು ಕಚ್ಚಿದ ಸೇಬು	ನಾ. ಡಿಸೋಜಾ
ಸ್ವಾಮಿ ಪೊನ್ನಾಚಿ	ಧೂಪದ ಮಕ್ಕಳು	ಎಂ. ಎಸ್. ಶ್ರೀರಾಮ್
ಶಶಿ ತರೀಕೆರೆ	ಡುಮಿಂಗ	ಲಲಿತಾ ಸಿದ್ಧಬಸವಯ್ಯ

ಪ್ರಕಟಣೆಗಳು

ಛಂದ ಪುಸ್ತಕ ಬಹುಮಾನ

ಪುಟ್ಟ ಪಾದದ ಗುರುತು – ಸುನಂದಾ ಪ್ರಕಾಶ ಕಡಮೆ – ₹ 60
ಈ ಕತೆಗಳ ಸಹವಾಸವೇ ಸಾಕು – ಅಲಕ ತೀರ್ಥಹಳ್ಳಿ – ₹ 60
ಗೋಡೆಗೆ ಬರೆದ ನವಿಲು – ಸಂದೀಪ ನಾಯಕ – ₹ 60
ಮೊದಲ ಮಳೆಯ ಮಣ್ಣು – ಕಣಾದ ರಾಘವ – ₹ 80
ಆಟಿಕೆ – ಬಸವಣ್ಣೆಪ್ಪಾ ಕಂಬಾರ – ₹ 100
ಮಾಯಾಕೋಲಾಹಲ – ಮೌನೇಶ ಬಡಿಗೇರ – ₹ 100
ಕೇಪಿನ ಡಬ್ಬಿ – ಪದ್ಮನಾಭ ಭಟ್ ಶೇವ್ಕಾರ – ₹ 110
ಮನಸು ಅಭಿಸಾರಿಕೆ – ಶಾಂತಿ ಕೆ ಅಪ್ಪಣ್ಣ – ₹ 140
ದೇವರು ಕಚ್ಚಿದ ಸೇಬು – ದಯಾನಂದ – ₹ 120
ಧೂಪದ ಮಕ್ಕಳು – ಸ್ವಾಮಿ ಪೊನ್ನಾಚಿ – ₹ 110
ಡುಮಿಂಗ – ಶಶಿ ತರೀಕೆರೆ – ₹ 90

ಕಥಾಸಂಕಲನ

ಶಕುಂತಳಾ – ಗುರುಪ್ರಸಾದ್ ಕಾಗಿನೆಲೆ – ₹ 80
ಶಾಲಭಂಜಿಕೆ – ಡಾ. ಕೆ. ಎನ್. ಗಣೇಶಯ್ಯ – ₹ 130 (6ನೆಯ ಮುದ್ರಣ)
ಕಾರಂತಜ್ಜನಿಗೊಂದು ಪತ್ರ – ಸಚ್ಚಿದಾನಂದ ಹೆಗಡೆ – ₹ 60
ಹಕೂನ ಮಟಾಟ – ನಾಗರಾಜ ವಸ್ತಾರೆ – ₹ 80
ಕಾಲಿಟ್ಟಲ್ಲಿ ಕಾಲುದಾರಿ – ಸುಮಂಗಲಾ – ₹ 80
ಮಡಿಲು (ನೀಳ್ಗತೆ) – ನಾಗರಾಜ ವಸ್ತಾರೆ – ₹ 15
ಹುಲಿರಾಯ – ಕೀರ್ತಿರಾಜ್ – ₹ 80
ನಿರವಯವ – ನಾಗರಾಜ ವಸ್ತಾರೆ – ₹ 125
ಹನ್ನೊಂದನೇ ಅಡ್ಡರಸ್ತೆ – ಸುಮಂಗಲಾ – ₹ 100
ಗಾಳಿಗೆ ಮೆತ್ತಿದ ಬಣ್ಣ – ಕರ್ಕಿ ಕೃಷ್ಣಮೂರ್ತಿ – ₹ 120
ಕನ್ನಡಿ ಹರಳು – ಪದ್ಮನಾಭ ಭಟ್ ಶೇವ್ಕಾರ – ₹ 130
ಒಂದು ಚಿಟಿಕೆ ಮಣ್ಣು – ಲಕ್ಷ್ಮಣ ಬಾದಾಮಿ – ₹ 130

ಪ್ರಬಂಧ

ಪೂರ್ವ ಪಶ್ಚಿಮ – ಎಂ. ಆರ್. ದತ್ತಾತ್ರಿ – ₹ 80

ರಾಗಿಮುದ್ದೆ – ರಘುನಾಥ ಚ. ಹ. – ₹ 60
ಕುಟ್ಟವಲಕ್ಕಿ / ಗೊಜ್ಜವಲಕ್ಕಿ – ಪ್ರಶಾಂತ ಆಡೂರ – ₹ 100
ಮಿಸಳ್ ಭಾಜಿ – ಭಾರತಿ ಬಿ ವಿ – ₹ 120
ನೀ ಮಾಯೆಯೊಳಗೋ.. – ವಿಕ್ರಮ ಹತ್ವಾರ – ₹ 120
ಸಾವೆಂಬ ಲಹರಿ – ಗುರುಪ್ರಸಾದ ಕಾಗಿನೆಲೆ – ₹ 110

ಅನುವಾದ

ಗಾಳಿ ಪಳಗಿಸಿದ ಬಾಲಕ – ವಿಲಿಯಂ ಕಾಂಕ್ವಾಂಬಾ (ಕರುಣಾ ಬಿ ಎಸ್) – ₹ 180
ಅಮೋಸ್ ಫಾರ್ಚೂನ್ – ಎಲಿಝಬೆತ್ ಯೇಟ್ಸ್ (ಜಯಶ್ರೀ ಭಟ್) – ₹ 100
ನವ ಜೀವಗಳು – ವಿಲಿಯಂ ಡಾಲ್ರಿಂಪಲ್ (ನವೀನ ಗಂಗೋತ್ರಿ) – ₹ 250
ಮೈಕೆಲ್ ಕೆ – ಜೆ.ಎಂ. ಕುಟ್‌ಸೀ (ಸುನಿಲ್ ರಾವ್) – ₹ 170
ಲೇರಿಯೊಂಕ – ಹೆನ್ರಿ ಆರ್. ಓಲೆ ಕುಲೆಟ್ (ಪ್ರಶಾಂತ ಬೀಚಿ) – ₹ 130
ಅರೆಶತಮಾನದ ಮೌನ – ಯಾನ್ ರಫ್–ಓ'ಹರ್ನ್ (ಅರುಣ್) – ₹ 190
ಪರ್ವತದಲ್ಲಿ ಪವಾಡ – ನ್ಯಾಂಡೊ ಪರಾಡೊ (ಸಂಯುಕ್ತಾ ಪುಲಿಗಲ್) – ₹ 190
ಚಂದಿರ ಬೇಕೆಂದವನು – ಮಿಮಿ ಬೇರ್ಡ್ (ಪ್ರಜ್ಞಾ ಶಾಸ್ತ್ರಿ) – ₹ 180
ಬಂಡೂಲ – ವಿಕಿ ಕಾನ್‌ಸ್ಟಂಟೇನ್ ಕ್ರುಕ್ (ರಾಜ್ಯಶ್ರೀ ಕುಳಮರ್ವ) – ₹ 320
ರೆಬೆಲ್ ಸುಲ್ತಾನರು – ಮನು ಎಸ್ ಪಿಳ್ಳೈ (ಸಂಯುಕ್ತಾ ಪುಲಿಗಲ್) – ₹ 320

ವಸುಧೇಂದ್ರ

ಮನೀಷೆ – ಕತೆಗಳು – ₹ 90 (6ನೆಯ ಮುದ್ರಣ)
ಯುಗಾದಿ – ಕತೆಗಳು – ₹ 120 (7ನೆಯ ಮುದ್ರಣ)
ಚೇಳು – ಕತೆಗಳು – ₹ 90 (6ನೆಯ ಮುದ್ರಣ)
ಹಂಪಿ ಎಕ್ಸ್‌ಪ್ರೆಸ್ – ಕತೆಗಳು – ₹ 120 (8ನೆಯ ಮುದ್ರಣ)
ಮೋಹನಸ್ವಾಮಿ – ಕತೆಗಳು – ₹ 180 (5ನೆಯ ಮುದ್ರಣ)
ವಿಷಮ ಭಿನ್ನರಾಶಿ – ಕತೆಗಳು – ₹ 180 (3ನೆಯ ಮುದ್ರಣ)
ಕೋತಿಗಳು – ಪ್ರಬಂಧ – ₹ 90 (6ನೆಯ ಮುದ್ರಣ)
ನಮ್ಮಮ್ಮ ಅಂದ್ರೆ ನಂಗಿಷ್ಟ – ಪ್ರಬಂಧ – ₹ 90 (18ನೆಯ ಮುದ್ರಣ)
ರಕ್ಷಕ ಅನಾಥ – ಪ್ರಬಂಧ – ₹ 110 (5ನೆಯ ಮುದ್ರಣ)
ವರ್ಣಮಯ – ಪ್ರಬಂಧ – ₹ 150 (4ನೆಯ ಮುದ್ರಣ)
ಐದು ಪೈಸೆ ವರದಕ್ಷಿಣೆ – ಪ್ರಬಂಧ – ₹ 160 (3ನೆಯ ಮುದ್ರಣ)
ಹರಿಚಿತ್ತ ಸತ್ಯ – ಕಾದಂಬರಿ – ₹ 95 (5ನೆಯ ಮುದ್ರಣ)
ಮಿಥುನ – ಶ್ರೀರಮಣರ ಕತೆಗಳು – ₹ 90 (7ನೆಯ ಮುದ್ರಣ)

ಎವರೆಸ್ಟ್ – ಜಾನ್ ಕ್ರಾಕೌರ್ – ₹ 250 (3ನೆಯ ಮುದ್ರಣ)
ಪುನರ್ವಸು 3 – ಐದು ಕಥಾಸಂಕಲನ – ₹ 500 (₹ ~~600~~)
ಪುನರ್ವಸು 4 – ಐದು ಪ್ರಬಂಧಸಂಕಲನ – ₹ 500 (₹ ~~600~~)

ಕಾದಂಬರಿ

ಎನ್ನ ಭವದ ಕೇಡು – ಎಸ್ ಸುರೇಂದ್ರನಾಥ್ – ₹ 75
ಗುಣ – ಗುರುಪ್ರಸಾದ್ ಕಾಗಿನೆಲೆ – ₹ 150
ತಾರಾಬಾಯಿಯ ಪತ್ರ – ದತ್ತಾತ್ರಿ ಎಂ ಆರ್ – ₹ 110
ಅಗೆದಷ್ಟೂ ನಕ್ಷತ್ರ – ಸುಮಂಗಲಾ – ₹ 160
ಪ್ರಿಯೇ ಚಾರುಶೀಲೆ – ನಾಗರಾಜ ವಸ್ತಾರೆ – ₹ 295

ಪ್ರತಿಗಳು ಲಭ್ಯವಿಲ್ಲ

ದ್ವೀಪವ ಬಯಸಿ – ಎಂ. ಆರ್. ದತ್ತಾತ್ರಿ – ಕಾದಂಬರಿ
ಬರೀ ಎರಡು ರೆಕ್ಕೆ – ಸುನಂದಾ ಪ್ರಕಾಶ ಕಡಮೆ – ಕಾದಂಬರಿ
ನ್ಯಾಸ – ಹರೀಶ ಹಾಗಲವಾಡಿ – ಕಾದಂಬರಿ
ಮದ್ಯಸಾರ – ಅಪಾರ – ಕವಿತೆ
ಪೂರ್ಣನ ಗರಿಗಳು – ಪೂರ್ಣಪ್ರಜ್ಞ – ಕವಿತೆ
ಹಲೋ ಹಲೋ ಚಂದಮಾಮ – ರಾಧೇಶ ತೋಳ್ಪಾಡಿ – ಕವಿತೆ
ಜಗವ ಚುಂಬಿಸು – ಸುಬ್ರೊತೋ ಬಾಗ್ಚಿ (ವಂದನಾ ಪಿ ಸಿ) – ಅನುವಾದ
ಮಾವೋನ ಕೊನೆಯ ನರ್ತಕ – ಲೀ ಕುನ್‌ಕ್ಸಿನ್ (ಜಯಶ್ರೀ ಭಟ್) – ಅನುವಾದ
ದೇವರ ರಜಾ – ಗುರುಪ್ರಸಾದ್ ಕಾಗಿನೆಲೆ – ಕಥಾ ಸಂಕಲನ
ಊರ ಒಳಗಣ ಬಯಲು – ಡಾ. ವಿನಯಾ – ಕಥಾ ಸಂಕಲನ
ಕಟ್ಟು ಕತೆಗಳು – ಎಸ್ ಸುರೇಂದ್ರನಾಥ್ – ಕಥಾ ಸಂಕಲನ
ಹಟ್ಟಿಯೆಂಬ ಭೂಮಿಯ ತುಣುಕು – ಲೋಕೇಶ ಅಗಸನಕಟ್ಟೆ – ಕಥಾ ಸಂಕಲನ
ಜುಮುರು ಮಳೆ – ಸುಮಂಗಲಾ – ಕಥಾ ಸಂಕಲನ
ವೈದ್ಯ, ಮತ್ತೊಬ್ಬ – ಗುರುಪ್ರಸಾದ ಕಾಗಿನೆಲೆ – ಪ್ರಬಂಧ
ಜಾನಕಿ ಕಾಲಂ 1 – ಜೋಗಿ – ಪ್ರಬಂಧ
ಜಾನಕಿ ಕಾಲಂ 2 – ಜೋಗಿ – ಪ್ರಬಂಧ